ಚಿಗುರು

ಲೇಖನ & ಕವಿತೆಗಳ ಸಂಗ್ರಹ

ಸಂಪಾದಕರು

ಡಾ. ರವಿ ಹೆಚ್

ಡಾ. ವೀರೇಂದ್ರ ಕುಮಾರ್ ವಾಲಿ ಎಸ್

Published By:
Notion Press Publication
Notion Press Media Pvt Ltd,
No.50, Chettiyar Agaram Main Road,
Vanagaram, Chennai, Tamil Nadu 600095
Email ID: publish @ notionpress.com
Phone : 044 4631 5631

ಪುಸ್ತಕದ ಹೆಸರು : ಚಿಗುರು (CHIGURU)

(ಸಂಪುಟ – 01 ಸಂಚಿಕೆ – 09)

ಸಂಪಾದಕರು:

ಡಾ. ರವಿ ಹೆಚ್
ಡಾ. ವೀರೇಂದ್ರ ಕುಮಾರ್ ವಾಲಿ ಎಸ್
ಸಹಾಯಕ ಪ್ರಾಧ್ಯಾಪಕರು
ಕುಮದ್ವತಿ ಶಿಕ್ಷಣ ಮಹಾವಿದ್ಯಾಲಯ, ಶಿಕಾರಿಪುರ
E-mail: ravikumarh.06@gmail.com
E-mail: veerendrakumarwalis@gmail.com

ಸಹ ಸಂಪಾದಕರು:

ಡಾ. ಕಿರಣ್ ಕುಮಾರ್ ಕೆ. ಎಸ್
ಸಹಾಯಕ ಪ್ರಾಧ್ಯಾಪಕರು
ಕುಮದ್ವತಿ ಶಿಕ್ಷಣ ಮಹಾವಿದ್ಯಾಲಯ, ಶಿಕಾರಿಪುರ
E-mail: kirankumar.ks25@gmail.com

ಮೊದಲ ಮುದ್ರಣ   – ಜನವರಿ, 2025

ಪುಟಗಳು : 94

Prize : 230=00 /-

ISBN : 979-889673676-9

ಮಹಾ ಪೋಷಕರು

ಶ್ರೀ ಬಿ. ಎಸ್ ಯಡಿಯೂರಪ್ಪ
ಮಾಜಿ ಮುಖ್ಯಮಂತ್ರಿಗಳು
ಕರ್ನಾಟಕ ಸರ್ಕಾರ

ಪೋಷಕರು

ಶ್ರೀ ಬಿ ವೈ ರಾಘವೇಂದ್ರ
ಕಾರ್ಯದರ್ಶಿಗಳು, ಸ್ವಾಮಿ
ವಿವೇಕಾನಂದ ವಿದ್ಯಾಸಂಸ್ಥೆ, ಶಿಕಾರಿಪುರ
ಹಾಗೂ ಸಂಸದರು, ಶಿವಮೊಗ್ಗ
ವಿಧಾನಸಭಾ ಕ್ಷೇತ್ರ

ಅಧ್ಯಕ್ಷರು

ಡಾ. ಶಿವಕುಮಾರ್ ಜಿ. ಎಸ್.,
ಪ್ರಾಚಾರ್ಯರು, ಕುಮದ್ವತಿ ಶಿಕ್ಷಣ ಮಹಾವಿದ್ಯಾಲಯ
ಶಿಕಾರಿಪುರ

ಮಾರ್ಗದರ್ಶಕರು

ಡಾ. ಕಿರಣ್ ಕುಮಾರ್ ಕೆ. ಎಸ್.,
ಸಹಾಯಕ ಪ್ರಾಧ್ಯಾಪಕರು

ಡಾ. ವೀರೇಂದ್ರ ಕುಮಾರ ವಾಲಿ ಎಸ್.,
ಸಹಾಯಕ ಪ್ರಾಧ್ಯಾಪಕರು

ಡಾ. ರವಿ ಹೆಚ್.,
ಸಹಾಯಕ ಪ್ರಾಧ್ಯಾಪಕರು

ಭಾಷಾಸಂಘದ ಸದಸ್ಯರು.
ಚತುರ್ಥ ಸೆಮಿಸ್ಟರ್ ಪ್ರಶಿಕ್ಷಣಾರ್ಥಿಗಳು

ನಾಗರಾಜ್	ಪರಮೇಶ್ ಉಪ್ಪಾರ್	ಭೋವಿ ವಿಜಯಕುಮಾರ	ನಟರಾಜ ಬಿ	ಪ್ರಶಾಂತ್ ಭಂಗಿ
ಅಮೃತ	ಬಿ ರೇಖಮ್ಮ	ಜವೇರಿಯಾ ಬಾನು	ನಿಕಿತಾ ಜಿ	ನಯನ ಹೆಚ್
ರಶೀದ ಬೇಗಂ ಜೆ ದೊಡ್ಡಮನಿ	ಶಾಲಿನಿ ಆರ್ ಎಸ್	ಸುಧಾ ಎಸ್ ಬಿ	ಸುಮ ಜಿ ಎಂ	ಉಮಾ ಜೆ

****

ಭಾಷಾಸಂಘದ ಸದಸ್ಯರು
ದ್ವಿತೀಯ ಸೆಮಿಸ್ಟರ್ ಪ್ರಶಿಕ್ಷಣಾರ್ಥಿಗಳು

ರಮೇಶ್ ಎಂ ಗುತ್ತೇದಾರ್

ಚಿನ್ಮಯ್ ಹೆಚ್ ಎಸ್

ಮೌನೇಶ್

ಬಿ ಸುಹೀಲ್

ಮುರುಗೇಶ ಎಲ್

ನಿರ್ಮಲ

ಪ್ರಿಯಾ ಎನ್

ನವನೀತ ಬಾಯಿ ಆರ್

ಸಂಗೀತ ಪಿ

ಭಾಗ್ಯಶ್ರೀ ಮರಿಗೌಡ್ರ

ರಂಜಿತಾ ವಿ ಸಮ್ಮಸಗಿ

ರಂಜಿತಾ ಎಂ ಅಣಜಿ

ನಾಗರತ್ನ

ಕವಿತಾ ಎಸ್

ಯಲ್ಲೇಶ್ವರಿ

****

ನಾಡಗೀತೆ

ಜಯ್ ಭಾರತ ಜನನಿಯ ತನುಜಾತೆ,
ಜಯಹೇ ಕರ್ನಾಟಕ ಮಾತೆ!
ಜಯ್ ಸುಂದರ ನದಿ ವನಗಳ ನಾಡೆ,
ಜಯ ಹೇ ರಸಋಷಿಗಳ ಬೀಡೆ!

ಭೂದೇವಿಯ ಮಕುಟದ ನವಮಣಿಯೆ,
ಗಂಧದ ಚಂದದ ಹೊನ್ನಿನ ಗಣಿಯೆ;
ರಾಘವ ಮಧುಸೂದನರವತರಿಸಿದ
ಭಾರತ ಜನನಿಯ ತನುಜಾತೆ,
ಜಯ ಹೇ ಕರ್ನಾಟಕ ಮಾತೆ!

ಜನನಿಯ ಜೋಗುಳ ವೇದದ ಘೋಷ,
ಜನನಿಗೆ ಜೀವವು ನಿನ್ನಾವೇಶ.
ಹಸುರಿನ ಗಿರಿಗಳ ಸಾಲೆ
ನಿನ್ನಯ ಕೊರಳಿನ ಮಾಲೆ,
ಕಪಿಲ ಪತಂಜಲ ಗೌತಮ ಜಿನನುತ
ಭಾರತ ಜನನಿಯ ತನುಜಾತೆ
ಜಯ ಹೇ ಕರ್ನಾಟಕ ಮಾತೆ!

ಶಂಕರ ರಾಮಾನುಜ ವಿದ್ಯಾರಣ್ಯ
ಬಸವೇಶ್ವರರಿಹ ದಿವ್ಯಾರಣ್ಯ
ರನ್ನ ಷಡಕ್ಷರಿ ಪೊನ್ನ
ಪಂಪ ಲಕುಮಿಪತಿ ಜನ್ನ
ಕಬ್ಬಿಗರುದಿಸಿದ ಮಂಗಳಧಾಮ,
ಕವಿಕೋಗಿಲೆಗಳ ಪುಣ್ಯಾರಾಮ!

ನಾನಕ ರಾಮಾನಂದ ಕಬೀರರ
ಭಾರತ ಜನನಿಯ ತನುಜಾತೆ,
ಜಯಹೇ ಕರ್ನಾಟಕ ಮಾತೆ!

ತೈಲಪ ಹೊಯ್ಸಳರಾಳಿದ ನಾಡೆ,
ಡಂಕಣ ಜಕಣರ ನೆಚ್ಚಿನ ಬೀಡೆ,
ಕೃಷ್ಣ ಶರಾವತಿ ತುಂಗಾ
ಕಾವೇರಿಯ ವರ ರಂಗ!
ಚೈತನ್ಯ ಪರಮಹಂಸ ವಿವೇಕರ
ಭಾರತ ಜನನಿಯ ತನುಜಾತೆ,
ಜಯ ಹೇ ಕರ್ನಾಟಕ ಮಾತೆ!

ಸರ್ವ ಜನಾಂಗದ ಶಾಂತಿಯ ತೋಟ,
ರಸಿಕರ ಕಂಗಳ ಸೆಳೆಯುವ ನೋಟ.
ಹಿಂದೂ ಕ್ರೈಸ್ತ ಮುಸಲ್ಮಾನ
ಪಾರಸಿಕ ಜೈನರುದ್ಯಾನ.
ಜನಕನ ಹೋಲುವ ದೊರೆಗಳ ಧಾಮ,
ಗಾಯಕ ವೈಣಿಕರಾರಾಮ
ಕನ್ನಡಿ ನುಡಿ ಕುಣಿದಾಡುವ ಗೇಹ,
ಕನ್ನಡ ತಾಯಿಯ ಮಕ್ಕಳ ದೇಹ!

ಜಯ್ ಭಾರತ ಜನನಿಯ ತನುಜಾತೆ,
ಜಯ ಹೇ ಕರ್ನಾಟಕ ಮಾತೆ!
ಜಯ್ ಸುಂದರ ನದಿ ವನಗಳ ನಾಡೆ,
ಜಯ ಹೇ ರಸಋಷಿಗಳ ಬೀಡೆ.

ರಾಷ್ಟ್ರಕವಿ ಕುವೆಂಪು

ಸಂಪಾದಕೀಯ ....,

ಸೃಜನಶೀಲತೆ ಎಂಬುದು ಒಂದು ಅವಲೋಕನ, ಅಧ್ಯಯನ, ಆಲೋಚನೆ ಮತ್ತು ಅನುಭವಗಳ ಅಭಿವ್ಯಕ್ತಿಯ ಸಮಗ್ರ ನೆಲೆ. ಈ ಹಿನ್ನಲೆಯಲ್ಲಿ ಬೋಧನೆಯು ಒಂದು ಪರಿಣಾಮಕಾರಿ ಅಭಿವ್ಯಕ್ತಿ. ಅದೊಂದು ಏಕಮುಖ ಅಭಿವ್ಯಕ್ತಿಯಾಗಿರದೆ ಪರಿಣಾಮ, ಪ್ರಮಾಣ ಪ್ರಕ್ರಿಯೆಗಳೆಂಬ ಆಶಯದ ದೃಷ್ಟಿಕೋನವಾಗಿದೆ. ಆ ದೃಷ್ಟಿಯಿಂದ ಬೋಧನೆ ಒಂದು ಪರಿಣಾಮಕಾರಿ ಸಂವಹನ ಕ್ರಿಯೆ ಎಂದು ಹೇಳುವಲ್ಲಿ ಸಂಶಯವಿಲ್ಲ. ಈ ಕ್ರಿಯೆ ಬಹುತ್ವಗೊಂಡು ವಿವಿಧ ಚಟುವಟಿಕೆ, ತಾರ್ಕಿಕ ಚಿಂತನೆ, ವೈವಿಧ್ಯಮಯ ದೂರದೃಷ್ಟಿವನ್ನು ಪಡೆದು ಹೊಸತನವನ್ನು ಪ್ರವಹಿಸುತ್ತದೆ. ಬೋಧನೆಗೆ ಪ್ರಭಾವಿ ಪ್ರೇರೇಪಣೆಯಂದರೆ ವಿದ್ಯಾರ್ಥಿಗಳ ಇಂದಿನ ಕಲಿಕೆ ನಾಳಿನ ಬದುಕಾಗಿಸುವುದಾಗಿದೆ. ಆ ಪ್ರಭಾವಿ ಪ್ರೇರಣೆಯೇ ಬೋಧನಾ ವೃತ್ತಿ ಸಂವರ್ಧನೆಗೆ ನಿರಂತರ ಪ್ರೇರಣೆಯಾಗಬಹುದು. ಹಾಗಾಗಿ ಬೋಧನೆ ಮತ್ತು ಕಲಿಕೆಗಳು ಸ್ವಯಂಶಕ್ತಿ ಸಂವರ್ಧನ ಪ್ರಕ್ರಿಯೆಗಳು. ಇದಕ್ಕೆ ಬೇಕಾದ ನಿರಂತರ ಸಿದ್ಧತೆ, ಬೋಧನೆ, ಗಳಿಸಿದ ಅನುಭವ ಮತ್ತು ಸಿಗುವ ಅವಕಾಶಗಳ ಪ್ರತಿಫಲನದ ಪ್ರತೀಕ ಈ ಚಿಗುರು ಸಂಚಿಕೆ.

ಕುಮದ್ವತಿ ಶಿಕ್ಷಣ ಮಹಾವಿದ್ಯಾಲಯವು ಪ್ರಶಿಕ್ಷಣಾರ್ಥಿಗಳ ಭವಿಷ್ಯದ ಭವ್ಯತೆಯನ್ನು ನಿರೀಕ್ಷಿಸುವ ಭರವಸೆಗೆ ಬೆಳಕನ್ನು ನೀಡುವಲ್ಲಿ ತನ್ನ ನಿರಂತರ ಪರಿಶ್ರಮವನ್ನು ಫಲಶ್ರುತಿಗೊಳಿಸುವ ಪ್ರಯತ್ನದಲ್ಲಿಯೇ ತೊಡಗಿರುತ್ತದೆ. ಇದಕ್ಕೆ ಸಾಕ್ಷಿಯಂಬಂತೆ ಮಹಾವಿದ್ಯಾಲಯದ ಭಾಷಾಸಂಘ ವಾರ್ಷಿಕವಾಗಿ ವೈವಿಧ್ಯಮಯವಾದ ಚಟುವಟಿಕೆಗಳನ್ನು, ಕಾರ್ಯಕ್ರಮಗಳನ್ನು ಮತ್ತು ಜ್ಞಾನದ ವೃದ್ಧಿಗೆ ಬೇಕಾದ ಕೌಶಲಗಳ ಹೂರಣವನ್ನು ಸದಾ ಸಕ್ರಿಯಗೊಳಿಸಿ ವಿದ್ಯಾರ್ಥಿಗಳನ್ನು ಜಾಗ್ರತರನ್ನಾಗಿಸುವಲ್ಲಿ ಸಫಲವಾಗಿದೆ ಎಂದು ಹೇಳಿದರೆ ಅತಿಶಯೋಕ್ತಿಯಾಗಲಾರದು. ಪ್ರಶಿಕ್ಷಣಾರ್ಥಿಗಳು ತಮ್ಮ ಬೋಧನೆಯ ಕೌಶಲಗಳನ್ನು ಮೈಗೂಡಿಸಿಕೊಳ್ಳುವುದರ ಜೊತೆಗೆ ತಮ್ಮಲ್ಲಿರುವ ಸೃಜನಶೀಲತೆಯನ್ನು ಹಲವಾರು ಮಜಲುಗಳ ಮೂಲಕ ತರೆದಿಡುವ ಪ್ರಯತ್ನ, ಬಹುಶಃ ಅವರ ಲೇಖನ ಮತ್ತು ಕವನಗಳ ಮೂಲಕ ಅಭಿವ್ಯಕ್ತವಾಗಿದೆ. ಸಾಹಿತ್ಯಿಕ, ವೈಜ್ಞಾನಿಕ, ತಾರ್ಕಿಕ, ಸಂಬಂಧಗಳ ಬೆಸುಗೆ, ನಾಡು–ನುಡಿಯ ಆಶೋತ್ತರಗಳು, ಸಾಮಾಜಿಕ ಆಗು ಹೋಗುಗಳು ಮತ್ತು ವಿಭಿನ್ನ ಆಶಯದ ಮಾಹಿತಿಗಳನ್ನು ಹೊತ್ತಿರುವ ಚಿಗುರು ಸಂಚಿಕೆಯ ಓದುಗರಿಗೆ ಒಂದು ಹೊಸ ಆಲೋಚನೆಯ ಕಡೆಗೆ ಕೊಂಡೊಯ್ಯುವುದಲ್ಲಿ ಸಂಶಯವಿಲ್ಲ.

ಈ ಚಿಗುರು ಸಂಚಿಕೆ ಸಂಪುಟ 1ರಲ್ಲಿ ಕಳೆದ 8 ವರ್ಷಗಳು ಪೂರೈಸಿ, ಪ್ರಸ್ತುತದಲ್ಲಿ 9ನೇ ಸಂಚಿಕೆ ಸೃಜನಾತ್ಮಕವಾಗಿ ಮೂಡಿಬರಲು ಪ್ರೇರಣೆಯಾಗಿರುವ ಸ್ವಾಮಿ ವಿವೇಕಾನಂದ ವಿದ್ಯಾಸಂಸ್ಥೆಯ ಆಧರಣೀಯ ಆಡಳಿತ ಮಂಡಳಿಯ ಸರ್ವಸದಸ್ಯರಿಗೆ ತುಂಬು ಹೃದಯದ ವಂದನೆಗಳನ್ನು ಸಲ್ಲಿಸುತ್ತೇನೆ. ಹಾಗೆಯೇ ಸದಾ ಮಾರ್ಗದರ್ಶನ ನೀಡಿ ಸೂಕ್ತ ಸಲಹೆ ಸೂಚನೆಗಳೊಂದಿಗೆ ಭಾಷಾಸಂಘದ ಅಡಿಯಲ್ಲಿ ನಡೆಯುವ ವಿವಿಧ ಕಾರ್ಯಕ್ರಮಗಳ ಯಶಸ್ಸಿಗೆ ಕಾರಣರಾದ ಕುಮದ್ವತಿ ಶಿಕ್ಷಣ ಮಹಾವಿದ್ಯಾಲಯದ ಪ್ರಾಚಾರ್ಯರು ಹಾಗೂ ಸ್ವಾಮಿ ವಿವೇಕಾನಂದ ವಿದ್ಯಾಸಂಸ್ಥೆಯ ಆಡಳಿತ ಮಂಡಳಿ ಪ್ರತಿನಿಧಿಯಾಗಿರುವ ಡಾ. ಶಿವಕುಮಾರ್ ಜಿ ಎಸ್‌ರವರಿಗೆ ಹೃತ್ಪೂರ್ವಕ ದನ್ಯವಾದಗಳು.

ಭಾಷಾಸಂಘದ ಸೃಜನಾತ್ಮಕ ಕಾರ್ಯಚಟುವಟಿಕೆಗಳ ರುವಾರಿಗಳು ಎಂದರೆ ತಪ್ಪಾಗಲಾರದು. ಅವರೇ ನಮ್ಮ ಸಹಾಯಕ ಪ್ರಾಧ್ಯಾಪಕರಾದ ಡಾ. ವೀರೇಂದ್ರ ಕುಮಾರ್ ವಾಲಿ ಎಸ್ ಹಾಗೂ ಡಾ. ಕಿರಣ್ ಕುಮಾರ್ ಕೆ. ಎಸ್ ಇವರು ಸ್ವತಃ ನನಗೆ ಮತ್ತು ಪ್ರಶಿಕ್ಷಣಾರ್ಥಿಗಳಿಗೆ ಸರ್ವವಿಧದಲ್ಲಿ ಮಾರ್ಗದರ್ಶನ ನೀಡಿ ನಿರಂತರ ಪ್ರೇರೇಪಕರಾಗಿದ್ದಾರೆ. ಇವರಿಗೆ ಹಾಗೂ ನಮ್ಮ ಶಿಕ್ಷಣ ಮಹಾವಿದ್ಯಾಲಯದ ಎಲ್ಲಾ ಸಹಾಯಕ ಪ್ರಾಧ್ಯಾಪಕರುಗಳಿಗೆ ಹೃದಯಪೂರ್ವಕ ಕೃತಜ್ಞತೆಗಳನ್ನು ಸಲ್ಲಿಸುತ್ತೇನೆ.

ಬೋಧನಾ ತರಬೇತಿಯ ಕ್ಲಿಷ್ಟ ಸಂದರ್ಭಗಳ ನಡುವೆಯೂ ಬಿಡುವು ಮಾಡಿಕೊಂಡು, ಅಧ್ಯಯನಶೀಲರಾಗಿ, ಭಾಷಾ ಕೌಶಲಗಳ ಸಾಕಾರದ ಕೇಂದ್ರವಾದದ್ದಲ್ಲದೇ ತಮ್ಮ ಕಲಿಕೆಯನ್ನು ಮತ್ತು ಅನುಭವದ ಸಾರವನ್ನು ಸೃಜನಾತ್ಮಕ ಬರಹದ ಮೂಲಕ ಲೇಖನ ಹಾಗೂ ಕವಿತೆಗಳ ಕಾಣಿಕೆಯನ್ನಿತ್ತ ಭಾಷಾಸಂಘದ ಎಲ್ಲ ಸರ್ವಸದಸ್ಯ ಪ್ರಶಿಕ್ಷಣಾರ್ಥಿ ಮಿತ್ರರಿಗೆ ಅನಂತ ಧನ್ಯವಾದಗಳನ್ನು ಅರ್ಪಿಸುತ್ತೇನೆ.

ಹಾಗೆಯೇ ಸಕಾಲದಲ್ಲಿ ನಮ್ಮ ಓದುಗ ಪ್ರಶಿಕ್ಷಣಾರ್ಥಿಗಳಿಗೆ ಅಗತ್ಯದ ಪುಸ್ತಕಗಳನ್ನು ಒದಗಿಸಿ ಅವರ ಜ್ಞಾನ ಸಂಪಾದನೆ ವೃದ್ಧಿಯಾಗಲು ಕಾರಣರಾದ ಶ್ರೀ ವಿಶ್ವನಾಥ ಜಿ., ಗ್ರಂಥಪಾಲಕರು, ಶ್ರೀಮತಿ ಕವಿತಾ ಹೆಚ್ ಸಹಾಯಕ ಗ್ರಂಥಪಾಲಕರುಗಳಿಗೂ ವಂದನೆಗಳನ್ನು ಸಲ್ಲಿಸುತ್ತೇನೆ.

ಈ ಚಿಗುರು ಸಂಚಿಕೆಯು ಉತ್ತಮ ಮಾಹಿತಿಯೊಂದಿಗೆ ಪುಸ್ತಕ ರೂಪದಲ್ಲಿ ಹೊರಹೊಮ್ಮಲು ಕಾರಣರಾದ ನೋಷನ್ ಪ್ರೆಸ್ ಪ್ರಕಾಶನದ ಎಲ್ಲಾ ಸಿಬ್ಬಂದಿ ವರ್ಗದವರಿಗೆ ಹೃತ್ಪೂರ್ವಕ ಧನ್ಯವಾದಗಳನ್ನು ಸಲ್ಲಿಸುತ್ತೇನೆ.

ಕೊನೆಯದಾಗಿ ಈ ಸಂಚಿಕೆಯ ಓದುಗರಿಗೆ ಮಾಹಿತಿಯ ಕಣಜವಾಗಬಹುದು ಎಂದು ಭಾವಿಸುತ್ತೇನೆ, ಹಾಗೆಯೇ ತಮ್ಮಿಂದ ಚಿಗುರು ಸಂಚಿಕೆಯ ಹೊಸ ಸ್ವರೂಪಕ್ಕೆ, ಉತ್ತಮತೆಗೆ ಹಾಗೂ ಬದಲಾವಣೆಗೆ ಅಗತ್ಯದ ಸಲಹೆ ಸೂಚನೆಗಳ ನಿರೀಕ್ಷೆಯೊಂದಿಗೆ ..

ಡಾ. ರವಿ ಹೆಚ್
ಸಹಾಯಕ ಪ್ರಾಧ್ಯಾಪಕರು
ಕುಮದ್ವತಿ ಶಿಕ್ಷಣ ಮಹಾವಿದ್ಯಾಲಯ, ಶಿಕಾರಿಪುರ.

***

ಸ್ವಾಮಿ ವಿವೇಕಾನಂದರ ದಿವ್ಯ ವಾಣಿಗಳು:

"ಎದ್ದೇಳಿ ಕಾರ್ಯೋನ್ಮುಖರಾಗಿ, ಈ ಜೀವನವಾದರೂ ಎಷ್ಟು ಕಾಲ? ನೀವು ಈ ಜಗತ್ತಿಗೆ ಬಂದ ಮೇಲೆ ಏನಾದರೂ ಗುರುತನ್ನು ಬಿಟ್ಟು ಹೋಗಿ, ಅದಿಲ್ಲದಿದ್ದರೆ ನಿಮಗೂ ಮರಕಲ್ಲುಗಳಿಗೂ ಏನು ವ್ಯತ್ಯಾಸ? ಅವೂ ಅಸ್ತಿತ್ವಕ್ಕೆ ಬರುತ್ತವೆ, ನಶಿಸಿ ನಿರ್ನಾಮವಾಗುತ್ತವೆ."

"ನೀವು ಯಶಸ್ಸನ್ನು ಪಡೆಯಲು ದೃಢ ಪ್ರಯತ್ನಬೇಕು, ಅಪಾರ ಇಚ್ಛಾಶಕ್ತಿ ಬೇಕು. 'ನಾನು ಸಮುದ್ರವನ್ನೇ ಪಾನಮಾಡುತ್ತೇನೆ', ಎಂದು ಪ್ರಯತ್ನಶೀಲನು ಹೇಳುತ್ತಾನೆ. 'ನನ್ನ ಸಂಕಲ್ಪದ ಮುಂದೆ ಪರ್ವತಗಳೇ ಪುಡಿಪುಡಿಯಾಗುತ್ತವೆ' ಎನ್ನುತ್ತಾನವನು. ಇಂತಹ ಶಕ್ತಿಯನ್ನೂ, ಛಾತಿಯನ್ನೂ ಪಡೆಯಿರಿ; ಕಷ್ಟಪಟ್ಟು ದುಡಿಯಿರಿ, ನೀವು ಗುರಿ ಸೇರುವುದು ನಿಶ್ಚಯ."

"ಉನ್ನತ ಆಲೋಚನೆಗಳಿಂದ, ಅತ್ಯುನ್ನತ ಆದರ್ಶಗಳಿಂದ ನಿಮ್ಮ ಮಿದುಳನ್ನು ತುಂಬಿ; ಅವುಗಳನ್ನು ಹಗಲಿರುಳೂ ನಿಮ್ಮ ಮುಂದಿರಿಸಿಕೊಳ್ಳಿ. ಇದರಿಂದ ಮಹತಕಾರ್ಯ ಉದ್ಭವಿಸುತ್ತದೆ."

"ಜೀವನವೆಂಬುದು ಕಠಿಣ ಸತ್ಯ. ಧೈರ್ಯವಾಗಿ ಅದನ್ನು ಎದುರಿಸಿ. ನಿಮ್ಮ ಮಾರ್ಗದಲ್ಲಿ ಮುಂದುವರೆಯಿರಿ. ಅದು ಅಭೇದ್ಯವಾಗಿರಬಹುದು. ಆದರೆ ಆತ್ಮ ಅದಕ್ಕಿಂತ ಬಲಯುತವಾದುದು."

ಪರಿವಿಡಿ

ಸಾಮರಸ್ಯದ ಬದುಕಿಗೆ ಡಿವಿಜಿಯವರ ಮಾರ್ಗದರ್ಶನ

ಅಕ್ಕಿಯೊಳನ್ನವನು ಮೊದಲಾರು ಕಂಡವನು?
ಅಕ್ಷರದ ಬರಹಕ್ಕೆ ಮೊದಲಿಗನದಾರು?
ಲೆಕ್ಕವಿರಿಸಿಲ್ಲ ಜಗ ತನ್ನಾದಿಬಂಧುಗಳ

ದಕ್ಕುವುದೆ ನಿನಗೆ ಜಸ? – ಮಂಕುತಿಮ್ಮ

ಮೊದಲಿಗೆ ಸರಳವಾಗಿ ಹೇಳುವುದಾದರೆ: ಅಕ್ಕಿಯೊಳಗೆ ಅನ್ನವಿರುವುದಾಗಿ ಮೊದಲು ಕಂಡವರಾರು? ಅಕ್ಷರದ ಬರಹವನ್ನು ಮೊದಲು ಬರೆದವರಾರು? ಈ ಜಗತ್ತು ಇಂಥಾ ಸಾಧಕರನ್ನು ಲೆಕ್ಕವೇ ಇರಿಸಿಲ್ಲ. ಸಿಗುವುದೇ ನಿನಗೆ ಅಂಥಾ ಯಶಸ್ಸು ಎಲ್ಲೈ ಮಂಕುತಿಮ್ಮನೇ! ಎಂದು ಡಿವಿಜಿಯವರು ನೆನಪಿಸಿದ್ದಾರೆ.

ನಾನು, ನನ್ನದು ಎಂಬಂತೆ ನನ್ನಿಂದಲೇ ಎಂಬುದೂ ಅಹಂಭಾವ ಸಂಕೇತವೇ ಹೌದು. ಎಷ್ಟೋ ಸಾರಿ ಆವಿಷ್ಕಾರವನ್ನು ಮಾಡಿದವರ, ಅಭಿಯಾನವನ್ನು ಶುರು ಮಾಡಿದವರ, ಮೊದಲ ಬೆಳಕ ಬೆಳಗಿದವರ ಬಗ್ಗೆ ನಮಗೆ ಅರಿವೇ ಇರುವುದಿಲ್ಲ. ಇಂದಿನ ದಿನಗಳಲ್ಲಿನ ಆವಿಷ್ಕಾರಗಳ ಬಗ್ಗೆ ಅರಿವು ಇರಬಹುದು ಏಕೆಂದರೆ ತಂತ್ರಜ್ಞಾನವು ಬಹಳ ಬೆಳೆದಿರುವುದರಿಂದ ಆದರೆ ಎಲ್ಲಕ್ಕೂ ದಾಖಿಲಾತಿ ನಡೆದಿಲ್ಲ, ದಾಖಿಲೆಗಳು ಇಲ್ಲ.

ಎಂದೋ ಒಂದು ಕಾಲಕ್ಕೆ ಮಂಗನಿಂದ ಮಾನವನಾದಾಗ ಹಲವಾರು ವಿಚಾರಗಳು ಮಂಗನಿರುವಾಗಲೇ ಅರಿವಿಗೆ ಬಂದಿದ್ದು ಮಾನವನಾದಾಗಲೂ ಬಳಕೆಯಾಯ್ತು. ಎಲ್ಲ ಮಂಗಗಳೂ ಮಾನವನೇ ಆಗಿದ್ದರೆ ಇಂದು ಮಂಗಗಳೇ ಇರುತ್ತಿರಲಿಲ್ಲ ಅಲ್ಲವೇ? ಒಂದಷ್ಟು ಮಂಗಗಳು ಬಾಲವಿಲ್ಲದ ಕಪಿಗಳಾಗಿ ನಂತರ ಚಿಂಪಾಂಜಿಗಳು ಎಂಬಂತಾಗಿ ಮಾನವ ಆಗುವುದು ಒಂದೆರಡು ದಿನಗಳಲ್ಲಿ ಆಗಿದ್ದಲ್ಲ. ಇಂಥಾ ಒಂದು ವಿಕಾಸ ಅಹೋರಾತ್ರಿ ಆಗೋದಿಲ್ಲ. ಮಂಗಗಳು ಎಂದಾಗ ಅದೊಂದು ಪಂಗಡ, ಅದರಲ್ಲಿ ನಾನಾ ಪ್ರಭೇದಗಳೂ ಇವೆ. ಇವಕ್ಕೆ ನಾನಾ ಕಾರಣಗಳು ಅದರಲ್ಲಿ ಪರಿಸರ ಎಂಬುದೂ ಒಂದು.

ಇಷ್ಟೆಲ್ಲ ಹೇಳಿದ್ದು ಏಕೆ ಎಂದರೆ ವಿಕಾಸ ಎಂಬುದು ಆದಾಗ ಕಲಿಕೆಗಳೂ ಮೈಗೂಡಿಸಿಕೊಂಡೇ ಬಂದಿದ್ದು. ಬಾಳೆಹಣ್ಣನ್ನು ಬಿಡಿಸಿಕೊಂಡು ತಿನ್ನುವ ಬಗೆ, ಇಂಥಾ ಹಣ್ಣನ್ನು ತಿನ್ನಬಹುದು ಇಂಥವನ್ನು ತಿನ್ನಬಾರದು ಎಂಬುದೆಲ್ಲಾ ವಿಕಾಸದಿಂದಲೇ ಬಂದಿದ್ದು. ಪ್ರತೀ ಕಲಿಕೆಯ ಮತ್ತು ಯಶಸ್ಸಿನ ಹಿಂದೆ ಪ್ರಯೋಗಗಳು ಇದ್ದೇ ಇರುತ್ತದೆ. ಏನೋ ಒಂದು ಹಣ್ಣೋ ತರಕಾರಿಯನ್ನೋ ತಿಂದಾಗ ಪ್ರಾಣ ಹಾನಿ ಆಯಿತು ಎಂದಾಗ ಅದರಿಂದ ದೂರವಿರಬೇಕು ಎಂಬ ಅರಿವು ಮೂಡಿರುತ್ತದೆ ಮತ್ತು ಬೆಳೆಸಿಕೊಂಡು ಬಂದಿರುತ್ತೇವೆ. ಮನುಜ ಎಂದಾಗಲೂ ಅಲ್ಲೊಬ್ಬ ಆದಿಮಾನವನೇ ಆಗಿದ್ದ. ಅಂದಿನವರು ಸಿಕ್ಕಿದ್ದನ್ನು ತಿಂದವರು, ಹೊಡೆದು ತಿಂದವರು, ಹಸಿಯಾಗಿ ಉಂಡವರು, ಬೇಯಿಸಿ ತಿಂದವರು. ಇಂಥಾ ನೂರಾರು ಹಂತಗಳನ್ನೇ ದಾಟಿ ಬಂದು ಇಂದು ನಾವು ಚಿತ್ರಾನ್ನ ಮಾಡಿಕೊಂಡು ತಿನ್ನಬಲ್ಲವರಾಗಿದ್ದೇವೆ.

ಇಂತಿಂಥಾ ಪದಾರ್ಥಗಳನ್ನು ಬಳಸಿಕೊಂಡು ಇಂಥಾ ತಿಂಡಿ–ತಿನಿಸನ್ನು ಮಾಡಿದವನು ನಾನೇ ಎಂಬ ಹೆಗ್ಗಳಿಕೆಗೆ ಏನೇನೂ ಅರ್ಥವಿಲ್ಲ. ಇದನ್ನೆಲ್ಲಾ ಸಾಧಿಸಿದವನು ಅಂದೆಂದೋ ಇದ್ದ ಅಥವಾ ಇದ್ದಲು. ತಾನೊಂದು ಸಾಧನೆ ಮಾಡಿದ್ದೇನೆ ಎಂಬ ಅರಿವೇ ಇಲ್ಲದೆ ಇದ್ದು ಹೋದವರು. ದಿನನಿತ್ಯದಲ್ಲಿ ಇಂಥವರನ್ನು ನಾವು ನೆನೆದು ಉಣ್ಣಬೇಕು. ಇಂಥಾ ಶುದ್ಧ ಸಾಧಕರು ಆ ದೇವನ ಪಾದ ಸೇರಿರುವುದರಿಂದಲೇ ಇಂದಿಗೂ ಉಣ್ಣುವ ಮುನ್ನ ಭಗವಂತನ ಹೆಸರನ್ನು ತೆಗೆದುಕೊಂಡು ಉಣ್ಣುವುದು.

ನಾವಿಂದು ಬರೆದು ನಾಲ್ಕು ಮಂದಿಯಿಂದ ಬೆನ್ನು ತಟ್ಟಿಸಿಕೊಂಡರೆ ಅದರ ಪೂರ್ಣ ಫಲಕ್ಕೆ ನಾನೊಬ್ಬನೇ ಕಾರಣನಲ್ಲ. ಅಕ್ಷರಗಳು ಹೀಗೆಯೇ ಇರಬೇಕು ಎಂದರೆ ಕಂಡು ಹಿಡಿದವರ ಹೆಸರೇ ಗೊತ್ತಿಲ್ಲದ ನಾವು ಯಾವ ಸಾಧನೆಗೆ ನಮ್ಮ ನಾವೇ ಏಕೆ ಹೊಗಳಿಕೊಳ್ಳಬೇಕು? ಒಂದು ಅಕ್ಷರವನ್ನು ಕಂಡು ಹಿಡಿದವರ ಬಗ್ಗೆ ಅರಿವಿಲ್ಲ.

ಲಿಪಿಯನ್ನು ಕಂಡುಹಿಡಿದವರ ಬಗ್ಗೆ ಗೊತ್ತಿಲ್ಲ. ಹೀಗೆ ಬರೆದರೆ ಮನಸ್ಸನ್ನು ಗೆಲ್ಲಬಹುದು ಅಥವಾ ಸೋಲಬಹುದು ಎಂಬುದನ್ನೆಲ್ಲಾ ಯಾರೋ ಎಂದೋ ಪ್ರಯೋಗ ಮಾಡಿ ತಮ್ಮನ್ನು ತಾವೇ ಬೇಯಿಸಿಕೊಂಡಿರುತ್ತಾರೆ. ಇಂಥವರೂ ಅಷ್ಟೇ, ತಾವು ಮಾಡಿದ ಸಾಧನೆಯ ಬಗ್ಗೆ ಅರಿವೇ ಇಲ್ಲದವರು. ಇಂಥವರೂ ಆ ಮಾತೆಯ ಪಾದ ಸೇರಿರುವುದರಿಂದಲೇ, ಅಕ್ಷರ ಬರೆಯುವ ಮುನ್ನ ಅವಳನ್ನು ನೆನೆಯೋಣ.

ಲೋಕದ ಯಾವ ಮೂಲೆಯಲ್ಲೂ ಇಂಥಾ ಕಥೆಗಳು ದಾಖಿಲಾಗಿಲ್ಲ, ಇಂಥವರನ್ನು ನೆನೆಯಿರಿ ಎಂದು ತಿಳಿಸಿದವರಿಲ್ಲ, ಮಾನವ ವಿಕಾಸವಾದ ಮೇಲೆ ಎಷ್ಟೋ ಕಾಲವಾದ ಮೇಲೆ ಒಂದಷ್ಟು ದಾಖಿಲಾತಿಗಳು ನಡೆದವು. ಆ ನಂತರ ಇಂಥವರು ಇಂಥಾ ಕೆಲಸ ಮಾಡಿದರು ಎಂಬ ವಿಷಯಗಳು ದಾಖಿಲಾದರೂ ಅವರ ಬಗ್ಗೆ ಅರಿತವರು ಬಲು ಕಡಿಮೆ.

ಬೇರನ್ನು ಮರೆತು ನಳನಳಿಸುವ ಹಣ್ಣು ಹೂವು ಕಾಯಿ ಎಲೆಗಳಾದ ನಾವು ಮೆರೆಯುವುದರಲ್ಲಿ ಅರ್ಥವೇನಿದೆ? ಈ ನನ್ನಿಂದಲೇ ಎಂಬ ಭಾವ ಮರೆತು ನನ್ನದೂ ಒಂದು ಸೇವೆ ಎಂಬ ಭಾವ ಹೊತ್ತಲ್ಲಿ ಅದಕ್ಕೊಂದು ಸಾರ್ಥಕತೆ ಮೂಡುತ್ತದೆ.

ಅಲ್ಲದೆ ಡಿವಿಜಿಯವರ ಎಲ್ಲ ಕಗ್ಗಗಳೂ ಬೆರಗನ್ನುಂಟು ಮಾಡುತ್ತವೆ. ಅದರಲ್ಲಿ ನನಗೆ ಗೊತ್ತಿರುವ ಮೂರು ಸುಂದರವಾದ ಕಗ್ಗಗಳನ್ನು ಇಲ್ಲಿ ಹೇಳಬಯಸುತ್ತೇನೆ.

ನಗುವು ಸಹಜದ ಧರ್ಮ ನಗಿಸುವುದು ಪರಧರ್ಮ।
ನಗುವ ಕೇಳುತ ನಗುವುದತಿಶಯದ ಧರ್ಮ॥
ನಗುವ ನಗಿಸುವ ನಗಿಸಿ ನಗುತ ಬಾಳುವ ವರವ।
ಮಿಗೆ ನೀನು ಬೇಡಿಕೊಳೋ – ಮಂಕುತಿಮ್ಮ॥

ಅರ್ಥ: ನಗು ಒಂದು ನೈಸರ್ಗಿಕ ಧರ್ಮ–ಸಂತೋಷವಾಗಿರುವುದು ಮನುಷ್ಯನ ಮೂಲ ಸ್ವರೂಪ. ಇತರರನ್ನು ನಗುವಂತೆ ಮಾಡುವುದು ಪರಿಶುದ್ಧ ಧರ್ಮ. ಯಾವಾಗಲೂ ನಗುತ್ತ ಮತ್ತು ಎಲ್ಲರನ್ನೂ ನಗಿಸುತ್ತ ಬಾಳುವ ವರವನ್ನು ದೇವರಿಂದ ಬೇಡಿಕೊಳ್ಳಿ ಎಂದು ಡಿವಿಜಿ ಯವರು ಹೇಳುತ್ತಾರೆ.

ಹುಲ್ಲಾಗು ಬೆಟ್ಟದಡಿ, ಮನೆಗೆ ಮಲ್ಲಿಗೆಯಾಗು।
ಕಲ್ಲಾಗು ಕಷ್ಟಗಳ ಮಳೆಯ ವಿಧಿ ಸುರಿಯೇ॥
ಬೆಲ್ಲ ಸಕ್ಕರೆಯಾಗು ದೀನ ದುರ್ಬಲರಿಂಗೆ।
ಎಲ್ಲರೊಳಗೊಂದಾಗು ಮಂಕುತಿಮ್ಮ॥

ಅರ್ಥ: ಪರ್ವತಗಳ ಬುಡದಲ್ಲಿರುವ ಹುಲ್ಲಾಗಿರಿ, ಅಂದರೆ ವಿನಯದಿಂದ ಇರಿ. ಮನೆಯಲ್ಲಿ ಹೂವಿನಂತೆ ಪರಿಮಳ ಹರಡಿಸಿ. ಭಾಗ್ಯ ನಿಮ್ಮ ಮೇಲೆ ಧಾರಾಕಾರ ತೊಂದರೆಗಳನ್ನು ಎಸೆದಾಗ ಕಲ್ಲಿನಂತೆ ಗಟ್ಟಿಯಾಗಿರಿ.ನಿರ್ಗತಿಕರಿಗೆ ಮತ್ತು ದೀನ ದುರ್ಬಲರಿಗೆ ಸಕ್ಕರೆಯಂತೆ ಸಿಹಿಯಾಗಿರಿ ಅಂದರೆ ಯಾವಿಗಲೂ ದೀನ ದುರ್ಬಲರ ಗೆಳೆಯರಾಗಿರಿ, ಎಲ್ಲರೊಳಗೆ ಒಬ್ಬರಾಗಿರಿ ಎಂದು ಡಿವಿಜಿಯವರು ಈ ಕಗ್ಗದಲ್ಲಿ ಹೇಳುತ್ತಾರೆ.

ಬರದಿಹುದರೇಣಿಕೆಯಲಿ ಬಂದಿಹುದ ಮರೆಯದಿರು।
ಗುರುತಿಸೊಳಿತಿರುವುದನು ಕೇಡುಗಳ ನಡುವೆ॥
ಇರುವ ಭಾಗ್ಯವ ನೆನೆದು ಬಾರೆನೆಂಬುದನು ಬಿಡು।
ಹರುಷಕ್ಕಿದೆ ದಾರಿಯೆಲೊ – ಮಂಕುತಿಮ್ಮ॥

ಅರ್ಥ: ಕೈಗೆ ಸಿಗದೆ ಇರುವುದರ ಲೆಕ್ಕಾಚಾರದಲ್ಲಿ ಕೈಯಲ್ಲಿರುವದನ್ನು ಮರೆಯದೆ ಇರು. ನಮಗೆ ಕಾಣುವ ಬಹಳಷ್ಟು ಕೇಡುಗಳ ಮಧ್ಯೆ ಒಳ್ಳೆಯದನ್ನು ಗುರುತಿಸು. ಕೈಗೆ ಸಿಗದ ಭಾಗ್ಯವನ್ನು ಬಿಟ್ಟು ಕೈಯಲ್ಲಿರುವ ಭಾಗ್ಯವನ್ನು ತೃಪ್ತಿಯಿಂದ ಅನುಭವಿಸು. ಇದೇ ಹರುಷಕ್ಕೆ ದಾರಿ ಎಂದು ಡಿವಿಜಿಯವರು ಈ ಕಗ್ಗದಲ್ಲಿ ಹೇಳುತ್ತಾರೆ.

– ಡಾ. ಶಿವಕುಮಾರ್ ಜಿ ಎಸ್
ಪ್ರಾಂಶುಪಾಲರು

ಸ್ವಾಮಿ ವಿವೇಕಾನಂದರ ದಿವ್ಯ ವಾಣಿಗಳು:

"ನಿಮ್ಮ ಪಾಲಿಗೆ ಬಂದ ಕರ್ತವ್ಯವನ್ನು ಮಾಡಿ ನೀವು ಶುದ್ಧ ಚಾರಿತ್ರ್ಯವನ್ನು ರೂಢಿಸಿಕೊಳ್ಳಬೇಕು. ಕರ್ತವ್ಯವನ್ನು ಮಾಡಿದರೆ ಕರ್ತವ್ಯಭಾರದಿಂದ ಪಾರಾಗುತ್ತೇವೆ."

ಪ್ರತಿಯೊಬ್ಬ ವ್ಯಕ್ತಿಯೂ, ಪ್ರತಿಯೊಂದು ರಾಷ್ಟ್ರವೂ ಶ್ರೇಷ್ಠತೆಯನ್ನು ಪಡೆಯಲು ಮೂರು ಸಂಗತಿಗಳು ಅವಶ್ಯಕ:

೧. ಒಳಿತಿನ ಶಕ್ತಿಯಲ್ಲಿ ದೃಢನಂಬಿಕೆ

೨. ಮಾತ್ಸರ್ಯ ಹಾಗೂ ಅಪನಂಬಿಕೆಗಳಲ್ಲದಿರುವಿಕೆ

೩. ಒಳ್ಳೆಯವರಾಗಲು, ಒಳಿತನ್ನು ಮಾಡಲು ಪ್ರಯತ್ನಿಸುವವರಿಗೆ ಸಹಾಯ ಮಾಡುವಿಕೆ.

"ನಮಗೆ ನಾವೇ ಕೆಡನ್ನುಂಟುಮಾಡಿಕೊಳ್ಳದಿದ್ದರೆ, ಜಗತ್ತಿನ ಯಾವ ಶಕ್ತಿಯೂ ನಮಗೆ ಕೆಡನ್ನುಂಟುಮಾಡಲಾರದು ಎಂಬುದು ನಿಶ್ಚಯ."

"ನೀವು ಯಶಸ್ಸನ್ನು ಪಡೆಯಲು ದೃಢ ಪ್ರಯತ್ನಬೇಕು, ಅಪಾರ ಇಚ್ಛಾಶಕ್ತಿ ಬೇಕು. 'ನಾನು ಸಮುದ್ರವನ್ನೇ ಪಾನಮಾಡುತ್ತೇನೆ', ಎಂದು ಪ್ರಯತ್ನಶೀಲನು ಹೇಳುತ್ತಾನೆ. 'ನನ್ನ ಸಂಕಲ್ಪದ ಮುಂದೆ ಪರ್ವತಗಳೇ ಪುಡಿಪುಡಿಯಾಗುತ್ತವೆ' ಎನ್ನುತ್ತಾನವನು. ಇಂತಹ ಶಕ್ತಿ ಯನ್ನೂ ಭಾತಿಯನ್ನೂ ಪಡೆಯಿರಿ; ಕಷ್ಟಪಟ್ಟು ದುಡಿಯಿರಿ, ನೀವು ಗುರಿ ಸೇರುವುದು ನಿಶ್ಚಯ."

ಶ್ರೀರಾಮಕೃಷ್ಣ ಪರಮಹಂಸ, ಸ್ವಾಮಿ ವಿವೇಕಾನಂದ ಮತ್ತು ಕುವೆಂಪುರವರ ಚಿಂತನೆಗಳ ಸಮನ್ವಯತೆ

ಶ್ರೀರಾಮಕೃಷ್ಣ ಪರಮಹಂಸ ಮತ್ತು ಸ್ವಾಮಿ ವಿವೇಕಾನಂದರ ಜೀವನ ಸಾಧನೆ, ಚಿಂತನ ಸರಣಿಗಳ ಪ್ರಭಾವದ ಪರಾಕಾಷ್ಠದಶೆ ಕಂಡುಬರುವುದು 20ನೆಯ ಶತಮಾನದ ಶಿಖರ ಪ್ರತಿಭೆ ಎಂದು ಕರೆಯಬಹುದಾದ ಕುವೆಂಪು ಅವರಲ್ಲಿ, ಅವರ ಬದುಕು, ಬರಹಗಳು ಆ ಪ್ರಭಾವಕ್ಕೆ ವಿಶೇಷ ಖುಣಿಯಾಗಿವೆ. ಶ್ರೀರಾಮಕೃಷ್ಣ, ಸ್ವಾಮಿ ವಿವೇಕಾನಂದ, ಶ್ರೀಮಾತೆಯರನ್ನು ಕುರಿತು ಅವರು ಗದ್ಯ ಪದ್ಯಗಳಲ್ಲಿ ಬಹಳ ಬರೆದಿದ್ದಾರೆ. ಕನ್ನಡ ಸಾಹಿತ್ಯಕ್ಕೆ ಆ ಮಹಾಚೇತನಗಳ ದಿವ್ಯ ಪರಿವೇಷವನ್ನು ಕಟ್ಟಿದ ಕೀರ್ತಿ ಮುಖ್ಯವಾಗಿ ಕುವೆಂಪು ಅವರದು. ಅವರ 'ಸ್ವಾಮಿ ವಿವೇಕಾನಂದ' (ಜೀವನ ಚರಿತ್ರೆ) ಒಂದು ಯುಗಪ್ರವರ್ತಕ ಕೃತಿ, ಪರಮಹಂಸರ ಜೀವನಚರಿತ್ರೆಯನ್ನು ಅವರು ಅತ್ಯಂತ ಪರಿಣಾಮಕಾರಿಯಾಗಿ ರಚಿಸಿದ್ದಾರೆ.

ಕುವೆಂಪು ತಮ್ಮನ್ನು "ಶ್ರೀರಾಮಕೃಷ್ಣ ಭಗವದ್ ಗೋತ್ರ ಸಂಜಾತ" ಎಂದು ಕರೆದುಕೊಂಡಿದ್ದಾರೆ, ಮೊದಮೊದಲು ಅವರ ಮೇಲಾದುದು ಸ್ವಾಮಿ ವಿವೇಕಾನಂದರ ಪ್ರಭಾವ. ಮುಂದೆ ಆದು ಶ್ರೀರಾಮಕೃಷ್ಣರತ್ತ ಅವರನ್ನು ಕರೆದೊಯ್ದಿತು. ಕುವೆಂಪು ಅವರೊಬ್ಬ ರಸ ಋಷಿ. ಅವರನ್ನು ಪ್ರಭಾವಿಸಿದ ಶ್ರೀರಾಮಕೃಷ್ಣ ವಿವೇಕಾನಂದರಾಗಲಿ, ಸ್ವಾಮಿ ಸಿದ್ದೇಶ್ವರಾನಂದರಾಗಲಿ ಗೊಡ್ಡು ಸಂನ್ಯಾಸಿಗಳಾಗಿರಲಿಲ್ಲ: ಕಲಾಭಿರುಚಿ, ರಸ ದೃಷ್ಟಿಗಳನ್ನುಳ್ಳವರಾಗಿದ್ದರು.

ಶ್ರೀರಾಮಕೃಷ್ಣಾಶ್ರಮದ ಸಂಸರ್ಗ ಕುವೆಂಪು ಅವರಿಗಾಗುವ ಮುನ್ನವೆ ಅವರು ಪರಮಹಂಸ–ವಿವೇಕಾನಂದರ ಸಂಬಂಧವಾದ ಸಾಹಿತ್ಯವನ್ನು ಗಾಢವಾಗಿ ಓದಿಕೊಂಡಿದ್ದರು. ಅದಕ್ಕೆ ಮನಸೋತಿದ್ದರು. ಆದರೂ ಅವರ ಆಧ್ಯಾತ್ಮಿಕ ನೌಕಾಯಾನಕ್ಕೆ ಧ್ರುವತಾರೆ ಲಭಿಸಿದ್ದು, ಅವರು ಶ್ರೀರಾಮಕೃಷ್ಣ ಆಶ್ರಮಕ್ಕೆ ಸೇರಿದ ಮೇಲೆಯೇ. ಕುವೆಂಪು ತಮ್ಮ ಆತ್ಮಕಥೆಯ ಉದ್ದಕ್ಕೂ ತಮ್ಮ ದಿನಚರಿಯನ್ನು ಉದ್ಧರಿಸಿದ್ದಾರೆ. ಅಲ್ಲಿ ನಿಚ್ಚಳವಾಗಿ ನೋಡುತ್ತೇವೆ, ಅವರ ಆಧ್ಯಾತ್ಮಿಕ ಪ್ರಗತಿಯ ಸೋಪಾನ ಪಂಕ್ತಿಯನ್ನು ಗುರುಕೃಪೆ ತಮ್ಮನ್ನು ನಿರಂತರವಾಗಿ ಕೈಹಿಡಿದು ಕಾಪಾಡಿದ ಪರಿಯನ್ನು ಕುವೆಂಪು ಉದ್ದಕ್ಕೂ ತಿಳಿಸುತ್ತಾರೆ. "ತನ್ನಲ್ಲಿ ಏನಾದರೂ ಇತರರಲ್ಲಿ ಇಲ್ಲದ ಒಂದು ವಿಶೇಷ ವಿಭೂತಿ ಪ್ರಕಾಶಿತವಾಗಿದ್ದರೆ, ಅದಕ್ಕೆ ಶ್ರೀಗುರುವಿನ ಅನುಗ್ರಹವೇ ಕಾರಣ ಎಂಬುದು ಅವರ ನಂಬಿಕೆ.

ಆರಂಭದಲ್ಲಿ ಕುವೆಂಪು ಚೇತನ "ಪುಸ್ತಕಗಳಿಲ್ಲದೆ ಬೇರೆ ಮಾರ್ಗದರ್ಶಕರಿಲ್ಲದೆ ಮುಂದುವರಿಯುತ್ತಿತ್ತು. ಸ್ವಾಮಿ ವಿವೇಕಾನಂದರ ಕೃತಿಗಳ ಅಧ್ಯಯನದಿಂದ, ಅದ್ವೈತದ "ಅಭೀ" ತತ್ವದ ಅನುಸಂಧಾನ ಅವರಿಗೆ ಸಾಧ್ಯವಾಯಿತು. ವಿವೇಕಾನಂದರ ಬಗೆಗೆ ಅವರು ಉದ್ಗರಿಸುತ್ತಾರೆ . "ಅವರ ಹೆಸರೇ ನಮಗೊಂದು ವಿದ್ಯುತ್ ಸಂಚಾರವಾಗಿತ್ತು." ಅವರ ದಿನಚರಿ ಮೊದಮೊದಲು ಜಯ್ ಸ್ವಾಮಿ ವಿವೇಕಾನಂದ! ಜಯ್ ಶ್ರೀಕೃಷ್ಣ! " ಎಂದು ಕೊನೆಗೊಳ್ಳುತ್ತದೆ. ಮುಂದೆ ಈ ಹೆಸರುಗಳ ಜೊತೆಗೆ ಪರಮಹಂಸರದೂ ಸೇರುತ್ತದೆ. ಒಮ್ಮೆ ಹೀಗಾಯಿತು: "ಶ್ರೀರಾಮಕೃಷ್ಣ ಪರಮಹಂಸದೇವರ ಜೀವನ ಚರಿತ್ರೆ ಓದಲು ತೆಗೆದುಕೊಂಡೆ ಆ ಪುಸ್ತಕ ತೆಗೆದುಕೊಂಡವನು, ಹಾಗೆಯೇ ಸುಮ್ಮನೆ ತೆರೆದರೆ . ನನ್ನ ಗುರುದೇವನ ಭಾವಚಿತ್ರ ನನ್ನತ್ತ ನಗೆ ಬೀರಿತು! ." ಎಂದಿದ್ದಾರೆ.

ಶ್ರೀರಾಮಕೃಷ್ಣಾಶ್ರಮಕ್ಕೆ ಒಂದೊಂದು ಸಲ ಹೋದಾಗಲೂ. ಅದೊಂದು 'ಆಧ್ಯಾತ್ಮಿಕ ತೀರ್ಥಯಾತ್ರೆ' ಯಾಗುತ್ತಿತ್ತು ಕುವೆಂಪು ಅವರ ಪಾಲಿಗೆ ಕ್ರಮೇಣ ಅದು ಅವರ ಒಳ ಬಾಳಿನ ಕೇಂದ್ರ'ವಾಗತೊಡಗಿತು. ಒಬ್ಬರು ತಂದುಕೊಟ್ಟ, ಶ್ರೀಗುರುಮಹಾರಾಜ್, ಶ್ರೀಮಹಾಮಾತೆ ಮತ್ತು ಶ್ರೀ ವಿವೇಕಾನಂದರ ಸಂಘದ 'ಚಿತ್ರಮಾಲಿಕೆ'ಯಿಂದಾಗಿ, ಕುವೆಂಪು ಅವರಲ್ಲಿ ಒಂದು ಆಧ್ಯಾತ್ಮಿಕ 'ವಿದ್ಯುತ್ ಕೇಂದ್ರ'ವೆ ಸ್ಥಾಪಿತವಾಯಿತು! ಅಂತೂ. ಆಶ್ರಮಪ್ರವೇಶದಿಂದ ಒಂದು 'ದಿವ್ಯ ಅಧ್ಯಾಯ' ಅವರ ಜೀವನದಲ್ಲಿ ಮೊದಲಾಯಿತು. 'ವಿಶ್ವವಿದ್ಯಾನಿಲಯೆ ಭಗವತಿ ಶ್ರೀಸರಸ್ವತಿಗೆ' ಎಂಬ ಕುವೆಂಪು ಕವನವೊಂದರ ಈ ಸಾಲುಗಳೂ ಈ ಸಂಬಂಧದಲ್ಲಿ ಸ್ಮರಣಯೋಗ್ಯ:

"ಚಿದ್ರೂಷಿಣಿ ಭವತಾರಿಣಿ ಉತ್ತರೋತ್ತರೆ ಕವಿಯನೆತ್ತಿ ರಕ್ಷಿಸಲ್ಕೆ ಬಂದಳಿತ್ತ ದಕ್ಷಿಣಕ್ಕೆ ಶ್ರೀವಿವೇಕ ಪರಮಹಂಸ ದಕ್ಷಿಣೇಶ್ವರೆ ಕಣ್ದೆರೆಯಿತು ಬೋಧನಾ ಗರಿಗೆದರಿತು ಸಾಧನಾ ಅಲೋಕ ಲೋಕಯಾತ್ರಿಯಾಯ್ತು ದಿವ್ಯದರ್ಶನ!

ಸ್ವಾಮಿ ವಿವೇಕಾನಂದರು 'ಉತ್ಸವ ವಿಗ್ರಹ' ವಾದರೆ, ಶ್ರೀರಾಮಕೃಷ್ಣರು 'ಮೂಲಮೂರ್ತಿ.' ಆ ಮಹಾಗುರು, ಶಿಷ್ಯರಲ್ಲಿ ಯಾರೊಬ್ಬರೂ ಜನ – ಸಾಮಾನ್ಯರ ಲೌಕಿಕ ಕ್ಷೇಮ, ಅಭ್ಯುದಯಗಳನ್ನು ತಿರಸ್ಕರಿಸಿದವರಲ್ಲ. ಶ್ರೇಯಸ್ಸಿನಂತೆ ಪ್ರೇಯಸ್ಸನ್ನೂ ಅವರು ಪುರಸ್ಕರಿಸಿದರು: ಸಾಮಾಜಿಕ ಪ್ರಜ್ಞೆ ಅವರಲ್ಲಿ ದಟ್ಟವಾಗಿತ್ತು. ಅವರ ಆಲೋಚನಾಧಾರೆಯಿಂದ ಸ್ಫೂರ್ತಿಗೊಂಡವರು ಕುವೆಂಪು.

ಸಮನ್ವಯ, ಸರ್ವೋದಯ, ಪೂರ್ಣದೃಷ್ಟಿ ತಮ್ಮ ಸಾಹಿತ್ಯದ ಮೂರು ಕಣ್ಣುಗಳೆಂದು ಹೇಳಿಕೊಂಡಿದ್ದಾರೆ, ಕುವೆಂಪು ಮೊದಲನೆಯದಾಗಿ, ಸಮನ್ವಯ. ಪರಮಹಂಸರು 'ಸರ್ವಧರ್ಮಸಮನ್ವಯಾಚಾರ್ಯ' ಎಂದು ಪ್ರಸಿದ್ಧರಾಗಿದ್ದರಷ್ಟೆ, ತಮ್ಮ 'ಸ್ವಾಮಿ ವಿವೇಕಾನಂದ' ಜೀವನ ಚರಿತ್ರೆಯ 'ಕರೆಯುತಿದೆ ಯುಗವಾಣಿ' ಎಂಬ ಅಂತಿಮ ಅಧ್ಯಾಯದಲ್ಲಿ ಕುವೆಂಪು ಅವರೇ ಹೇಳುತ್ತಾರೆ : "ಅದರಲ್ಲಿ ಪ್ರಾಚ್ಯ, ಪಾಶ್ಚಾತ್ಯ, ಹಿಂದೂ, ಕ್ರೈಸ್ತ, ಇಸ್ಲಾಂ, ಬೌದ್ಧ, ಮತ, ತತ್ತ್ವ, ವಿಜ್ಞಾನ, ಕಲೆ, ಇಹ, ಪರ, ದೇಹ, ಆತ್ಮನ ನೂತನ, ಪುರಾತನ ಎಲ್ಲವೂ ಸಮನ್ವಯಗೊಂಡಿವೆ." ಈ ಸಮನ್ವಯಲಕ್ಷ್ಮಿ ಕುವೆಂಪು ಅವರನ್ನು ಪ್ರಭಾವಿಸಿದೆ.

ಇನ್ನು ಸರ್ವೋದಯ ವಿಚಾರ. ಇಂದಿನ ಯುಗಧರ್ಮ ಸರ್ವೋದಯ, ಅದು ಕುವೆಂಪು ಅವರ ಸಾಹಿತ್ಯ ಸಮಸ್ತದಲೂ ಓತಪ್ರೋತವಾಗಿರುವ ತತ್ತ್ವ ಅವರ 'ಶ್ರೀರಾಮಾಯಣ ದರ್ಶನಂ' ಮಹಾಕಾವ್ಯದಲ್ಲಿ ಸರ್ವೋದಯ ಸಂದೇಶವೆ ಮೊಳಗುತ್ತಿದೆ. "ಪಾಪಿಗುದ್ಧಾರಮಿಹುಕದೌ ಸೃಷ್ಟಿಯ ಮಹತ್ ವ್ಯೂಹ ರಚನೆಯೊಳ್" ಈ ಸೂಕ್ತಿ ಸ್ವಾಮಿ ವಿವೇಕಾನಂದರ "ಪಾಪಿದೇವೋಭವ" (ಪಾಪಿಗಳು ನಿಮ್ಮ ದೇವರಾಗಲಿ) ಎಂಬ ಕರೆಯ ಮಾರ್ದನಿ ಮಾತ್ರವಲ್ಲದೆ, ಇಡೀ ಕಾವ್ಯ ಅದಕ್ಕೆ ಬರೆದ ಭಾಷ್ಯವಾಗಿದೆ. ಪಾಪಿಗಳಿಗಷ್ಟೇ ಅಲ್ಲ, ದೀನದಲಿತರಿಗೂ ಉದ್ಧಾರವಿದೆ. ಸರ್ವೋದಯತತ್ತ್ವ ವ್ಯಾಪಕವಾದುದು.

ತಮ್ಮ 'ಶ್ರೀಸಾಮಾನ್ಯರ ದೀಕ್ಷಾಗೀತೆ' ಯಲ್ಲಿ ಕುವೆಂಪು ಹೀಗೆ ಹೇಳಿದ್ದಾರೆ:
ಸರ್ವೋದಯ, ಸರ್ವೋದಯ ಸರ್ವೋದಯ ಯುಗಮಂತ್ರ!
"ಇನ್ನಾಯಿತು ಒರೊರ್ವರ ಗರ್ವದ ಕಾಲ, ಇದು ಸರ್ವರ ಕಾಲ!

ಸ್ವಾತಂತ್ರ್ಯ ಸಮಾನತೆಗಳ ಮೇಲೆ, ಸಾಮಾನ್ಯರ ಉದ್ಧಾರದ ಮೇಲೆ ಕುವೆಂಪು ಆವರ ಅವಧಾರಣೆ, ಹೀಗಿದೆ:

ಸರ್ವರಿಗೆ ಸಮಬಾಳು! ಸರ್ವರಿಗೆ ಸಮಪಾಲು! ಎಂಬ ನವಯುಗವಾಣಿ ಘೋಷಿಸಿದೆ ಕೇಳಿ!

ವಸ್ತುತಃ ಸರ್ವೋದಯ ಮಂತ್ರದ ಉಚ್ಚಾರಣೆ, ಸರ್ವೋದಯ ತತ್ತ್ವದ ಉದ್ಘಾಟನೆ ಆದುದು ಶ್ರೀರಾಮಕೃಷ್ಣ – ವಿವೇಕಾನಂದರಿಂದ, ಆತ್ಮನೋ ಮೋಕ್ಷಾರ್ಥಂ ಜಗದ್ಧಿ ತಾಯಿಚ ಎಂಬ ಶ್ರೀರಾಮಕೃಷ್ಣ ಮಹಾಸಂಘದ ಧ್ಯೇಯವಾಕ್ಯವನ್ನಿಲ್ಲಿ ನೆನೆಯಬಹುದು, ವಿವೇಕಾನಂದರು ಪರಮಹಂಸರನ್ನು 'ನವಯುಗದ ಪ್ರವರ್ತಕ' ಎಂದು ಕರೆಯುತ್ತಾರೆ.

ವಿವೇಕಾನಂದರು, "ಜನಸಾಮಾನ್ಯರು ಮತ್ತು ಬಡವರು ಮೇಲೆ ಏಳಬೇಕು!" ಎಂಬ ಸಂಕಲ್ಪವನ್ನು ವ್ಯಕ್ತಪಡಿಸಿ, "ಸೇವೆಯ ಪೂಜೆ!" ಎಂಬ ಸೂತ್ರವನ್ನೂ ಟಂಕಿಸುತ್ತಾರೆ. ಮೂಲತಃ ಶ್ರೀರಾಮಕೃಷ್ಣರದೆ ಈ ಮಹಾವಾಕ್ಯ: "ದೇವರನ್ನು ಅರಸುವುದಾದರೆ ಮನುಷ್ಯನಲ್ಲಿ ಅರಸು!" ಎಂದಿರುವುದು.

ಕುವೆಂಪು ಸಾಮಾನ್ಯನನ್ನು 'ಶ್ರೀಸಾಮಾನ್ಯ'ನೆಂದು ಕರೆದು –ಶ್ರೀಸಾಮಾನ್ಯನೆ ಭಗವದ್ಧನ್ನ!" ಎಂದರು. ಅವನ ಅನ್ನ ಬಟ್ಟೆಗಳ ಪೂರೈಕೆಗೆ ಆದ್ಯತೆ ನೀಡಿದರು. ಸ್ವಾಮಿ ವಿವೇಕಾನಂದರಾದರೊ 'ದರಿದ್ರ ನಾರಾಯಣ' ಎಂಬ ಹೊಸ

ದೇವತೆಯನ್ನೆ ಕಂಡುಹಿಡಿದು "ದರಿದ್ರ ದೇವೋ ಭವ!" (ಬಡವರು ನಿಮ್ಮ ದೇವರಾಗಲಿ) ಎಂಬ ಮಂತ್ರವನ್ನಿತ್ತರು. ಮೊದಲು ಅನ್ನ, ಆಮೇಲೆ ಅಧ್ಯಾತ್ಮ ಎಂದು ಹೇಳಲು ಅವರು ಮರೆಯಲಿಲ್ಲ.

ಕುವೆಂಪು ಮೌಢ್ಯವಿರೋಧಿ : ಮೌಢ್ಯತೆಯ ಮಾರಿಯನು ಹೊರದೂಡಲೈತನ್ನಿ!" ಎಂಬುದು ಅವರ ಆಹ್ವಾನ. ವಿವೇಕಾನಂದರು ಘೋಷಿಸುತ್ತಾರೆ: "ಮೌಢ್ಯವು ಮಾನವನ ಮಹಾಶತ್ರು!"

ಕುವೆಂಪು ಅವರ ವಿಚಾರಧಾರೆಯ ಮೇಲೆ ಸ್ವಾಮಿ ವಿವೇಕಾನಂದರ ಪ್ರಭಾವ ಎಷ್ಟು ಸಾಂದ್ರವಾಗಿದೆಯೆಂದರೆ, ಎಷ್ಟೋ ಕಡೆ ಅವರನ್ನು ಕುವೆಂಪು ಅನುವಾದಿಸುತ್ತಿದ್ದಾರೆ ಎನಿಸುತ್ತದೆ. ಉದಾಹರಣೆಗೆ ಕುವೆಂಪು ಅವರ, "ನೂರು ದೇವರನೆಲ್ಲ ನೂಕಾಚೆ ದೂರ; ಭಾರತಾಂಬೆಯೆ ದೇವಿ ನಮಗಿಂದು ಪೂಜಿಸುವ ಬಾರ" ಎಂಬ ಕರೆಯೊಡನೆ ವಿವೇಕಾನಂದರ ಈ ಹೇಳಿಕೆಯನ್ನು ಹೋಲಿಸಬಹುದು; "ಇನ್ನೊಂದು ನೂರು ವರ್ಷಗಳವರೆಗೆ ನಿಮ್ಮ ದೇವದೇವತೆಗಳನ್ನೆಲ್ಲ ಮನಸ್ಸಿನಿಂದ ತಳ್ಳಿಬಿಡಿ. ನಮ್ಮ ಭಾರತಾಂಬೆಯೆ ನಮ್ಮ ದೇವರಾಗಲಿ!" ಹೀಗೆಯೇ, ಕುವೆಂಪು ಅವರ ಮುಂದಿನ ಕೋರಿಕೆಯೂ ವಿವೇಕಾನಂದ ಪ್ರೇರಿತವೇ:

"ಕ್ಲೈಬ್ಯವನು ಸಂಹರಿಸೊ ದೌರ್ಬಲ್ಯವನು ದಹಿಸೊ
ಹೃದಯಕ್ಕೆ ಪೌರುಷವ ದಯಪಾಲಿಸೊ!" ಹೀಗೆ ಸ್ವಾಮಿ ವಿವೇಕಾನಂದರ ಅಸೀಮ ದೇಶಪ್ರೇಮ ಕುವೆಂಪು ಅವರ ದೇಶಭಕ್ತಿಗೀತೆಗಳನ್ನು ಸಹಜವಾಗಿಯೇ ಪ್ರಭಾವಿಸಿದೆ.

ಕುವೆಂಪು ವೈಜ್ಞಾನಿಕ, ವೈಚಾರಿಕ ದೃಷ್ಟಿಯ ಅಪ್ರತಿಮ ಪ್ರತಿಪಾದಕರಾಗಿ, "ವಿಜ್ಞಾನ ದೀವಿಗೆಯ ಹಿಡಿಯಬನ್ನಿ" ಎಂದು ಕರೆ ನೀಡುತ್ತಾರೆ. ಅಧ್ಯಾತ್ಮ, ವಿಜ್ಞಾನಗಳ ಸಮನ್ವಯವನ್ನು ಪುರಸ್ಕರಿಸುವ ವಿವೇಕಾನಂದರು ಮೂಲತಃ "ವಿಚಾರ ಸ್ವಾತಂತ್ರ್ಯ"ವನ್ನು ಎತ್ತಿಹಿಡಿದವರು ಹಾಗೆ ನೋಡಿದರೆ, ಶ್ರೀರಾಮಕೃಷ್ಣ ಪರಮಹಂಸರಲ್ಲೆ ವೈಜ್ಞಾನಿಕ ಮನೋಧರ್ಮವನ್ನು ಎದುರುಗೊಳ್ಳುತ್ತೇವೆ.

ವಿವೇಕಾನಂದರದು ವೇದಾಂತದ ಅದ್ವೈತದ ನಿಲುವು: ಅದು ವೈಜ್ಞಾನಿಕವಾದುದೂ ಹೌದು. ಕುವೆಂಪು ಅವರಲ್ಲೂ ಅದ್ವೈತದ ಅನುಭವಗಳು ಪ್ರಣೀತವಾಗಿವೆ. ವೇದಾಂತ ಕೇಸರಿಯಾಗೋ ಮಾನವ ಲೋಕಾರಣ್ಯದೊಳಲೆದಾಡೆ ಮುಂತಾದ ಮಾತುಗಳಲ್ಲಿ ವಿವೇಕವಾಣಿಯ ಛಾಯೆಯನ್ನು ಗುರುತಿಸಬಹುದು.

ಕುವೆಂಪು ಅವರ ಪ್ರಸಿದ್ಧವಾದ ವಿಶ್ವಮಾನವ ಸಂದೇಶದ ಮೂಲ ಶ್ರೀರಾಮಕೃಷ್ಣ, ವಿವೇಕಾನಂದರ ದರ್ಶನದಲ್ಲಿದೆ. ಶ್ರೀರಾಮಕೃಷ್ಣರು ಸರ್ವಧರ್ಮಗಳ ಏಕತೆಯನ್ನು ಒತ್ತಿ ಹೇಳಿದರು. ಸಂಕುಚಿತ ಪಂಥಾಭಿಮಾನ ವಿರೋಧಿಯಾಗಿ, ಧಾರ್ಮಿಕ ಶ್ರದ್ಧೆಯ ಸಾರತತ್ತ್ವಗಳಿಗೆ ಪ್ರಾಧಾನ್ಯವಿತ್ತ ಪರಮಹಂಸರನ್ನು 'ವಿಶ್ವಧರ್ಮದ್ರಷ್ಟಾರ' ಎಂದು ಕರೆಯಬಹುದು. ಈ ಹಿನ್ನೆಲೆಯಲ್ಲಿ ಕುವೆಂಪು ಅವರ ವಿಶ್ವಮಾನವ ಸಿದ್ಧಾಂತವನ್ನು– 'ಪಂಚಮಂತ್ರ', 'ಸಪ್ತಸೂತ್ರ'. ಗಳನ್ನು–ಪರಿಭಾವಿಸಬೇಕು. ಅವರ 'ಅನಿಕೇತನ' ಕವನವೂ ಸ್ಮರಣೀಯ.

ಕುವೆಂಪು ವೈಜ್ಞಾನಿಕ, ವೈಚಾರಿಕ ದೃಷ್ಟಿಯ ಅಪ್ರತಿಮ ಪ್ರತಿಪಾದಕರಾಗಿ, ವಿಜ್ಞಾನದೀವಿಗೆಯ ಹಿಡಿಯಬನ್ನಿ ಎಂದು ಕರೆ ನೀಡುತ್ತಾರೆ.

'ವಿಶ್ವಮಾನವ ಸಂದೇಶ'ದ ಆರಂಭದಲ್ಲೆ ಸ್ವಾಮಿ ವಿವೇಕಾನಂದರ ಈ ಹೇಳಿಕೆ ಉದ್ಧೃತವಾಗಿರುವುದು ಗಮನಿಸ ತಕ್ಕುದು : "No man is born to any religion. Every man has religion in his soul. Let there be as many religions as there are human beings in the world!" ['ಸಪ್ತ ಸೂತ್ರ'ದಲ್ಲಿ ಇದರ ಭಾಷಾಂತರವನ್ನು ಕೊಡಲಾಗಿದೆ : "ಯಾರೂ ಯಾವ ಒಂದು ಮತಕ್ಕೂ ಸೇರದೆ, ಪ್ರತಿಯೊಬ್ಬರು ತಾವು ಕಂಡುಕೊಳ್ಳುವ 'ತನ್ನ' ಮತಕ್ಕೆ ಮಾತ್ರ ಸೇರಬೇಕು. ಅಂದರೆ ಜಗತ್ತಿನಲ್ಲಿ ಎಷ್ಟು ವ್ಯಕ್ತಿಗಳಿರುತ್ತಾರೋ ಅಷ್ಟೆ ಸಂಖ್ಯೆಯ

ಮತಗಳಿರುವಂತಾಗುತ್ತದೆ."] ವಿಶ್ವಪ್ರಜ್ಞೆ, ವಿಶ್ವಮೈತ್ರಿ, ವಿಶ್ವಶಾಂತಿಗಳನ್ನು ಕುವೆಂಪು ಪ್ರತಿಪಾದಿಸುವಲ್ಲಿ ಪರಮಹಂಸ, ವಿವೇಕಾನಂದರ ಪ್ರಭಾವ ಉಂಟೇ ಉಂಟು.

ಜಾತಿಪದ್ಧತಿಯನ್ನು ಧರ್ಮದೊಂದಿಗೆ ಕಲಸು ಮೇಲೋಗರ ಮಾಡುವುದು, ಪುರೋಹಿತಶಾಹಿ ಮುಂತಾದುವನ್ನು ವಿವೇಕಾನಂದರಂತೆ ಕುವೆಂಪು ಕೂಡ ಖಂಡಿಸುತ್ತಾರೆ. "ಗುಡಿ, ಚರ್ಚು ಮಸಜೀದಿಗಳ ಬಿಟ್ಟು ಹೊರಬನ್ನಿ!" ಎಂಬುದು ಕುವೆಂಪು ಅವರ ಪ್ರಸಿದ್ಧವಾದ ಕರೆ. ಅದಕ್ಕೆ ಪ್ರೇರಕವಾದುದು ಈ ವಿವೇಕವಾಣಿ: "ಸಿದ್ಧಾಂತ ಪಂಥಗಳನ್ನು, ಚರ್ಚು ದೇಗುಲಗಳನ್ನು ಲಕ್ಷಿಸಬೇಡಿ: ಪ್ರತಿಯೊಬ್ಬರಲ್ಲಿರುವ ಅಸ್ತಿತ್ವ ತಿರುಳಿನೊಡನೆ– ಆಧ್ಯಾತ್ಮದೊಡನೆ–ಹೋಲಿಸಿದರೆ, ಅವು ಲೆಕ್ಕಕ್ಕಿಲ್ಲ."

ಶ್ರೀರಾಮಕೃಷ್ಣ ವಿವೇಕಾನಂದರನ್ನು ಕುರಿತು ಕುವೆಂಪು ಅನೇಕ ಕವನಗಳನ್ನು ರಚಿಸಿದ್ದಾರೆ. ಅವರ 'ಆಹ್ವಾನ' ಎಂಬ ಪದ್ಯ ಪರಮಹಂಸವನ್ನು ಮಲೆನಾಡಿಗೆ ಆಹ್ವಾನಿಸುವ ನೆಪದಲ್ಲಿ ಇಡೀ ಕರ್ನಾಟಕಕ್ಕೆ ಆಮಂತ್ರಿಸಿತು; ಬರಮಾಡಿತು;

ಬಾ, ಶ್ರೀಗುರುದೇವನೆ ಬಾ,
ಶ್ಯಾಮಲ ಕಾನನ ಶೃಂಗತರಂಗಿತ
ಸಹ್ಯಾದ್ರಿಯ ಸುಂದರ ಮಂದಿರಕೆ
ವಂಗಮಾತೆಯಲಿ ಜನ್ಮ ವನೆತ್ತಿ ದಿವ್ಯಸಮನ್ವಯ ಧರ್ಮವ ಬಿತ್ತಿ
ಮತಭೇದದ ವಿಷವನ್ನು ಹೋಗಾಡಿ
ಲೋಕದ ದೃಷ್ಟಿಗೆ ಸಮತೆಯ ನೀಡಿ
ಕಾಪಾಡಿದ ಪಾವನ ಮೂರುತಿಯೆ

ತಮ್ಮ 'ಶ್ರೀಗುರು' ಕವನದಲ್ಲಿ ಶ್ರೀರಾಮಕೃಷ್ಣರ ಮಹಿಮೆಯನ್ನು ಕುವೆಂಪು ಹೀಗೆ ಹಾಡುತ್ತಾರೆ: ಭರತಖಂಡದ ನೀಲಗಗನವ ತಿಮಿರ ಮುಸುಗಿರಲು, ಭಾರತೀಯರು ತಮ್ಮ ಧ್ಯೇಯವ ಮರೆತು ಮಲಗಿರಲು, ಪರಮಹಂಸನೆ, ಉದಯಸೂರ್ಯನ ತೆರದಿ ರಂಜಿಸಿದೆ ಎಂದಿದ್ದಾರೆ.

ಹೀಗೆ ಶ್ರೀರಾಮಕೃಷ್ಣ ಪರಮಹಂಸರ, ಸ್ವಾಮಿ ವಿವೇಕಾನಂದರ ಮತ್ತು ಕುವೆಂಪುರವರ ಆಲೋಚನಾ ಸಮನ್ವಯತೆ ಅರ್ವಾಚೀನ ಕನ್ನಡ ಸಾಹಿತ್ಯದ ಒಂದು ಅವಿಭಾಜ್ಯ ಅಂಗವಾಗಿದೆ. ರಾಷ್ಟ್ರಕುಂಡಲಿನಿಯನ್ನೇ ಸೆಳೆದ ಆ ಮಹಾಚೇತನಗಳ ದಿವ್ಯ ಚುಂಬಕಶಕ್ತಿಯಿಂದ ಕನ್ನಡ ಸಾಹಿತಿಗಳು ಮತ್ತು ಸಾಹಿತ್ಯ ತಪ್ಪಿಸಿಕೊಳ್ಳಲು ಸಾಧ್ಯವಿಲ್ಲ.

ಆಕರ ಗ್ರಂಥಗಳು :

1. ವಿವೇಕಪ್ರಭ ಜನವರಿ, 2005
2. ಕುವೆಂಪು ಅವರ ಮೇಲೆ ಶ್ರೀರಾಮಕೃಷ್ಣ ವಿವೇಕಾನಂದರ ಪ್ರಭಾವ – ಡಾ. ಸಿ.ಪಿ.ಕೃಷ್ಣಕುಮಾರ್
3. ಕುವೆಂಪು ಅವರ 'ಲೌಕಿಕ ಭಾರತಕ್ಕೆ ಸ್ವಾಮಿ ವಿವೇಕಾನಂದರ ಸಂದೇಶ'
4. ಕುವೆಂಪುರವರ ಸ್ವಾಮಿ ವಿವೇಕಾನಂದ (ಜೀವನ ಚರಿತ್ರೆ).

- ಡಾ. ರವಿ ಹೆಚ್
ಸಹಾಯಕ ಪ್ರಾಧ್ಯಾಪಕರು

ಶಿಕ್ಷಕರ ಶಿಕ್ಷಣದಲ್ಲಿ ಸವಾಲುಗಳು ಮತ್ತು ಅವಕಾಶಗಳು : NPE 2020 ಅಡಿಯಲ್ಲಿ

ಪ್ರಾಚೀನ ವಿಜ್ಞಾನಗಳು, ಕಲೆಗಳು, ತತ್ವಶಾಸ್ತ್ರ ಮತ್ತು ಸಾಹಿತ್ಯವನ್ನು ವ್ಯಾಪಿಸಿರುವ ಜ್ಞಾನದ ಶ್ರೀಮಂತ ಪರಂಪರೆಯೊಂದಿಗೆ ಭಾರತವು ಬಹುಕಾಲದಿಂದ ಜಾಗತಿಕ ಕಲಿಕೆಯ ಕೇಂದ್ರವಾಗಿ ಗುರುತಿಸಲ್ಪಟ್ಟಿದೆ. ಆದಾಗ್ಯೂ, ಕಾಲಾನಂತರದಲ್ಲಿ, ದೇಶದ ಶಿಕ್ಷಣ ವ್ಯವಸ್ಥೆಯು ಶಿಕ್ಷಣಶಾಸ್ತ್ರ, ತಂತ್ರಜ್ಞಾನ ಮತ್ತು ಶೈಕ್ಷಣಿಕ ಅಭ್ಯಾಸಗಳಲ್ಲಿ ತ್ವರಿತ ಜಾಗತಿಕ ಬೆಳವಣಿಗೆಗಳೊಂದಿಗೆ ಮುಂದುವರಿಯಲು ಹೆಣಗಾಡುತ್ತಿದೆ. ಇದನ್ನು ಪರಿಹರಿಸಲು, ಶಿಕ್ಷಣ ಸಚಿವಾಲಯವು 2020 ರಲ್ಲಿ ರಾಷ್ಟ್ರೀಯ ಶಿಕ್ಷಣ ನೀತಿಯನ್ನು (NEP) ಪರಿಚಯಿಸಿತು, ಇದು 34 ವರ್ಷಗಳಲ್ಲಿ ಮೊದಲ ಸಮಗ್ರ ಶಿಕ್ಷಣ ಸುಧಾರಣೆಯನ್ನು ಗುರುತಿಸಿ, 1986 ರ ರಾಷ್ಟ್ರೀಯ ಶಿಕ್ಷಣ ನೀತಿಯನ್ನು (NPE) ಬದಲಾಯಿಸಿತು.

ರಾಷ್ಟ್ರದ ಸಾಮಾಜಿಕ, ಆರ್ಥಿಕ ಮತ್ತು ರಾಜಕೀಯ ಅಭಿವೃದ್ಧಿಗೆ ಶಿಕ್ಷಣವು ಮೂಲಭೂತವಾಗಿದೆ. ಸಮಾಜಗಳು ವಿಕಸನಗೊಳ್ಳುತ್ತಿದ್ದಂತೆ, ಬದಲಾಗುತ್ತಿರುವ ಸಾಮಾಜಿಕ ಅಗತ್ಯಗಳನ್ನು ಪೂರೈಸಲು ಶೈಕ್ಷಣಿಕ ನೀತಿಗಳು ಹೊಂದಿಕೊಳ್ಳಬೇಕು. 1968 ರಲ್ಲಿ ಪ್ರಧಾನ ಮಂತ್ರಿ ಇಂದಿರಾ ಗಾಂಧಿಯವರ ಅಡಿಯಲ್ಲಿ ಅದರ ಮೊದಲ ರಾಷ್ಟ್ರೀಯ ಶಿಕ್ಷಣ ನೀತಿಯ ಅನುಷ್ಠಾನದೊಂದಿಗೆ ಶಿಕ್ಷಣ ಸುಧಾರಣೆಯಲ್ಲಿ ಭಾರತದ ಪ್ರಯಾಣವು ಪ್ರಾರಂಭವಾಯಿತು. ಇದರ ನಂತರ ಪ್ರಧಾನ ಮಂತ್ರಿ ರಾಜೀವ್ ಗಾಂಧಿಯವರ ಅಡಿಯಲ್ಲಿ NPE 1986, ಮತ್ತು ಈಗ ಒಣಿಕ 2020 ಪ್ರಧಾನಿ ನರೇಂದ್ರ ಮೋದಿಯವರ ಅಡಿಯಲ್ಲಿ. ಹಿಂದಿನ ನೀತಿಗಳು ಮಹತ್ವದ ಸಮಸ್ಯೆಗಳನ್ನು ತಿಳಿಸಿದ್ದರೂ, ಶಿಕ್ಷಣದ ಕೆಲವು ನಿರ್ಣಾಯಕ ಅಂಶಗಳನ್ನು, ವಿಶೇಷವಾಗಿ ಶಿಕ್ಷಕರ ಶಿಕ್ಷಣದ ಸಂದರ್ಭದಲ್ಲಿ, ಸಮರ್ಪಕವಾಗಿ ತಿಳಿಸಲಾಗಿಲ್ಲ. ಒಣಿಕ 2020 ಶಿಕ್ಷಣವನ್ನು ಹೆಚ್ಚು ಪ್ರವೇಶಿಸಬಹುದಾದ, ಒಳಗೊಳ್ಳುವ ಮತ್ತು ಮುಂದಕ್ಕೆ ಯೋಚಿಸುವ ಮೂಲಕ ಈ ಅಂತರವನ್ನು ಕಡಿಮೆ ಮಾಡಲು ಪ್ರಯತ್ನಿಸುತ್ತದೆ.

NEP 2020 ರ ಕೇಂದ್ರ ಉದ್ದೇಶವು ಶಾಲಾ ಮಟ್ಟದಲ್ಲಿ 2030 ರ ವೇಳೆಗೆ 100% ಒಟ್ಟು ದಾಖಿಲಾತಿ ಅನುಪಾತವನ್ನು (GER) ಸಾಧಿಸುವುದು, ಪೂರ್ವ ಪ್ರಾಥಮಿಕ ಶಿಕ್ಷಣವನ್ನು ಒಳಗೊಂಡಿದೆ. ಈ ಹಿಂದೆ ಕಡೆಗಣಿಸಲ್ಪಟ್ಟ ಪ್ರದೇಶವಾಗಿದೆ. ನೀತಿಯು ವಿದ್ಯಾರ್ಥಿಗಳಲ್ಲಿ ವಿಮರ್ಶಾತ್ಮಕ ಚಿಂತನೆ, ಸೃಜನಶೀಲತೆ ಮತ್ತು ಸಮಸ್ಯೆ–ಪರಿಹರಿಸುವ ಕೌಶಲ್ಯಗಳನ್ನು ಬೆಳೆಸುವ ಕಡೆಗೆ ಮೌಖಿಕ ಕಲಿಕೆಯಿಂದ ದೂರವಿರುವುದನ್ನು ಪ್ರತಿಪಾದಿಸುತ್ತದೆ. ಒಣಿಕ 2020 ರ ಸಮಗ್ರ ಮಾರ್ಗಸೂಚಿಯ ಹೊರತಾಗಿಯೂ, ವಿವಿಧ ಕ್ಷೇತ್ರಗಳು ಮತ್ತು ಭೌಗೋಳಿಕಗಳಲ್ಲಿ ಅದರ ಯಶಸ್ವಿ ಅನುಷ್ಠಾನವು ಅಸಾಧಾರಣ ಸವಾಲಾಗಿ ಉಳಿದಿದೆ.

ಅಧ್ಯಯನದ ಉದ್ದೇಶಗಳು

1. ಶಿಕ್ಷಕರ ಶಿಕ್ಷಣ ಮತ್ತು ವೃತ್ತಿಪರ ಅಭಿವೃದ್ಧಿಗಾಗಿ NEP 2020ರ ಶಿಫಾರಸುಗಳನ್ನು ವಿಮರ್ಶಾತ್ಮಕವಾಗಿ ಪರೀಕ್ಷಿಸಲು.
2. ಭಾರತದಲ್ಲಿ ಶಿಕ್ಷಕರ ಶಿಕ್ಷಣದ ಗುಣಮಟ್ಟ, ಪ್ರಸ್ತುತತೆ ಮತ್ತು ಪ್ರವೇಶದ ಮೇಲೆ ಈ ಸುಧಾರಣೆಗಳ ಸಂಭಾವ್ಯ ಪ್ರಭಾವವನ್ನು ನಿರ್ಣಯಿಸಲು.
3. ಶಿಕ್ಷಕರ ತರಬೇತಿ ಸಂಸ್ಥೆಗಳಿಗೆ NEP 2020 ಪ್ರಸ್ತುತಪಡಿಸಿದ ಸವಾಲುಗಳು ಮತ್ತು ಅವಕಾಶಗಳನ್ನು ಗುರುತಿಸಲು.
4. NEP 2020 ರ ಚೌಕಟ್ಟಿನೊಳಗೆ ಶಿಕ್ಷಕರ ಶಿಕ್ಷಣವನ್ನು ಹೆಚ್ಚಿಸಲು ಮತ್ತು ವೃತ್ತಿಪರ ಅಭಿವೃದ್ಧಿಯನ್ನು ಉತ್ತೇಜಿಸಲು ಕ್ರಿಯಾಶೀಲ ಸಲಹೆಗಳನ್ನು ನೀಡಲು.

ತರಗತಿಯಲ್ಲಿ ಶಿಕ್ಷಕರು ಎದುರಿಸುತ್ತಿರುವ ಸಾಮಾನ್ಯ ಸವಾಲುಗಳು

1. ವಿಭಿನ್ನ ಕಲಿಕೆಯ ಶೈಲಿಗಳನ್ನು ಅರ್ಥಮಾಡಿಕೊಳ್ಳುವುದು.

ಒಂದು ತರಗತಿಯ ಕೊಠಡಿಯು ವ್ಯಾಪಕವಾದ ಕಲಿಕೆಯ ಸಾಮರ್ಥ್ಯಗಳು ಮತ್ತು ಶೈಲಿಗಳನ್ನು ಹೊಂದಿರುವ ವಿದ್ಯಾರ್ಥಿಗಳನ್ನು ಹೆಚ್ಚಾಗಿ ಒಳಗೊಂಡಿರುತ್ತದೆ. ಶಿಕ್ಷಕರಿಗೆ ಒಂದು ಬೋಧನಾ ವಿಧಾನವನ್ನು ಸರಳವಾಗಿ ಬಳಸುವುದು ಅಸಾಧ್ಯವಾಗಿದೆ ಮತ್ತು ಅದು ಅವರ ಎಲ್ಲಾ ಕಲಿಯುವವರಿಗೆ ಪರಿಣಾಮಕಾರಿಯಾಗಿದೆ.

ಶಿಕ್ಷಕರು ತಮ್ಮ ತರಗತಿಯಲ್ಲಿನ ಎಲ್ಲಾ ಕಲಿಕೆಯ ಶೈಲಿಗಳನ್ನು ಪೂರೈಸಲು ಪಾಠ ಯೋಜನೆಗಳನ್ನು ಮಾಡುವಾಗ ಕಾರ್ಯತಂತ್ರವಾಗಿ ಯೋಚಿಸಬೇಕು. ಸಕ್ರಿಯವಾಗಿ ಬೋಧಿಸುವಾಗ ಅವರು ಹೊಂದಿಕೊಳ್ಳುವವರಾಗಿರಬೇಕು, ಏಕೆಂದರೆ ಅವರು ವಿದ್ಯಾರ್ಥಿಗಳ ಕಾರ್ಯಕ್ಷಮತೆಯ ಆಧಾರದ ಮೇಲೆ ನೈಜ ಸಮಯದಲ್ಲಿ ಹೊಂದಾಣಿಕೆಗಳನ್ನು ಮಾಡುತ್ತಾರೆ. ಇದು ಶಿಕ್ಷಕರ ಅಂತ್ಯದಲ್ಲಿ ಸಾಕಷ್ಟು ಸಮಯ ಮತ್ತು ಶ್ರಮವನ್ನು ತೆಗೆದುಕೊಳ್ಳಬಹುದು, ಆದರೆ ವಿದ್ಯಾರ್ಥಿಗಳ ಕಾರ್ಯಕ್ಷಮತೆಗೆ ಪ್ರಯೋಜನಗಳು ಅಜೇಯವಾಗಿರುತ್ತವೆ.

2. ಪರಿಣಾಮಕಾರಿ ಸಂವಹನದ ಕೊರತೆ.

ತಮ್ಮ ವಿದ್ಯಾರ್ಥಿಗಳೊಂದಿಗೆ ಪರಿಣಾಮಕಾರಿಯಾಗಿ ಸಂವಹನ ನಡೆಸಲು ಪ್ರಯತ್ನಿಸುವಾಗ ಶಿಕ್ಷಕರು ಗಮನಾರ್ಹ ಸವಾಲುಗಳನ್ನು ಎದುರಿಸಬಹುದು. ಪ್ರತಿ ವಿದ್ಯಾರ್ಥಿಗೆ, ವಿಶೇಷವಾಗಿ ಕೆಳ ದರ್ಜೆಯ ಹಂತಗಳಲ್ಲಿ, ಸಹಾಯಕ್ಕಾಗಿ ಯಾವಾಗ ಕೇಳಬೇಕೆಂದು ತಿಳಿಯುವುದಿಲ್ಲ. ಉದಾಹರಣೆಗೆ, ಹೆಚ್ಚಿನ ಪ್ರೌಢಶಾಲಾ ವಿದ್ಯಾರ್ಥಿಗಳು ತಮ್ಮ ಅಗತ್ಯತೆಗಳು, ಹೋರಾಟಗಳು ಮತ್ತು ವಿಜಯಗಳನ್ನು ಪರಿಣಾಮಕಾರಿಯಾಗಿ ಸಂವಹನ ಮಾಡಲು ಸಮರ್ಥರಾಗಿದ್ದಾರೆ. ಆದಾಗ್ಯೂ, ಕಿರಿಯ ದರ್ಜೆಯ ಮಟ್ಟವನ್ನು ಹೊಂದಿರುವ ಶಿಕ್ಷಕರು ಅದೇ ಅನುಭವವನ್ನು ಹೊಂದಿಲ್ಲದಿರಬಹುದು.

ಅಂತಹ ಸಂದರ್ಭಗಳಲ್ಲಿ, ಶಿಕ್ಷಕರು ತಮ್ಮ ತರಗತಿಗಳು ಉತ್ತಮವಾಗಿ ಕಾರ್ಯನಿರ್ವಹಿಸಲು ಸಂವಹನದ ಪರಿಣಾಮಕಾರಿ ಚಾನಲ್ ಅನ್ನು ಕಂಡುಹಿಡಿಯಬೇಕು. ಈಗ, ಈ ಸಮಸ್ಯೆಗೆ ಒಂದೇ ಉತ್ತರವಿಲ್ಲ. ಶಿಕ್ಷಕರು ತಮ್ಮ ವಿದ್ಯಾರ್ಥಿಗಳ ವಯಸ್ಸನ್ನು ಅವಲಂಬಿಸಿ ವಿಭಿನ್ನ ತಂತ್ರಗಳನ್ನು ಬಳಸಬೇಕಾಗಬಹುದು. ವಿಶೇಷವಾಗಿ ಬಹು ಶ್ರೇಣಿಗಳನ್ನು ಕಲಿಸುವ ಶಿಕ್ಷಕರಿಗೆ, ಇದು ಸಮಯ ತೆಗೆದುಕೊಳ್ಳುವ ಕಾರ್ಯವಾಗಿದೆ.

ತರಗತಿಯಲ್ಲಿ ಸಂವಹನವನ್ನು ಸುಧಾರಿಸಲು ವ್ಯವಸ್ಥೆಯನ್ನು ಹುಡುಕುವುದು ಹೆಣಗಾಡುತ್ತಿರುವ ವಿದ್ಯಾರ್ಥಿಗಳಿಗೆ ಬೆಂಬಲವನ್ನು ಪಡೆಯಲು ಸಹಾಯ ಮಾಡುತ್ತದೆ, ಆದರೆ ಇದು ಶಿಕ್ಷಕರಿಗೆ ಅನೇಕ ವಿದ್ಯಾರ್ಥಿಗಳ ಅಗತ್ಯಗಳನ್ನು ಏಕಕಾಲದಲ್ಲಿ ನಿರ್ವಹಿಸಲು ಸಹಾಯ ಮಾಡುತ್ತದೆ. ಒಮ್ಮೆ ಶಿಕ್ಷಕರು ತಮ್ಮ ತರಗತಿಯಲ್ಲಿ ಮೌಖಿಕ ಸಿಗ್ನಲಿಂಗ್ ವ್ಯವಸ್ಥೆಯನ್ನು ಹೇಗೆ ಜಾರಿಗೆ ತಂದರು ಎಂಬುದನ್ನು ಕೆಳಗೆ ನೋಡಿ, ಅದು ವಿದ್ಯಾರ್ಥಿಗಳಿಗೆ ತರಗತಿಗೆ ಅಡ್ಡಿಯಾಗದಂತೆ ಅವರ ಅಗತ್ಯಗಳು ಮತ್ತು ಆಲೋಚನೆಗಳನ್ನು ವ್ಯಕ್ತಪಡಿಸಲು ಸಹಾಯ ಮಾಡುತ್ತದೆ.

3. ಕಲಿಕೆಯ ತಂತ್ರಜ್ಞಾನದೊಂದಿಗೆ ನವೀಕೃತವಾಗಿರಿ.

ಕಲಿಕೆಯ ತಂತ್ರಜ್ಞಾನ ನಿರಂತರವಾಗಿ ಬದಲಾಗುತ್ತಿದೆ. ಪ್ರತಿ ವರ್ಷ, ಕಲಿಕೆಯ ಪ್ರಕ್ರಿಯೆಯನ್ನು ಸುಧಾರಿಸಲು ಹೊಸ ಅಪ್ಲಿಕೇಶನ್‌ಗಳು, ವೆಬ್‌ಸೈಟ್‌ಗಳು ಮತ್ತು ಇತರ ತಂತ್ರಜ್ಞಾನ ಪರಿಕರಗಳನ್ನು ರಚಿಸಲಾಗಿದೆ. ಮತ್ತು ಇತ್ತೀಚಿನ ತಂತ್ರಜ್ಞಾನದೊಂದಿಗೆ ನಿರಂತರವಾಗಿ ನವೀಕೃತವಾಗಿರಲು ಶಿಕ್ಷಕರ ಮೇಲೆ ಸಾಕಷ್ಟು ಒತ್ತಡವಿದೆ. ಇತ್ತೀಚಿನ ಮತ್ತು ಅತ್ಯುತ್ತಮ ಸಾಧನಗಳು ಉತ್ತಮ ಗುಣಮಟ್ಟದ ಶಿಕ್ಷಣವನ್ನು ಒದಗಿಸುತ್ತವೆ ಎಂದು ಹೆಚ್ಚಿನವರು ನಂಬುತ್ತಾರೆ. ಆದರೆ ಪ್ರತಿ ಹೊಸ ತಂತ್ರಜ್ಞಾನವನ್ನು ಪರಿಚಯಿಸಿದಂತೆ ಕಾರ್ಯಗತಗೊಳಿಸಲು ಹಣಕಾಸಿನ ಕೊರತೆ, ಸಂಪನ್ಮೂಲಗಳು ಅಥವಾ ಸಮಯದ ಕೊರತೆ ಇರುತ್ತದೆ.

4. ಪೋಷಕರೊಂದಿಗೆ ಸಂವಹನ.

ಶಿಕ್ಷಕರಿಗೆ ಅತ್ಯಂತ ಸಾಮಾನ್ಯವಾದ ಮತ್ತು ಒತ್ತುವ ತರಗತಿಯ ಸವಾಲುಗಳೆಂದರೆ ಕೆಲವು ವಿದ್ಯಾರ್ಥಿಗಳು ತರಗತಿಯ ಹೊರಗೆ ಸಾಕಷ್ಟು ಬೆಂಬಲವನ್ನು ಪಡೆಯುತ್ತಿಲ್ಲ. ಶಿಕ್ಷಕರು ವಿದ್ಯಾರ್ಥಿಗಳು ಶಾಲೆಯಲ್ಲಿದ್ದಾಗ ಅವರೊಂದಿಗೆ

ಕೆಲಸ ಮಾಡಬಹುದಾದರೂ, ವಿದ್ಯಾರ್ಥಿಗಳಿಗೆ ಅವರ ಪೋಷಕರ ಬೆಂಬಲವೂ ಬೇಕಾಗುತ್ತದೆ. ಪೋಷಕರು ತಮ್ಮ ಮಕ್ಕಳ ಕಲಿಕೆಯಲ್ಲಿ ಸಕ್ರಿಯವಾಗಿ ಭಾಗವಹಿಸಿದಾಗ, ಆ ವಿದ್ಯಾರ್ಥಿ ಯಶಸ್ವಿಯಾಗುವ ಸಾಧ್ಯತೆ ಹೆಚ್ಚು.

ಈ ಸಮಸ್ಯೆಯ ವ್ಯಕ್ತಿಗತ ಸಂಬಂಧಗಳಿಗೂ ವಿಸ್ತರಿಸುತ್ತದೆ. ವಿದ್ಯಾರ್ಥಿಗಳು ತಮ್ಮ ಅಗತ್ಯದ ಸಮಯದಲ್ಲಿ ಶಿಕ್ಷಕರ ಕಡೆಗೆ ತಿರುಗಲು ಹಾಯಾಗಿರುತ್ತಾರೆ – ಅದು ಶೈಕ್ಷಣಿಕ ಬೆಂಬಲದ ಬದಲಿಗೆ ಅವರು ಹುಡುಕುತ್ತಿರುವ ಭಾವನಾತ್ಮಕ ಬೆಂಬಲವಾಗಿದೆ. ಆದಾಗ್ಯೂ, ಈ ಕ್ರಿಯಾತ್ಮಕತೆಯ ಶಿಕ್ಷಕರ ಮೇಲೆ ಹೆಚ್ಚಿನ ಒತ್ತಡವನ್ನು ಉಂಟುಮಾಡಬಹುದು. ಸಂಬಂಧವು ನ್ಯಾವಿಗೇಟ್ ಮಾಡಲು ಟ್ರಿಕಿ ಆಗಿರಬಹುದು ಮತ್ತು ಪ್ರತಿ ವಿದ್ಯಾರ್ಥಿಯೊಂದಿಗೆ ಪರಿಶೀಲಿಸಲು ಮತ್ತು ಮಾತನಾಡಲು ಶಿಕ್ಷಕರಿಗೆ ದಿನದಲ್ಲಿ ಸಾಕಷ್ಟು ಗಂಟೆಗಳು ಇರುವುದಿಲ್ಲ. ಯಶಸ್ಸಿನ ಉತ್ತಮ ಅವಕಾಶವನ್ನು ಹೊಂದಲು ವಿದ್ಯಾರ್ಥಿಗಳು ಶಾಲೆಯಲ್ಲಿ ಮತ್ತು ಮನೆಯಲ್ಲಿ ಸಂಪೂರ್ಣವಾಗಿ ಬೆಂಬಲಿಸಬೇಕು.

5. ಶಾಲಾ ಆಡಳಿತಾಧಿಕಾರಿಗಳಿಂದ ಒತ್ತಡ.

ಹೊಸ ಬೋಧನಾ ತಂತ್ರಗಳು ಮತ್ತು ವಿದ್ಯಾರ್ಥಿಗಳ ಕಲಿಕೆಯನ್ನು ಸುಧಾರಿಸುವ ವಿಧಾನಗಳೊಂದಿಗೆ ಬರಲು ಶಿಕ್ಷಕರು ತಮ್ಮ ಶಾಲಾ ನಿರ್ವಾಹಕರಿಂದ ಹೆಚ್ಚಿನ ಒತ್ತಡಕ್ಕೆ ಒಳಗಾಗುತ್ತಾರೆ. ಕಾರ್ಯಕ್ಷಮತೆ ಮತ್ತು ಪರೀಕ್ಷಾ ಅಂಕಗಳಿಗೆ ಬಂದಾಗ ಶಾಲಾ ನಿರ್ವಾಹಕರು ಇತರ ಶಾಲಾ ಜಿಲ್ಲೆಗಳೊಂದಿಗೆ ಸ್ಪರ್ಧಾತ್ಮಕವಾಗಿ ಉಳಿಯಲು ಬಯಸುತ್ತಾರೆ. ಆದಾಗ್ಯೂ, ಶಿಕ್ಷಕರು ವಾಸ್ತವವಾಗಿ ತರಗತಿಯಲ್ಲಿ ಇರುವವರು, ಈ ಫಲಿತಾಂಶಗಳನ್ನು ಸಾಧಿಸಲು ಅಗತ್ಯವಾದ ಕೌಶಲ್ಯಗಳನ್ನು ವಿದ್ಯಾರ್ಥಿಗಳಿಗೆ ಕಲಿಸುತ್ತಾರೆ.

ವಿದ್ಯಾರ್ಥಿಗಳ ಸಾಧನೆ, ಬೆಳವಣಿಗೆಯ ಸೂಚಕಗಳು, ವೃತ್ತಿಪರ ಅಭಿವೃದ್ಧಿ ಮತ್ತು ಶಿಸ್ತಿಗೆ ಶಿಕ್ಷಕರನ್ನು ಪ್ರತ್ಯೇಕವಾಗಿ ಜವಾಬ್ದಾರರಾಗಿ ನೋಡಲಾಗುತ್ತದೆ. ಶಿಕ್ಷಕರ ತಟ್ಟೆಯಲ್ಲಿ ತುಂಬಾ ಇರುವಾಗ, ಬೆಂಬಲಿತ ಶಾಲಾ ಆಡಳಿತವು ಅವರ ಯಶಸ್ಸು ಮತ್ತು ವಿದ್ಯಾರ್ಥಿಗಳ ಯಶಸ್ಸು ಎರಡಕ್ಕೂ ಒಂದು ವ್ಯತ್ಯಾಸದ ಪ್ರಪಂಚವನ್ನು ಮಾಡಬಹುದು.

6. ಪಠ್ಯಕ್ರಮಕ್ಕೆ ಸರಿಹೊಂದುವ ಆಕರ್ಷಕ ಪಾಠ ಯೋಜನೆಗಳನ್ನು ರಚಿಸುವುದು

ರಾಜ್ಯದ ಪಠ್ಯಕ್ರಮದ ಪಠ್ಯಕ್ರಮದೊಂದಿಗೆ ಹೊಂದಾಣಿಕೆಯಾಗುವ ಆಕರ್ಷಕ ಪಾಠ ಯೋಜನೆಗಳನ್ನು ರಚಿಸುವುದು ಒಂದು ದೊಡ್ಡ ಕಾರ್ಯವಾಗಿದೆ. ಮತ್ತು ಕೇವಲ ತೊಡಗಿಸಿಕೊಳ್ಳುವುದನ್ನು ಮೀರಿ, ಸಮಯದ ನಿರ್ಬಂಧಗಳು ಸಹ ಸಮಸ್ಯೆಯಾಗಿರಬಹುದು. ಅಂಟಿಕೊಳ್ಳಲು ಪಠ್ಯಕ್ರಮ ಮತ್ತು ಕೋರ್ಸ್ ವೇಳಾಪಟ್ಟಿ ಇದ್ದರೂ, ವಿದ್ಯಾರ್ಥಿಗಳಿಗೆ ವಿಷಯವನ್ನು ಸಂಪೂರ್ಣವಾಗಿ ಗ್ರಹಿಸಲು ಹೆಚ್ಚುವರಿ ಸಮಯ ಬೇಕಾಗುತ್ತದೆ.

ಆಗಾಗ್ಗೆ, ರಾಜ್ಯವು ಶಾಲಾ ವರ್ಷಕ್ಕೆ ವಿವರವಾದ ಪಠ್ಯಕ್ರಮವನ್ನು ರೂಪಿಸುತ್ತದೆ, ನಿರ್ದಿಷ್ಟ ವರ್ಷದಲ್ಲಿ ಒಳಗೊಂಡಿರುವ ಎಲ್ಲಾ ವಿಷಯಗಳಿಗೆ ಜಾಮ್–ಪ್ಯಾಕ್ಡ್ ವೇಳಾಪಟ್ಟಿಯನ್ನು ನೀಡುತ್ತದೆ. ತರಗತಿಯಲ್ಲಿ ತಮ್ಮ ಸಮಯವನ್ನು, ಗರಿಷ್ಠಗೊಳಿಸಲು ಶಿಕ್ಷಕರು ಸಮಸ್ಯೆ–ಪರಿಹರಿಸುವ ಕೌಶಲ್ಯಗಳ ಮೇಲೆ ಹೆಚ್ಚು ಅವಲಂಬಿತರಾಗಬೇಕು. ಹೆಚ್ಚುವರಿಯಾಗಿ, ದೊಡ್ಡ ವರ್ಗ ಗಾತ್ರಗಳೊಂದಿಗೆ, ಪ್ರತಿ ವಿದ್ಯಾರ್ಥಿಯು ಪಾಠವನ್ನು ಸಂಪೂರ್ಣವಾಗಿ ಅರ್ಥಮಾಡಿಕೊಳ್ಳಲು ಅಗತ್ಯವಿರುವ ಬೆಂಬಲವನ್ನು ಪಡೆಯುತ್ತಿದ್ದಾರೆ ಎಂದು ಖಚಿತಪಡಿಸಿಕೊಳ್ಳುವುದು ಕಷ್ಟಕರವಾಗಿರುತ್ತದೆ. ಶಿಕ್ಷಕರು ತಮ್ಮ ಎಲ್ಲಾ ವಿದ್ಯಾರ್ಥಿಗಳೊಂದಿಗೆ ಅನುರಣಿಸದ ಉತ್ತಮ ಪಾಠ ಯೋಜನೆಯನ್ನು ರಚಿಸಲು ನಂಬಲಾಗದಷ್ಟು ಶ್ರಮಿಸಬಹುದು.

ಶಿಕ್ಷಕರ ತರಬೇತಿಯಲ್ಲಿನ ಸವಾಲುಗಳು ಮತ್ತು ಅವಕಾಶಗಳು

ಶಿಕ್ಷಕರ ಶಿಕ್ಷಣ ಕ್ಷೇತ್ರದಲ್ಲಿ NEP 2020 ರ ಪರಿಣಾಮಕಾರಿ ಅನುಷ್ಠಾನವು ಗಮನಾರ್ಹ ಸವಾಲುಗಳು ಮತ್ತು ಭರವಸೆಯ ಅವಕಾಶಗಳನ್ನು ಒದಗಿಸುತ್ತದೆ. ಈ ವಿಭಾಗದಲ್ಲಿ, ನಾವು ಈ ಅಂಶಗಳನ್ನು ವಿವರವಾಗಿ ಅನ್ವೇಷಿಸುತ್ತೇವೆ. ಪಠ್ಯಕ್ರಮಕ್ಕೆ ಸರಿಹೊಂದುವ ಆಕರ್ಷಕ ಪಾಠ ಯೋಜನೆಗಳನ್ನು ರಚಿಸುವುದು.

ಶಿಕ್ಷಕರ ತರಬೇತಿ ಸಂಸ್ಥೆಗಳಲ್ಲಿನ ಸವಾಲುಗಳು

1.   ಅಸಮರ್ಪಕ ಮೂಲಸೌಕರ್ಯ ಮತ್ತು ಸಂಪನ್ಮೂಲಗಳು

ಅನೇಕ ಶಿಕ್ಷಕರ ತರಬೇತಿ ಸಂಸ್ಥೆಗಳು, ವಿಶೇಷವಾಗಿ ಗ್ರಾಮೀಣ ಪ್ರದೇಶಗಳಲ್ಲಿ, ಆಧುನಿಕ, ಉತ್ತಮ–ಗುಣಮಟ್ಟದ ಶಿಕ್ಷಣವನ್ನು ನೀಡಲು ಅಗತ್ಯವಾದ ಮೂಲಸೌಕರ್ಯಗಳ ಕೊರತೆಯಿದೆ. ಇದು ಡಿಜಿಟಲ್ ತಂತ್ರಜ್ಞಾನ, ಸುಸಜ್ಜಿತ ತರಗತಿ ಕೊಠಡಿಗಳು ಮತ್ತು ಅನುಭವಿ ಅಧ್ಯಾಪಕರಿಗೆ ಪ್ರವೇಶವನ್ನು ಒಳಗೊಂಡಿದೆ. ಈ ಸಂಪನ್ಮೂಲಗಳಿಲ್ಲದೆ, NEP 2020ರ ನಿಬಂಧನೆಗಳನ್ನು ದೊಡ್ಡ ಪ್ರಮಾಣದಲ್ಲಿ ಕಾರ್ಯಗತಗೊಳಿಸುವುದು ಕಷ್ಟಕರವಾಗುತ್ತದೆ.

2.   ಬದಲಾವಣೆಗೆ ಪ್ರತಿರೋಧ

ಸುಧಾರಣೆಗೆ ಪ್ರತಿರೋಧವು ಶಿಕ್ಷಣ ಸಂಸ್ಥೆಗಳಲ್ಲಿ ಸಾಮಾನ್ಯವಾಗಿದೆ, ವಿಶೇಷವಾಗಿ ದೀರ್ಘಕಾಲದ ಅಭ್ಯಾಸಗಳು ಮತ್ತು ವ್ಯವಸ್ಥೆಗಳಿಗೆ ಸವಾಲು ಎದುರಾದಾಗ. ಅಧ್ಯಾಪಕರು, ನಿರ್ವಾಹಕರು ಮತ್ತು ನೀತಿ ನಿರೂಪಕರು ಹೊಸ ವಿಧಾನಗಳನ್ನು ಅಳವಡಿಸಿಕೊಳ್ಳಲು ಅಥವಾ ತಂತ್ರಜ್ಞಾನವನ್ನು ತಮ್ಮ ಪಠ್ಯಕ್ರಮದಲ್ಲಿ ಸಂಯೋಜಿಸಲು ಹಿಂಜರಿಯಬಹುದು. ಈ ಜಡತ್ವವು ಸುಧಾರಣೆಯ ವೇಗವನ್ನು ನಿಧಾನಗೊಳಿಸುತ್ತದೆ ಮತ್ತು NEP 2020 ರ ಪರಿವರ್ತಕ ಸಾಮರ್ಥ್ಯಕ್ಕೆ ಅಡ್ಡಿಯಾಗಬಹುದು. ಇದನ್ನು ಪರಿಹರಿಸಲು ಬಲವಾದ ನಾಯಕತ್ವ, ಪರಿಣಾಮಕಾರಿ ಸಂವಹನ ಮತ್ತು ಬದಲಾವಣೆಗೆ ಸ್ಪಷ್ಟವಾದ ದೃಷ್ಟಿಯ ಅಗತ್ಯವಿರುತ್ತದೆ.

3.   ಸಾಮರ್ಥ್ಯ ನಿರ್ಮಾಣ:

NEP 2020ರ ಶಿಫಾರಸುಗಳನ್ನು ಪರಿಣಾಮಕಾರಿಯಾಗಿ ಅನುಷ್ಠಾನಗೊಳಿಸುವ ಸಾಮರ್ಥ್ಯವನ್ನು ಸಂಸ್ಥೆಗಳು ಅಭಿವೃದ್ಧಿಪಡಿಸಬೇಕಾಗಿದೆ. ಇದು ಅಧ್ಯಾಪಕರ ಅಭಿವೃದ್ಧಿ ಕಾರ್ಯಕ್ರಮಗಳಲ್ಲಿ ಹೂಡಿಕೆ ಮಾಡುವುದು, ಕೈಗಾರಿಕೆಗಳೊಂದಿಗೆ ಸಹಭಾಗಿತ್ವವನ್ನು ರೂಪಿಸುವುದು ಮತ್ತು ವೈವಿಧ್ಯಮಯ ಕಲಿಕೆಯ ಅನುಭವಗಳನ್ನು ನೀಡಲು ತಂತ್ರಜ್ಞಾನ–ಸಕ್ರಿಯಗೊಳಿಸಿದ ಕಲಿಕಾ ವೇದಿಕೆಗಳನ್ನು ನಿಯಂತ್ರಿಸುವುದನ್ನು ಒಳಗೊಂಡಿರುತ್ತದೆ. ಇದಲ್ಲದೆ, NEP 2020ರ ಉದ್ದೇಶಗಳಿಗೆ ಅನುಗುಣವಾಗಿ ಭವಿಷ್ಯದ ಶಿಕ್ಷಕರಿಗೆ ತರಬೇತಿ ನೀಡಲು ಶಿಕ್ಷಕ ಶಿಕ್ಷಕರ ಸಾಮರ್ಥ್ಯವನ್ನು ನಿರ್ಮಿಸುವುದು ನಿರ್ಣಾಯಕವಾಗಿದೆ.

4. ಶಿಕ್ಷಕರ ತಯಾರಿ ಕಾರ್ಯಕ್ರಮಗಳು

ಹೆಚ್ಚು ಕ್ರಿಯಾತ್ಮಕ, ಅಂತರಶಿಸ್ತೀಯ ಮತ್ತು ತಂತ್ರಜ್ಞಾನ–ಚಾಲಿತ ಶಿಕ್ಷಣ ವ್ಯವಸ್ಥೆಯ ಬೇಡಿಕೆಗಳನ್ನು ಪೂರೈಸಲು ಶಿಕ್ಷಕರ ತಯಾರಿ ಕಾರ್ಯಕ್ರಮಗಳನ್ನು ಪರಿಷ್ಕರಿಸುವುದು ಅತ್ಯಂತ ನಿರ್ಣಾಯಕ ಸವಾಲುಗಳಲ್ಲಿ ಒಂದಾಗಿದೆ. ಸೈದ್ಧಾಂತಿಕ ಕಲಿಕೆಯ ಮೇಲಿನ ಸಾಂಪ್ರದಾಯಿಕ ಗಮನವನ್ನು 21 ನೇ ಶತಮಾನದ ಕಲಿಯುವವರ ನೈಜ–ಪ್ರಪಂಚದ ಅಗತ್ಯಗಳನ್ನು ಪ್ರತಿಬಿಂಬಿಸುವ ಪ್ರಾಯೋಗಿಕ, ಪ್ರಾಯೋಗಿಕ ಅನುಭವಗಳ ಮೇಲೆ ಒತ್ತು ನೀಡಬೇಕು.

ಶಿಕ್ಷಕರ ತರಬೇತಿಯಲ್ಲಿ ಅವಕಾಶಗಳು

1. ಸಹಯೋಗದ ನಾವೀನ್ಯತೆ

NEP 2020 ಶಿಕ್ಷಕರ ತರಬೇತಿ ಸಂಸ್ಥೆಗಳು, ವಿಶ್ವವಿದ್ಯಾಲಯಗಳು, ಶಾಲೆಗಳು ಮತ್ತು ಕೈಗಾರಿಕೆಗಳ ನಡುವಿನ ಸಹಯೋಗವನ್ನು ಪ್ರೋತ್ಸಾಹಿಸುತ್ತದೆ. ಇದು ಸಂಪನ್ಮೂಲಗಳನ್ನು ಹಂಚಿಕೊಳ್ಳಲು, ಉತ್ತಮ ಅಭ್ಯಾಸಗಳನ್ನು ವಿನಿಮಯ ಮಾಡಿಕೊಳ್ಳಲು ಮತ್ತು ಹೆಚ್ಚು ಅಂತಸರ್ಗಪರ್ಕಿತ ಶಿಕ್ಷಣ ಪರಿಸರ ವ್ಯವಸ್ಥೆಯನ್ನು ರಚಿಸಲು

ಅವಕಾಶವನ್ನು ಒದಗಿಸುತ್ತದೆ. ಅಂತಹ ಪಾಲುದಾರಿಕೆಗಳು ವೈವಿಧ್ಯಮಯ ದೃಷ್ಟಿಕೋನಗಳು, ಅತ್ಯಾಧುನಿಕ ಸಂಶೋಧನೆ ಮತ್ತು ಬೋಧನಾ ವಿಧಾನಗಳ ಪ್ರಾಯೋಗಿಕ ಅನ್ವಯಗಳಿಗೆ ಪ್ರವೇಶವನ್ನು ಒದಗಿಸುವ ಮೂಲಕ ಶಿಕ್ಷಕರ ತರಬೇತಿಯ ಗುಣಮಟ್ಟವನ್ನು ಹೆಚ್ಚಿಸಬಹುದು.

2. ನಿರಂತರ ವೃತ್ತಿಪರ ಅಭಿವೃದ್ಧಿ

ನಡೆಯುತ್ತಿರುವ ವೃತ್ತಿಪರ ಅಭಿವೃದ್ಧಿಯು NEP 2020ರ ಮೂಲಾಧಾರವಾಗಿದೆ, ಶಿಕ್ಷಕರ ತರಬೇತಿ ಸಂಸ್ಥೆಗಳು ತಮ್ಮ ವೃತ್ತಿ ಜೀವನದುದ್ದಕ್ಕೂ ಶಿಕ್ಷಕರನ್ನು ಹೇಗೆ ಬೆಂಬಲಿಸುತ್ತಾರೆ ಎಂಬುದರ ಕುರಿತು ಹೊಸತನವನ್ನು ಕಂಡುಕೊಳ್ಳುವ ಅವಕಾಶವನ್ನು ನೀಡುತ್ತದೆ. ಸಂಸ್ಥೆಗಳು ತಮ್ಮ ವೃತ್ತಿಜೀವನದ ವಿವಿಧ ಹಂತಗಳಲ್ಲಿ ಶಿಕ್ಷಕರ ನಿರ್ದಿಷ್ಟ ಅಗತ್ಯಗಳನ್ನು ತಿಳಿಸುವ ಕಸ್ಟಮೈಸ್ ಮಾಡಿದ ವೃತ್ತಿಪರ ಅಭಿವೃದ್ಧಿ ಕಾರ್ಯಕ್ರಮಗಳನ್ನು ರಚಿಸಬಹುದು. ಇದು ಹೊಸ ಶಿಕ್ಷಣ ತಂತ್ರಗಳು, ತಂತ್ರಜ್ಞಾನ ಏಕೀಕರಣ ಮತ್ತು ತರಗತಿಯ ನಿರ್ವಹಣಾ ತಂತ್ರಗಳ ಕುರಿತು ಕಾರ್ಯಾಗಾರಗಳನ್ನು ಒಳಗೊಂಡಿರಬಹುದು.

3. ಗುಣಮಟ್ಟದ ಭರವಸೆ ಕಾರ್ಯವಿಧಾನಗಳು

NEP 2020 ಶಿಕ್ಷಕರ ಶಿಕ್ಷಣದಲ್ಲಿ ಗುಣಮಟ್ಟದ ಭರವಸೆಗಾಗಿ ಹೊಸ ಕಾರ್ಯವಿಧಾನಗಳನ್ನು ಪರಿಚಯಿಸುತ್ತದೆ. ಇವುಗಳಲ್ಲಿ ಮಾನ್ಯತೆ ವ್ಯವಸ್ಥೆಗಳು, ಪೀರ್ ವಿಮರ್ಶೆಗಳು ಮತ್ತು ಸಂಸ್ಥೆಗಳು ತಮ್ಮ ಕಾರ್ಯಕ್ರಮಗಳನ್ನು ನಿರಂತರವಾಗಿ ಸುಧಾರಿಸಲು ಅನುಮತಿಸುವ ನಿಯಮಿತ ಮೌಲ್ಯಮಾಪನಗಳು ಸೇರಿವೆ. ಈ ಕಾರ್ಯವಿಧಾನಗಳನ್ನು ಅಳವಡಿಸಿಕೊಳ್ಳುವ ಸಂಸ್ಥೆಗಳು ತಮ್ಮ ಗುಣಮಟ್ಟವನ್ನು ಹೆಚ್ಚಿಸಲು ಮತ್ತು ಶಿಕ್ಷಕರ ಶಿಕ್ಷಣ ಕ್ಷೇತ್ರದಲ್ಲಿ ತಮ್ಮನ್ನು ತಾವು ನಾಯಕರಾಗಿ ಸ್ಥಾಪಿಸಲು ಅವಕಾಶವನ್ನು ಹೊಂದಿರುತ್ತವೆ.

ಉದ್ದೇಶಗಳಿಗಾಗಿ ಸಮರ್ಥನೆ

1. NEP 2020ರ ಶಿಕ್ಷಕರ ಶಿಕ್ಷಣದ ಮೇಲೆ ಗಮನ

NEP 2020 ಶಿಕ್ಷಕರ ವೃತ್ತಿಪರ ಅಭಿವೃದ್ಧಿಯನ್ನು ಮುಂದುವರೆಸುವಲ್ಲಿ ತಂತ್ರಜ್ಞಾನದ ಪಾತ್ರದ ಮೇಲೆ ಬಲವಾದ ಒತ್ತು ನೀಡುತ್ತದೆ. ಆನ್‌ಲೈನ್ ಪ್ಲಾಟ್‌ಫಾರ್ಮ್‌ಗಳನ್ನು ಬಳಸಿಕೊಳ್ಳುವ ಮೂಲಕ, ಶಿಕ್ಷಕರು ಪ್ರಪಂಚದಾದ್ಯಂತ ತಮ್ಮ ಗೆಳೆಯರೊಂದಿಗೆ ಸಹಕರಿಸಬಹುದು, ಒಳನೋಟಗಳನ್ನು ಪಡೆಯಬಹುದು ಮತ್ತು ನವೀನ ಬೋಧನಾ ತಂತ್ರಗಳನ್ನು ವಿನಿಮಯ ಮಾಡಿಕೊಳ್ಳಬಹುದು. ವೈವಿಧ್ಯಮಯ ವಿದ್ಯಾರ್ಥಿ ಜನಸಂಖ್ಯೆಗೆ ಹೊಂದಿಕೊಳ್ಳಲು ಮತ್ತು ಶೈಕ್ಷಣಿಕ ಅಗತ್ಯಗಳನ್ನು ಅಭಿವೃದ್ಧಿಪಡಿಸಲು ಇದು ನಿರ್ಣಾಯಕವಾಗಿದೆ.

2. ಶಿಕ್ಷಕರ ಶಿಕ್ಷಣದ ಗುಣಮಟ್ಟದ ಮೇಲೆ ಪರಿಣಾಮ

NEP 2020 ನಾಲ್ಕು ವರ್ಷಗಳ ಸಂಯೋಜಿತ B.Ed ನ ಕನಿಷ್ಠ ಅರ್ಹತೆಯ ಅವಶ್ಯಕತೆಗಳನ್ನು ಪರಿಚಯಿಸುವ ಮೂಲಕ ಶಿಕ್ಷಕರ ಶಿಕ್ಷಣದ ಗುಣಮಟ್ಟವನ್ನು ಹೆಚ್ಚಿಸುವ ಗುರಿಯನ್ನು ಹೊಂದಿದೆ. 2030 ರ ಹೊತ್ತಿಗೆ ಪದವಿ. ಈ ಸುಧಾರಣೆಯು ಶಿಕ್ಷಕರ ತಯಾರಿಯನ್ನು ಸುಧಾರಿಸಲು ಪ್ರಯತ್ನಿಸುತ್ತದೆ, ಅವರು ಆಧುನಿಕ ತರಗತಿ ಕೊಠಡಿಗಳು ಮತ್ತು ವೈವಿಧ್ಯಮಯ ಕಲಿಕೆಯ ಪರಿಸರದ ಬೇಡಿಕೆಗಳನ್ನು ಪೂರೈಸಲು ಸುಸಜ್ಜಿತರಾಗಿದ್ದಾರೆ ಎಂದು ಖಚಿತಪಡಿಸುತ್ತದೆ.

3. ಸವಾಲುಗಳನ್ನು ಪರಿಹರಿಸುವುದು ಮತ್ತು ಅವಕಾಶಗಳ ಮೇಲೆ ಬಂಡವಾಳ ಹೂಡುವುದು

ಹೆಚ್ಚು ತೊಡಗಿಸಿಕೊಳ್ಳುವ ಮತ್ತು ಪರಿಣಾಮಕಾರಿ ಕಲಿಕೆಯ ವಾತಾವರಣವನ್ನು ಸೃಷ್ಟಿಸಲು ಶಿಕ್ಷಕರು ತಮ್ಮ ವಿದ್ಯಾರ್ಥಿಗಳ ವಿಶಿಷ್ಟ ಅಗತ್ಯಗಳು, ಸಾಮರ್ಥ್ಯಗಳು ಮತ್ತು ದೌರ್ಬಲ್ಯಗಳನ್ನು ಅರ್ಥಮಾಡಿಕೊಳ್ಳಬೇಕು. ಈ ಗುರಿಯನ್ನು ಸಾಧಿಸಲು ಶಿಕ್ಷಕರ ತರಬೇತಿ ಕಾರ್ಯಕ್ರಮಗಳು ಉನ್ನತ ಗುಣಮಟ್ಟದ ವಿಷಯವನ್ನು ಆಧುನಿಕ ಶಿಕ್ಷಣ ವಿಧಾನಗಳೊಂದಿಗೆ ಸಂಯೋಜಿಸಬೇಕು ಎಂದು ಒ‍ಇಕ 2020 ಗುರುತಿಸುತ್ತದೆ. ಇದಲ್ಲದೆ, ಬದಲಾವಣೆಗೆ ಪ್ರತಿರೋಧವನ್ನು ನಿವಾರಿಸುವುದು ಮತ್ತು ಸಂಪನ್ಮೂಲ ಮಿತಿಗಳನ್ನು ಪರಿಹರಿಸುವುದು ಯಶಸ್ಸಿಗೆ ನಿರ್ಣಾಯಕವಾಗಿದೆ.

4. ವೃತ್ತಿಪರ ಅಭಿವೃದ್ಧಿಯನ್ನು ಹೆಚ್ಚಿಸುವುದು

ವೃತ್ತಿಪರ ಅಭಿವೃದ್ಧಿ ಕಾರ್ಯಕ್ರಮಗಳ ಮೂಲಕ ನಿರಂತರ ಕಲಿಕೆಯಲ್ಲಿ ತೊಡಗಿಸಿಕೊಳ್ಳಲು ಶಿಕ್ಷಕರನ್ನು ಪ್ರೋತ್ಸಾಹಿಸಬೇಕು. 21 ನೇ ಶತಮಾನದ ತರಗತಿಯಲ್ಲಿ ಅಭಿವೃದ್ಧಿ ಹೊಂದಲು ಶಿಕ್ಷಕರನ್ನು ತಯಾರಿಸಲು ಸಹಕಾರಿ ಕಲಿಕೆ, ಸೂಚನಾ ತಂತ್ರಜ್ಞಾನ ತರಬೇತಿ ಮತ್ತು ಬಲವಾದ ತರಗತಿ ನಿರ್ವಹಣಾ ಅಭ್ಯಾಸಗಳ ಅಭಿವೃದ್ಧಿಗೆ ಅವಕಾಶಗಳನ್ನು ನೀಡುವುದು ಅತ್ಯಗತ್ಯವಾಗಿರುತ್ತದೆ.

ಉಪಸಂಹಾರ

ರಾಷ್ಟ್ರೀಯ ಶಿಕ್ಷಣ ನೀತಿ 2020 ಭಾರತದ ಶಿಕ್ಷಣ ವ್ಯವಸ್ಥೆಯಲ್ಲಿ, ವಿಶೇಷವಾಗಿ ಶಿಕ್ಷಕರ ಶಿಕ್ಷಣಕ್ಕೆ ಸಂಬಂಧಿಸಿದಂತೆ ಮಹತ್ತದ ಮೈಲಿಗಲ್ಲನ್ನು ಪ್ರತಿನಿಧಿಸುತ್ತದೆ. ನೀತಿಯು ಅದ್ಭುತವಾದ ಸುಧಾರಣೆಗಳನ್ನು ಪರಿಚಯಿಸುತ್ತದೆ, ಅದರ ಯಶಸ್ಸು ಸಂಪನ್ಮೂಲ ಮಿತಿಗಳು, ಬದಲಾವಣೆಗೆ ಪ್ರತಿರೋಧ ಮತ್ತು ಸಾಂಸ್ಥಿಕ ಸಾಮರ್ಥ್ಯದ ನಿರ್ಮಾಣದ ಅಗತ್ಯತೆ ಸೇರಿದಂತೆ ವಿವಿಧ ಸವಾಲುಗಳನ್ನು ಜಯಿಸುವುದರ ಮೇಲೆ ಅವಲಂಬಿತವಾಗಿರುತ್ತದೆ. ಅದೇನೇ ಇದ್ದರೂ, NEP 2020 ಪ್ರಸ್ತುತಪಡಿಸಿದ ಅವಕಾಶಗಳು–ಸಹಕಾರಿ ನಾವೀನ್ಯತೆ, ನಿರಂತರ ವೃತ್ತಿಪರ ಅಭಿವೃದ್ಧಿ ಮತ್ತು ವರ್ಧಿತ ಗುಣಮಟ್ಟದ ಭರವಸೆ ಕಾರ್ಯವಿಧಾನಗಳನ್ನು ಒಳಗೊಂಡಂತೆ–ಹೆಚ್ಚು ಅಂತರ್ಗತ ಮತ್ತು ಭವಿಷ್ಯಕ್ಕೆ–ಸಿದ್ಧ ಶಿಕ್ಷಕರ ಶಿಕ್ಷಣ ವ್ಯವಸ್ಥೆಯ ಕಡೆಗೆ ಮಾರ್ಗವನ್ನು ನೀಡುತ್ತದೆ. ಪರಿಣಾಮಕಾರಿ ಅನುಷ್ಠಾನದೊಂದಿಗೆ, NEP 2020 ಭಾರತದಲ್ಲಿ ಶಿಕ್ಷಕರ ಶಿಕ್ಷಣವನ್ನು ಉನ್ನತೀಕರಿಸುವ ಸಾಮರ್ಥ್ಯವನ್ನು ಹೊಂದಿದೆ, ವಿದ್ಯಾರ್ಥಿಗಳಿಗೆ ಸಮಗ್ರ, ಸಾಂಸ್ಕೃತಿಕವಾಗಿ ತಳಹದಿಯ ಕಲಿಕೆಯ ಅನುಭವಗಳನ್ನು ಪೋಷಿಸುವಾಗ ಅದನ್ನು ಜಾಗತಿಕ ಮಾನದಂಡಗಳೊಂದಿಗೆ ಹೊಂದಿಸುತ್ತದೆ.

✍ – ಡಾ. ವೀರೇಂದ್ರ ಕುಮಾರ್ ವಾಲಿ ಎಸ್
ಸಹಾಯಕ ಪ್ರಾಧ್ಯಾಪಕರು

87ನೇ ಅಖಿಲ ಭಾರತ ಕನ್ನಡ ಸಾಹಿತ್ಯ ಸಮ್ಮೇಳನದ ಅಧ್ಯಕ್ಷರಾದ
ಗೊ. ರು. ಚನ್ನಬಸಪ್ಪನವರ ಜೀವನ ಮತ್ತು ಸಾಧನೆ

ಜನಪದ ತಜ್ಞರು, ವಿದ್ವಾಂಸರು ಹಾಗೂ ಹಿರಿಯ ಸಾಹಿತಿಗಳಾದ ಗೊ.ರು. ಚನ್ನಬಸಪ್ಪನವರ ಜೀವನ :

ಜಾನಪದ ಸಾಹಿತಿಯಾಗಿ ಸಂಘಟಕರೂ ಸಾರ್ವಜನಿಕ ಸೇವಾಗ್ರೇಸರರೂ ಆಗಿರುವ ಗೊ.ರು. ಚನ್ನಬಸಪ್ಪ ಅವರು ಚಿಕ್ಕಮಗಳೂರು ಜಿಲ್ಲೆ ತರೀಕೆರೆ ತಾಲ್ಲೂಕಿನ ಗೊಂಡೇದಹಳ್ಳಿಯಲ್ಲಿ ರುದ್ರಪ್ಪಗೌಡರು–ಅಕ್ಕಮ್ಮ ದಂಪತಿಗಳಿಗೆ ಪುತ್ರರಾಗಿ 18–5–1930ರಲ್ಲಿ ಹುಟ್ಟಿದರು. ವಿದ್ಯಾರ್ಥಿಯಾಗಿದ್ದಾಗಲೇ ಸ್ವಾತಂತ್ರ್ಯ ಹೋರಾಟಕ್ಕೆ ಧುಮುಕಿದ ಇವರು 18ನೇ ವಯಸ್ಸಿನಲ್ಲೇ ಸರ್ಕಾರಿ ಶಾಲೆಯಲ್ಲಿ ಶಿಕ್ಷಕರಾಗಿ ವೃತ್ತಿಗೆ ಸೇರಿದರು. ಸರ್ಕಾರಿ ಸೇವೆಯ ಜತೆಜತೆಗೆ ವಿವಿಧ ಸಂಘಸಂಸ್ಥೆಗಳಿಗಾಗಿ ದುಡಿದರು. ಗಾಂಧೀಗ್ರಾಮದಲ್ಲಿ ಸಮಾಜ ಶಿಕ್ಷಣವನ್ನು ಪಡೆದ ಗೊರುಚ ಅವರು ಭೂದಾನ ಚಳವಳಿ, ವಯಸ್ಕರ ಶಿಕ್ಷಣ, ಸೇವಾದಳಗಳಲ್ಲಿ ಕೆಲಸ ಮಾಡಿದ್ದಾರೆ. ಭಾರತ್ ಸ್ಕೌಟ್ಸ್ ಮತ್ತು ಗೈಡ್ಸ್‌ಗಳಿಗೆ ಹೆಡ್‌ಕ್ವಾರ್ಟರ್ಸ್ ಕಮೀಷನರ್ ಆಗಿ ದುಡಿದಿರುವ ಇವರು ಅಖಿಲ ಭಾರತ ಶರಣ ಸಾಹಿತ್ಯ ಪರಿಷತ್ತಿನ ಅಧ್ಯಕ್ಷರಾಗಿ ದೀರ್ಘಕಾಲ ಸೇವೆ ಸಲ್ಲಿಸಿದ ಹೆಗ್ಗಳಿಕೆ ಇವರದು.

ಪತ್ರಿಕಾವೃತ್ತಿ ಬಲ್ಲ ಇವರು 'ಜಾನಪದ ಜಗತ್ತು', 'ಪಂಚಾಯತ್ ರಾಜ್ಯ', 'ಕನ್ನಡ ಸಾಹಿತ್ಯ ಪರಿಷತ್ತ್ರಿಕೆ' ಮೊದಲಾದ ಪತ್ರಿಕೆಗಳಿಗೆ ಸಂಪಾದಕರಾಗಿ ವಿಶೇಷ ಸೇವೆ ಸಲ್ಲಿಸಿದ್ದಾರೆ. 1992 ರಿಂದ 1995ರವರೆಗೆ ಕನ್ನಡ ಸಾಹಿತ್ಯ ಪರಿಷತ್ತಿನ 18ನೇ ಅಧ್ಯಕ್ಷರಾಗಿ ಅಪಾರ ಸೇವೆ ಸಲ್ಲಿಸಿದ್ದಾರೆ. ಕೊಪ್ಪಳ (1993), ಮಂಡ್ಯ (1994), ಮುಧೋಳಗಳಲ್ಲಿ (1995) 62, 63, 64ನೇ ಕನ್ನಡ ಸಾಹಿತ್ಯ ಸಮ್ಮೇಳನಗಳನ್ನು ಯಶಸ್ವಿಯಾಗಿ ನಡೆಸಿದ ಇವರು ಮಂಡ್ಯದಲ್ಲಿ ನಡೆದ 87ನೇ ಕನ್ನಡ ಸಾಹಿತ್ಯ ಸಮ್ಮೇಳನ ಅಧ್ಯಕ್ಷರಾಗಿದ್ದಾರೆ. ಇವರ ಅವಧಿಯಲ್ಲಿ ಅನೇಕ ಮೌಲಿಕ ಗ್ರಂಥಗಳನ್ನು ಪ್ರಕಟಿಸಿದ್ದಾರೆ.

ಅನೇಕ ಸಾಹಿತ್ಯ ಕೃತಿಗಳನ್ನು ರಚಿಸಿರುವ ಇವರ ಕೆಲವು ಕೃತಿಗಳು ಹೀಗಿವೆ :

ಮಹಾದೇವಿ, ಸದಾಶಿವ ಶಿವಾಚಾರ್ಯ, ಕರ್ನಾಟಕ ಪ್ರಗತಿಪಥ, ಚೆಲುವಾಂಬಿಕೆ, ಕುನಾಲ, ಸಾಕ್ಷಿ ಕಲ್ಲು, ಬೆಳ್ಳಕ್ಕಿ ಹಿಂಡು ಬೆದರ್ಯಾವೊ, ಬಾಗೂರು ನಾಗಮ್ಮ, ಗ್ರಾಮ ಗೀತೆಗಳು, ವಿಭೂತಿ, ಕರ್ನಾಟಕ ಜನಪದ ಕಲೆಗಳು, ಬಾಗೂರು ನಾಗಮ್ಮ, ಗ್ರಾಮಗೀತೆಗಳು, ಕರ್ನಾಟಕ ಜನಪದ ಕಲೆಗಳು, ಹೊನ್ನ ಬಿತ್ತೇವು ನೆಲಕೆಲ್ಲ.. ಇವು ಗೊ.ರು. ಚನ್ನಬಸಪ್ಪ ಅವರ ಪ್ರಮುಖ ಕೃತಿಗಳಾಗಿವೆ.

ದೇಶದಲ್ಲಿ ಮೊದಲ ಬಾರಿಗೆ ಕರ್ನಾಟಕದಲ್ಲಿ ಜಾನಪದ ವಿಶ್ವವಿದ್ಯಾಲಯವನ್ನು ಸ್ಥಾಪಿಸುವಲ್ಲಿ ಗೊ.ರು.ಚ ಮಹತ್ವದ ಪಾತ್ರ ವಹಿಸಿದ್ದರು.

ಸಾಧನೆ :

ಗೊ. ರು. ಚ. ಅವರು ಹಲವು ವಿಷಯಗಳಲ್ಲಿ ವಿನೂತನ ಸಾಧನೆ ಮಾಡಿದ್ದಾರೆ.

ಅಮೃತನಿಧಿ ಯೋಜನೆ : ಪರಿಷತ್ತು ತನ್ನ ಕಾಲಮೇಲೆ ನಿಲ್ಲಬೇಕು ಎಂಬ ನಿಟ್ಟಿನಲ್ಲಿ ವಿಶೇಷ ಯೋಜನೆ ನಿರೂಪಿಸಿದವರಲ್ಲಿ ಗೊರುಚ ಒಬ್ಬರು. ಡಾ. ಹಾಮಾನಾ ಅವರು ಬೀದರ್ ಸಮ್ಮೇಳನದಲ್ಲಿ 1985ರಲ್ಲಿ ಸಮ್ಮೇಳನಾಧ್ಯಕ್ಷ ಸ್ಥಾನದಿಂದ ಪರಿಷತ್ತಿನ ಆರ್ಥಿಕ ಸ್ವಾವಲಂಬನೆಗಾಗಿ, "ಒಬ್ಬ ಕನ್ನಡಿಗ – ಒಂದು ರೂಪಾಯಿ" ಘೋಷಣೆ ಮೊಳಗಿಸಿದರು. ಇದಕ್ಕನುಸಾರವಾಗಿ ಅಮೃತನಿಧಿ ಚೀಟಿಗಳನ್ನು ಮುದ್ರಿಸಿ ಮಾರಾಟ ಮಾಡಿ ಹಣ ಸಂಗ್ರಹ

ಮಾಡಲು ಹಂಪನಾ ಪ್ರಾರಂಭಿಸಿದರು. ಗೊರುಚ ಅವರ ಅವಧಿಯಲ್ಲಿ 25 ಲಕ್ಷರೂ.ಗಳಷ್ಟು ಅಮೃತನಿಧಿ ಸಂಗ್ರಹವಾಯಿತು. ಮೂಲಹಣವನ್ನು ಬಳಸದೆ ಬಡ್ಡಿಯನ್ನು ಮಾತ್ರ ಕಾರ್ಯಕ್ರಮಗಳಿಗೆ ಬಳಸಲು ನಿಯಮವನ್ನು ರೂಪಿಸಲಾಗಿದೆ.

ದತ್ತಿನಿಧಿ ಸಾಧನೆ : ಪರಿಷತ್ತಿನಲ್ಲಿ ವರ್ಷಾದ್ಯಂತ ಕಾರ್ಯಕ್ರಮಗಳು ನಡೆಯಲು, 30 ಜಿಲ್ಲಾ ಕನ್ನಡ ಸಾಹಿತ್ಯ ಪರಿಷತ್ತಿನ ಕಾರ್ಯಕ್ರಮಗಳು ನಡೆಯಲು ಮುಖ್ಯಾಧಾರ ದತ್ತಿನಿಧಿಗಳು ಎಂದರೆ ತಪ್ಪಲ್ಲ. ಮೂಲನಿಧಿಯನ್ನು ಬಳಸದೆ ಬಡ್ಡಿಯನ್ನು ಬಳಸುವುದರಿಂದ ಪ್ರತಿವರ್ಷವೂ ಕಾರ್ಯಕ್ರಮಗಳನ್ನು ನಡೆಸಲು ಶಕ್ಯ. ಸರ್ಕಾರದ ಸಾರ್ವಜನಿಕರ ಕೊಡುಗೆ ಅನುದಾನಗಳು ಬಂದರೂ ಬರದಿದ್ದರೂ ಕಾರ್ಯಕ್ರಮಗಳನ್ನು ನಡೆಸಬಹದು. ದತ್ತಿನಿಧಿಯ ಮಹತ್ತ್ವವನ್ನು ಅರಿತ ಗೊರುಚ ಅವರು ಇದರ ಸಂಗ್ರಹಕ್ಕೆ ಆದ್ಯ ಗಮನವಿತ್ತು 20 ಲಕ್ಷದಷ್ಟು ಹಣದ ಮೊತ್ತದ ದತ್ತಿನಿಧಿಗಳನ್ನು ಸಂಗ್ರಹಿಸಿ ದಾಖಲೆ ಸ್ಥಾಪಿಸಿದರು. ವರ್ಷವೆಲ್ಲಾ ಕಾರ್ಯಕ್ರಮಗಳು ನಡೆಯುವಷ್ಟು ದತ್ತಿನಿಧಿಗಳನ್ನು ಸಂಗ್ರಹಿಸುವುದು ಅವರ ಗುರಿಯಾಗಿತ್ತು. ಅವರು ಮಾಡಿದ ಇನ್ನೊಂದು ಕೆಲಸ ಎಂದರೆ ದತ್ತಿನಿಧಿಗಳನ್ನು ಸುವ್ಯವಸ್ಥೆಗೊಳಿಸಿದ್ದು. 1500ಕ್ಕೂ ಮಿಕ್ಕ ದತ್ತಿಗಳನ್ನು ಜಿಲ್ಲಾವಾರು ವರ್ಗೀಕರಿಸಿ ಹಂಚುವುದರ ಜತೆಗೆ. ಪುಸ್ತಕ ಬಹುಮಾನ ದತ್ತಿ, ಪುಸ್ತಕಪ್ರಕಟನೆ ದತ್ತಿ, ಇತ್ಯಾದಿ ವರ್ಗೀಕರಿಸಿ ದತ್ತಿನಿಧಿಗಳ ಪುಸ್ತಕವನ್ನೇ ಪ್ರಕಟಮಾಡಿದರು. ದತ್ತಿದಾನಿಗಳು ದತ್ತಿಕೊಡುವಾಗ ತಮಗೆ ತೋಚಿದಂತೆ ಪತ್ರ ಬರೆದು ಕೊಡುತ್ತಿದ್ದರು ಎಷ್ಟೋ ವೇಳೆ ಅಗತ್ಯ ಮಾಹಿತಿಗಳೇ ಇರುತ್ತಿರಲಿಲ್ಲ. ಅದಕ್ಕಾಗಿ ದತ್ತಿಪತ್ರ ಮಾದರಿಯನ್ನು ಹಾಗೂ ದತ್ತಿ ನಿಯಮಾವಳಿಗಳನ್ನು ರಚಿಸಿದರು. ದತ್ತಿ ಮೊತ್ತ ಕಡಿಮೆ ಇದ್ದ ಕಾರಣದಿಂದ ನೂರಾರು ದತ್ತಿಗಳ ಬಡ್ಡಿಯಿಂದ ಇಂದು ಸ್ವತಂತ್ರವಾಗಿ ಕಾರ್ಯಕ್ರಮಗಳನ್ನು ಮಾಡಲಾಗುತ್ತಿಲ್ಲ ಹೀಗಾಗಿ ಹಲವಾರು ದತ್ತಿಗಳ ಬಡ್ಡಿಯನ್ನು ಒಗ್ಗೂಡಿಸಿ ಕಾರ್ಯಕ್ರಮಗಳನ್ನು ಮಾಡಲಾಗುತ್ತಿದೆ.

ಆಚರಣೆಯ ನಿದರ್ಶನ: ಪರಿಷತ್ತಿನ ಹಲವು ಅಧ್ಯಕ್ಷರು ಪರಿಷತ್ತಿನ ಆರ್ಥಿಕ ಪ್ರಗತಿಗೆ ಶ್ರಮಿಸುವಾಗ ತಮ್ಮ ಕೊಡುಗೆಯಿಂದ ಕೆಲವು ತ್ಯಾಗಗಳನ್ನು ಪರಿಷತ್ತಿಗಾಗಿ ಮಾಡಿದ್ದಾರೆ. ಸರಳ ವ್ಯಕ್ತಿತ್ವದಿಂದ ಮೆರೆದಿದ್ದಾರೆ. ಗೊ.ರು.ಚ. ಅವರು ತಮ್ಮ ಅಧಿಕಾರಾವಧಿಯಲ್ಲಿ ಕಾರ್ಯಕಾರಿ ಸಮಿತಿ ಸಭೆ, ಉಪಸಮಿತಿ ಸಭೆಗಳಲ್ಲಿ ತಮಗೆ ಕೊಡುತ್ತಿದ್ದಂಥ ಸಭಾ ಭತ್ಯವನ್ನು ಪರಿಷತ್ತಿಗೆ ಹಿಂದಿರುಗಿಸುತ್ತಿದ್ದರು.

ಸಮಾವೇಶಗಳು : ಸಾಹಿತ್ಯದ ಪ್ರಚಾರ, ಸಾಹಿತ್ಯದ ವಿಚಾರ, ಸಾಹಿತ್ಯದ ವಿಮರ್ಶೆ, ಸಾಹಿತ್ಯದ ರಸಾನುಭವ ಉಂಟು ಮಾಡುವ ಕಾರ್ಯಕ್ರಮಗಳು ಸಾಹಿತ್ಯಾಸಕ್ತರಿಗೆ ಪ್ರಿಯವಾದ ಕಾರ್ಯಕ್ರಮಗಳು. ಇವುಗಳ ಸಭೆಗಳಲ್ಲಿ ಬಹುಮಟ್ಟಿಗೆ ಏಕಮುಖಿ ನಿರೂಪಣೆ ಕಾಣುತ್ತೆವೆ ಎಂದರೆ ಉಪನ್ಯಾಸ ವಿಚಾರಮಂಡನೆ ಅನಂತರ ಒಮ್ಮೊಮ್ಮೆ ಒಂದೆರಡು ನಿಮಿಷಗಳ ಕಾಲ ಕೆಲವರ ಪ್ರತಿಕ್ರಿಯೆ ಕಾಣುತ್ತೇವೆ. ಸಹೃದಯರ ಪ್ರತಿಕ್ರಿಯೆಗೆ, ವಾದ–ಸಂವಾದಗಳಿಗೆ ಸಾಕಷ್ಟು ಅವಕಾಶವಿರುವುದಿಲ್ಲ. ಗೊರುಚ ಅವರು ಇದನ್ನು ಮನಗಂಡು ಸಾಕಷ್ಟು ಪ್ರತಿಕ್ರಿಯೆಗಳಿಗೆ ಅವಕಾಶವಿರುವ ರೀತಿಯಲ್ಲಿ ಸಾಹಿತ್ಯ ಸಮ್ಮೇಳನಗಳು ಹಾಗೆಯೇ ಊರೂರುಗಳಲ್ಲಿ ನಾಟಕ, ಶಿಕ್ಷಣ, ಹಾಸ್ಯ, ಅನುಭಾವ, ವಿಜ್ಞಾನ, ಸಂಶೋಧನ, ಮಹಿಳೆ, ಚಾರಣ, ಸಮೂಹ ಮಾಧ್ಯಮ ಕೀರ್ತನ ಮೊದಲಾದ ಸಾಹಿತ್ಯ, ಕಲೆ, ವಿಜ್ಞಾನ ಕ್ಷೇತ್ರಗಳ ಮಹತ್ತದ ವಿಷಯಗಳನ್ನು ಕುರಿತು ತೌಲನಿಕವಾಗಿ ಚರ್ಚೆ ಮಾಡುವ ರೀತಿಯಲ್ಲಿ ಕಲೆ, ಸಾಹಿತ್ಯ ಸಮಾವೇಶಗಳನ್ನು ಏರ್ಪಡಿಸಿದರು.

ಗೀತ ಸಂಗೀತ ಕಾರ್ಯಕ್ರಮ: ಶಾಲಾ ಕಾಲೇಜು ವಿದ್ಯಾರ್ಥಿಗಳಿಗೆ ನಮ್ಮ ನಾಡ ಗೀತೆಗಳ ಪರಿಚಯ ಮಾಡಿಸಲು ಖ್ಯಾತ ಸಂಗೀತಗಾರರಿಂದ ಹಾಡಿಸಿ 'ಹಚ್ಚೇವು ಕನ್ನಡದ ದೀಪ' ಎಂಬ ಧ್ವನಿಸುರುಳಿಯನ್ನು ಹೊರತರಲಾಯಿತು. ಒಂದು ಕವಿತೆ ಜನಕ್ಕೆ ರಸಪೂರ್ಣವಾಗಿ ಮುಟ್ಟಬೇಕಾದರೆ ಆನಂದಾನುಭವ ಆಗಲು ಕವಿಯಿಂದ ಕವಿತಾ ವಾಚನ, ಅದಕ್ಕೆ ವಾದ್ಯಗೋಷ್ಠಿ ಯೋಜನೆ ಗಾಯಕನ ಹಾಡುವಿಕೆ ಸೇರಿದರೆ ಸಾಹಿತ್ಯ ಸಂಗೀತಗಳ ಸಂಗಮವಾಗುತ್ತದೆ. ಕವಿ ಗಾಯಕರ ದರ್ಶನವಾಗುತ್ತದೆ. ಆಗ ಜನರಿಗೆ ನಿಜವಾದ ರಸಾನುಭವ ಆಗುತ್ತದೆ ಎಂಬ ಹಿನ್ನೆಲೆಯಲ್ಲಿ ಗೀತ ಸಂಗೀತ 'ಕಾರ್ಯಕ್ರಮಗಳನ್ನು ಏರ್ಪಡಿಸಿದ್ದು ಪ್ರಚಂಡ ಯಶಸ್ಸನ್ನು ಗಳಿಸಿತು.   ಮುಂದೆ

ಸಮ್ಮೇಳನಗಳಲ್ಲಿ ಖಾಯಂ ಆಗಿ ಈ ಬಗೆ ಕಾರ್ಯಕ್ರಮಗಳು ನಡೆದವು. ಕಾವ್ಯ ಕಾವೇರಿ ಕಾರ್ಯಕ್ರಮ ಈ ರೀತಿ ಹೊಸರೂಪ ತಳೆಯಿತು.

ಗೌರವ ಸದಸ್ಯತ್ವ ಪ್ರದಾನ : ಪರಿಷತ್ತಿನ ಅತ್ಯುನ್ನತ ಮನ್ನಣೆ ಎನ್ನಿಸಿದ ಗೌರವ ಸದಸ್ಯತ್ವವನ್ನು ಗೊರುಚ ಅವರ ಅಧಿಕಾರವಧಿಯಲ್ಲಿ ಪು.ತಿ.ನ., ವಿ.ಕೃ.ಗೋಕಾಕ, ವ್ಯಾಕರಣತೀರ್ಥ ಚಂದ್ರಶೇಖರ ಶಾಸ್ತ್ರಿ, ಶಾಂತಾದೇವಿ ಮಾಳವಾಡ, ಎಸ್. ವಿ. ಪರಮೇಶ್ವರ ಭಟ್ಟ ಅವರಿಗೆ ನೀಡಲಾಯಿತು. ಗೌರವ ಸದಸ್ಯರ ಒಂದೊಂದು ವಾಚಿಕೆಯನ್ನು ಪ್ರಕಟಿಸಲಾಯಿತು. ಆ ಪೈಕಿ ನವಿಲುಗರಿ, ಸಿಂಧುಶ್ರೀ, ವ್ಯಾಕರಣತೀರ್ಥ, ಶಾಂತಕಿರಣ ವಾಚಿಕೆಗಳು ಪ್ರಕಟವಾದವು.

ಸಂಶೋಧನಾ ಕೇಂದ್ರ : ಪರಿಷತ್ತು ಪಾಂಡಿತ್ಯ ಪೋಷಣೆಗೆ ಪ್ರಮುಖವಾಗಿ ಕಾರ್ಯಕ್ರಮಗಳನ್ನು ಕೈಗೊಳ್ಳಬೇಕು ಎಂಬುದು ಪರಿಷತ್ತಿನ ನಿಬಂಧನೆಗಳಲ್ಲಿದೆ. ಈ ಬಗ್ಗೆ ವಿಶೇಷ ಗಮನವಿತ್ತ ಅಧ್ಯಕ್ಷರಲ್ಲಿ ಗೊರುಚ ಒಬ್ಬರು. ಸಾಹಿತ್ಯ ಸಂಶೋಧನೆಯಲ್ಲಿ ತೊಡಗಿದವರಿಗೆ ಹೆಚ್ಚಿನ ಅವಕಾಶ ಸೌಕರ್ಯಗಳನ್ನು ಕಲ್ಪಿಸಲು, ಎಂ. ಚಿದಾನಂದಮೂರ್ತಿ ಅವರನ್ನು ಗೌರವ ನಿರ್ದೇಶಕರನ್ನಾಗಿ ನೇಮಿಸಿ ಸಂಶೋಧನಾ ಕೇಂದ್ರವನ್ನು ಗೊರುಚ ಅವರು ಪ್ರಾರಂಭಿಸಿದರು. ಪ್ರತಿ ತಿಂಗಳು ಕೊನೆ ಗುರುವಾರದಲ್ಲಿ ಸಂಶೋಧನಾತ್ಮಕ ವಿಷಯಗಳಲ್ಲಿ ಉಪನ್ಯಾಸಗಳನ್ನು ಏರ್ಪಡಿಸಲಾಯಿತು.

ಪ್ರಚಾರ ಕಾರ್ಯಗಳು : ಯುವಜನರಿಗೆ ಸಾರ್ವಜನಿಕರಿಗೆ ತಲುಪುವ ರೀತಿಯಲ್ಲಿ ಸಾಹಿತ್ಯಿಕ ಕಾರ್ಯಕ್ರಮಗಳನ್ನು ಕಲಾಕಾರ್ಯಕ್ರಮಗಳನ್ನು ಏರ್ಪಡಿಸುವುದು ಅಗತ್ಯ. ಈ ಬಗೆಯ ಕೆಲಸಗಳನ್ನು ಪರಿಷತ್ತು ಸಮ್ಮೇಳನಗಳಲ್ಲಿ ಮಾಡಿಕೊಂಡು ಬರುವುದರ ಜತೆಗೆ ಇತರ ದಿನಗಳಲ್ಲಿ ಕಾರ್ಯಕ್ರಮಗಳನ್ನು ನಿರಂತರವಾಗಿ ವ್ಯವಸ್ಥೆ ಮಾಡಿದೆ. ಇದರ ಅಂಗವಾಗಿ ಪ್ರದರ್ಶನ ಫಲಕಗಳ ಮೂಲಕ ಪರಿಷತ್ತನ್ನು ಪರಿಚಯಿಸಲು ವ್ಯವಸ್ಥೆ ಮಾಡಲಾಯಿತು. ಶಾಲಾ ಕಾಲೇಜು ವಿದ್ಯಾರ್ಥಿಗಳಿಗೆ ರಂಗಾಸಕ್ತಿ ಉಂಟುಮಾಡುವ ಕಾರ್ಯಕ್ರಮ–ಸ್ಪರ್ಧೆಗಳನ್ನು ರಾಜ್ಯಮಟ್ಟದಲ್ಲಿ ನಡೆಸಲಾಯಿತು.

ಉದಯೋನ್ಮುಖ ಸಾಹಿತಿಗಳಿಗೆ ಮಾರ್ಗದರ್ಶನ ಸ್ಫೂರ್ತಿ ದೊರಕಲು ಆಯ್ದ ವಿಷಯಗಳ ಬಗ್ಗೆ ಮಕ್ಕಳ ಸಾಹಿತ್ಯ ರಚನಾ ಕಮ್ಮಟ, ನಾಟಕ ರಚನಾ ಕಮ್ಮಟ, ಸಂಶೋಧನಾ ಕಮ್ಮಟ ಇತ್ಯಾದಿ ಕಮ್ಮಟಗಳನ್ನು ಆಯೋಜಿಸಿದ್ದು ಯುವಪೀಳಿಗೆಗೆ ನೆರವಾದ ಕಾರ್ಯಕ್ರಮಗಳಾದವು.

ಪರಿಷತ್ತು 80ರ ಮಹೋತ್ಸವ : ಯಾವುದೇ ವ್ಯಕ್ತಿ, ಸಂಸ್ಥೆಗೆ 80 ವರ್ಷಗಳು ತುಂಬುವುದು ಸಾಮಾನ್ಯ ಸಂಗತಿಯಲ್ಲ. ದೀರ್ಘಕಾಲದ ಬಾಳಿಕೆಗೆ ಅದೊಂದು ಸಾಂಕೇತಿಕ ವರ್ಷ. ವ್ಯಕ್ತಿ ಜೀವನದಲ್ಲಿ ಸಹಸ್ರಚಂದ್ರದರ್ಶನವೆಂಬ ಕಾರ್ಯಕ್ರಮ ನಡೆಸುತ್ತಾರೆ. ಹಾಗೆ 80ರ ಸಂಭ್ರಮ ಪರಿಷತ್ತಿಗೆ ಉಂಟಾಗಿದೆ ಎಂಬುದನ್ನು ಜನಕ್ಕೆ ತಿಳಿಸಲು ಗೊರುಚ ಅವರು 'ಪರಿಷತ್ತು 80' ಮಹೋತ್ಸವವನ್ನು 1995ಮೇ 3,4,5 ನೇ ತಾರೀಖುಗಳಲ್ಲಿ ಅದ್ದೂರಿಯಾಗಿ, ಅರ್ಥಪೂರ್ಣವಾಗಿ ಆಚರಿಸಿದರು. ಈ ಸಂದರ್ಭದಲ್ಲಿ ಪರಿಷತ್ತಿನ ಕನ್ನಡ ನುಡಿ ವಿಶೇಷ ಸಂಚಿಕೆಯನ್ನು 'ಪರಿಷತ್ತು–80' ಎಂಬ ಹೆಸರಿನಲ್ಲಿ ಪ್ರಕಟಿಸಲಾಯಿತು. ಈ ಶತಮಾನದ 'ಕನ್ನಡ ಕಾವ್ಯ'ವೆಂಬ ವಿಚಾರ ಸಂಕಿರಣ ಏರ್ಪಾಟಾಗಿತ್ತು.

ಪ್ರಕಟನೆಗಳು : ಸಾಮಾನ್ಯ ಜನರಿಗೆ ಉಪಯುಕ್ತವಾಗುವ ರೀತಿಯಲ್ಲಿ ಸರಳವಾಗಿ ಸಂಕ್ಷಿಪ್ತವಾಗಿ ವಿವಿಧ ವಿಷಯಗಳ ಬಗ್ಗೆ 100 ಪುಸ್ತಕಗಳನ್ನು ಪ್ರಕಟಿಸುವ ಸಮುದಾಯ ಸಾಹಿತ್ಯಮಾಲೆ ಪ್ರಾರಂಭವಾಗಿ ಕೆಲವು ಪ್ರಕಟನೆಗಳು ಹೊರಬಿದ್ದವು. ಇವರ ಅವಧಿಯಲ್ಲಿ 25ಕ್ಕೂ ಮಿಕ್ಕ ಮಹಾಪ್ರಬಂಧಗಳ ಪ್ರಕಟನೆಯ ಜೊತೆಗೆ ಪರಿಷತ್ತಿನ ಪುಸ್ತಕಗಳ ಮರುಮುದ್ರಣಗಳು ನಡೆಯಿತು. ಬಹಳ ಚರ್ಚೆಗೆ ಒಳಗಾದ ಎ.ಎನ್. ಮೂರ್ತಿರಾಯರ 'ದೇವರು' ಪುಸ್ತಕದ ಇಂಗ್ಲಿಷ್ ಅನುವಾದ ಪ್ರಕಟನೆ ಆಯಿತು.

ಆರ್ಥಿಕೋನ್ನತಿ: ಜಿಲ್ಲಾ ಘಟಕಗಳಿಗೆ ಸ್ಥಳೀಯವಾಗಿ ಸಂಗ್ರಹಿಸುವ ದೇಣಿಗಳ ಜತೆಗೆ ಪರಿಷತ್ತಿನ ದತ್ತಿನಿಧಿ ಬಡ್ಡಿಯನ್ನು ಸ್ವಲ್ಪಮಟ್ಟಿಗೆ ನೀಡುವುದರಿಂದ ಹೆಚ್ಚಿನ ಕಾರ್ಯಕ್ರಮಗಳನ್ನು ಖಾಯಂ ಆಗಿ ಪ್ರತಿವರ್ಷ ಮಾಡುವುದು

ಕಷ್ಟವಾಗುತ್ತಿತ್ತು. ಇದನ್ನು ಮನಗಂಡ ಗೊರುಚ ಅವರು ರಾಜ್ಯಸರ್ಕಾರದೊಂದಿಗೆ ವ್ಯವಹರಿಸಿ ಪ್ರತಿವರ್ಷವೂ 1 ಲಕ್ಷರೂಗಳನ್ನು ಜಿಲ್ಲಾ ಘಟಕಗಳಿಗೆ ಅನುದಾನ ನೀಡುವಂತೆ ಮಾಡಿದರು. ಇದರಿಂದ ಜಿಲ್ಲಾಘಟಕಗಳೂ ಸಾಕಷ್ಟು ಕಾರ್ಯಕ್ರಮಗಳನ್ನು ನಡೆಯಲು ಸಾಧ್ಯವಾಯಿತು. ಪುಸ್ತಕ ಪ್ರಾಧಿಕಾರ ಮತ್ತು ಕೇಂದ್ರ ಸಾಹಿತ್ಯ ಅಕಾಡೆಮಿಗಳಿಗೆ ಪರಿಷತ್ತಿನ ಭವನದಲ್ಲಿ ಜಾಗವನ್ನು ಬಾಡಿಗೆಗೆ ಕೊಟ್ಟು ಪರಿಷತ್ತಿಗೆ ಮಾಸಿಕ ಆದಾಯ ಬರುವಂತೆ ಮಾಡಿದರು. ಈ ಹಣವನ್ನು ನಿರ್ವಹಣೆಯ ವೆಚ್ಚಕ್ಕೆ ಬಳಸಲಾಯಿತು.

ಸಮ್ಮೇಳನಗಳು: ಗೊರುಚ ಅವರ ಕಾಲದಲ್ಲಿ 3 ಅಖಿಲ ಭಾರತ ಕನ್ನಡ ಸಾಹಿತ್ಯ ಸಮ್ಮೇಳನಗಳು ನಡೆದವು. ಕೆಲವು ನೂತನ ಕಾರ್ಯಕ್ರಮಗಳನ್ನು ಪ್ರಾರಂಭಿಸುವುದರ ಜತೆಗೆ ಪರಿಷತ್ತಿನ ಆರ್ಥಿಕ ಭದ್ರತೆಗೆ ವಿಶೇಷ ಗಮನವನ್ನು ಕೊಟ್ಟಿದ್ದು ಗೊರುಚ ಅವರ ಅಧಿಕಾರಾವಧಿಯಲ್ಲಿ ಗಮನಿಸುವ ವಿಚಾರವಾಗಿದೆ.

ಪರಿಷತ್ತಿನಲ್ಲೇ ಹೆಚ್ಚು ವೇಳೆ ಇದ್ದು ರಜಾ ದಿನಗಳಲ್ಲೂ ಪರಿಷತ್ತಿನಲ್ಲಿ ಕಾರ್ಯ ನಿರ್ವಹಣೆ ಮಾಡಿದಂಥ ಕಾರ್ಯನಿಷ್ಠ ಕ್ರಿಯಾಶಾಲಿ ಅಧ್ಯಕ್ಷರಲ್ಲಿ ಒಬ್ಬರು ಗೊರುಚ ಅವರು. ಎಷ್ಟೋ ವೇಳೆ ಅನಾರೋಗ್ಯವನ್ನೂ ಲೆಕ್ಕಿಸದೆ ಪರಿಷತ್ತಿನ ಕಾರ್ಯ ನಿರ್ವಹಣೆಯಲ್ಲಿ ಭಾಗವಹಿಸಿರುವುದು ಅವರ ವೈಶಿಷ್ಟವಾಗಿದೆ. ಜಿ. ನಾರಾಯಣರಂತೆ ತ್ರೈಮಾಸಿಕ ಯೋಜನೆಯನ್ನು ಸಿದ್ಧಪಡಿಸಿ ಪರಿಷತ್ತಿನ ಸೇವೆಗೆ ಅವರು ಕಾರ್ಯಪ್ರವೃತ್ತರಾಗಿದ್ದದ್ದು ಗಮನಾರ್ಹಸಂಗತಿ.

ಸಂದ ಪ್ರಶಸ್ತಿಗಳು : ಇವರಿಗೆ ಕರ್ನಾಟಕ ನಾಟಕ ಅಕಾಡಮಿ ಪ್ರಶಸ್ತಿ, ಕರ್ನಾಟಕದ ರಾಜ್ಯೋತ್ಸವ ಪ್ರಶಸ್ತಿ ರಾಷ್ಟ್ರೀಯ ಬಸವ ಪುರಸ್ಕಾರ ಮತ್ತು ನಾಡೋಜ ಪ್ರಶಸ್ತಿ ಸೇರಿದಂತೆ ಹಲವು ಗೌರವಗಳು ಸಂದಿವೆ.

ಇಂತಹ ಕನ್ನಡ ಸೇವಕನಿಗೆ ಕರ್ನಾಟಕ ಜನತೆ ದಿನಾಂಕ 20–12–2024 ರಿಂದ 22–12–2024ರ ವರೆಗೆ ಮಂಡ್ಯದಲ್ಲಿ ನಡೆದ 87ನೇ ಕನ್ನಡ ಸಾಹಿತ್ಯ ಸಮ್ಮೇಳನದ ಅಧ್ಯಕ್ಷ ಸ್ಥಾನ ನೀಡಿ ಸಾರ್ಥಕತೆ ಮೆರೆಯಿತು ಎಂದರೆ ತಪ್ಪಾಗಲಾರದು. ಇವರ ಸಾಧನೆ ಮತ್ತು ಆದರ್ಶಮಯ ಬದುಕು ಯುವ ಪೀಳಿಗೆಗೆ ಮತ್ತು ಮಕ್ಕಳಿಗೆ ಸದಾ ಪ್ರೇರಣೆಯಾದೀತು!!!.

✍ – ಡಾ. ಕಿರಣ್ ಕುಮಾರ್ ಕೆ.ಎಸ್
ಸಹಾಯಕ ಪ್ರಾಧ್ಯಾಪಕರು

ಸ್ವಾಮಿ ವಿವೇಕಾನಂದರ ದಿವ್ಯ ವಾಣಿಗಳು

"ವಿಕಾಸವೇ ಜೀವನ; ಸಂಕೋಚವೇ ಮರಣ. ಪ್ರೇಮವೆಲ್ಲಾ ವಿಕಾಸ; ಸ್ವಾರ್ಥವೆಲ್ಲಾ ಸಂಕೋಚ; ಆದುದರಿಂದ ಪ್ರೇಮವೇ ಬದುಕಿನ ಧರ್ಮ."

"ಬುದ್ಧಿ ಶ್ರೇಷ್ಠವಾದುದು ನಿಜ. ಆದರ ಕಾರ್ಯವ್ಯಾಪ್ತಿ ಸೀಮಿತವಾದುದು. ಸ್ಫೂರ್ತಿ ಉಂಟಾಗುವುದು ಹೃದಯದ ಮೂಲಕ; ಹೃದಯವೇ ಸ್ಫೂರ್ತಿಯ ಮೂಲ."

"ಜೀವನಾವಧಿ ಅಲ್ಲ, ಪ್ರಾಪಂಚಿಕ ವಿಷಯಗಳೆಲ್ಲ ಕ್ಷಣಿಕ. ಆದರೆ ಯಾರು ಇತರರಿಗಾಗಿ ಬಾಳುತ್ತಾರೋ ಅವರೇ ನಿಜವಾಗಿ ಬಾಳುತ್ತಾರೆ. ಉಳಿದವರು ಜೀವನ್ ಮೃತರು."

ಶಿಕ್ಷಣವು ಕೌಶಲ್ಯ ಮತ್ತು ಸ್ವಯಂ ಅರಿವಿನ ಆದರ್ಶ

ನೀವು ನೀವೇ ಆಗಿರಿ, ನಿಮ್ಮನ್ನು ಪ್ರೀತಿಸಿ;
ಮತ್ತು ನಿಮ್ಮನ್ನು ಎತ್ತಿಕೊಳ್ಳಿ – ಎಲ್ಲಾ ನೀವೇ.

– ಯುವ ಭಾರತಕ್ಕಾಗಿ ಮಂತ್ರ

ಪ್ರಸ್ತುತ ಶಿಕ್ಷಣವು ಮಕ್ಕಳನ್ನು ಜೀವನಕ್ಕೆ ಸಿದ್ಧಪಡಿಸುತ್ತದೆಯೇ? ಒತ್ತಡದಲ್ಲಿ ನಾವು ವಿಮರ್ಶಾತ್ಮಕವಾಗಿ ಮತ್ತು ಸೃಜನಾತ್ಮಕವಾಗಿ ಯೋಚಿಸಬಹುದೇ? ಗಮನ, ಸಹಕಾರಿ ಕಲಿಕೆ, ಸ್ಥಿತಿಸ್ಥಾಪಕತ್ವ ಮತ್ತು ಉತ್ಸಾಹದ ಬಗ್ಗೆ ಏನು ಹೇಳುತ್ತದೆ? ಸ್ವಯಂ ನಿಯಂತ್ರಣ, ನೈತಿಕತೆ ಮತ್ತು ಸಾಮಾಜಿಕ ಜವಾಬ್ದಾರಿಯ ಪ್ರಜ್ಞೆಯ ಕೊರತೆಯನ್ನು ತೋರಿಸುವ ಯುವಜನರ ಕ್ರಿಯೆಗಳು ಮತ್ತು ನಡವಳಿಕೆಯನ್ನು ನಾವು ಪ್ರತಿದಿನ ಓದುತ್ತೇವೆ. ಪರಿಸರದ ಅವನತಿಯು 'ಹುಚ್ಚುತನ'ವನ್ನು ಹೆಚ್ಚಿಸಿದೆ. ಅಂತಹ ಸನ್ನಿವೇಶದಲ್ಲಿ, ನಾವು ಯುವಕರು, ಮಾರ್ಗದರ್ಶಕರು ಪರಿಸರವನ್ನು ಹೇಗೆ ಸಂರಕ್ಷಣೆ ಮಾಡುತ್ತೇವೆ? ಹೊರಬರಲು ದಾರಿ ಇದೆಯೇ? ಇದಕ್ಕಾಗಿಯೇ ಮಾನವ ದೇಹದಲ್ಲಿನ ಅತ್ಯಂತ ಶಕ್ತಿಶಾಲಿ ಅಂಗವಾದ ಮನಸ್ಸು ಕಾರ್ಯರೂಪಕ್ಕೆ ಬರುತ್ತದೆ. ಮನಸ್ಸಿನ ಜವಾಬ್ದಾರಿಯನ್ನು ಅರಿತು ಪರಿಗಣಿಸಿ, ಮತ್ತು ಮನಸ್ಸಿನ ಪ್ರಯಾಣವು ಒಳಗಿನಿಂದ ಪ್ರಾರಂಭವಾಗುತ್ತದೆ. ನೀವು ವಿಕಸನಗೊಳ್ಳುತ್ತೀರಿ ಮತ್ತು ನೆಲದ ಮೇಲೆ ನಿಮ್ಮ ಅತ್ಯುತ್ತಮ ಆವೃತಿಯನ್ನು ನೀಡಿ.

ಪ್ರಸ್ತುತ ಶೈಕ್ಷಣಿಕ ವ್ಯವಸ್ಥೆ, ಸಮಾಜ ಮತ್ತು ಮಾರ್ಗದರ್ಶಕರು ಶೈಕ್ಷಣಿಕ ಉತ್ಕೃಷ್ಟತೆ ಮತ್ತು 'ಉದ್ಯೋಗ ಹುಡುಕುವ' ಆರ್ಥಿಕ ಆಯಾಮಗಳಿಗೆ ಅನಗತ್ಯವಾದ ತರ್ಕ, ಮಾನ್ಯತೆ ತೂಕವನ್ನು ನೀಡುತ್ತಿದ್ದಾರೆ, ಇದು ವಿದ್ಯಾರ್ಥಿಗಳ ಮೇಲೆ ಹೇರಿರುವ 'ನಿರೀಕ್ಷೆ' ಮತ್ತು 'ಬಯಕೆ'ಗಳಿಂದ ಕೂಡಿದೆ. ಇದು ಮಗುವಿನ ಕಲಿಕೆಯ ಪ್ರಕ್ರಿಯೆಗೆ ಮತ್ತು ಸ್ವಾಭಿಮಾನಕ್ಕೆ ಹಾನಿಯನ್ನುಂಟುಮಾಡುತ್ತದೆ. ಜವಾಬ್ದಾರಿಯುತವಾದ ಸ್ವಾಭಿಮಾನದೆಡೆಗೆ ವಿದ್ಯಾರ್ಥಿಯ ಪ್ರಯಾಣದ 'ಜೀವನ–ಪೂರೈಕೆ' ಮತ್ತು 'ಜೀವನ–ಪೋಷಣೆ' ಅಂಶಗಳಿಗೆ ಒತ್ತು ನೀಡಬೇಕು. ಐನ್ಸ್ಟೀನ್, ಸ್ಟೀವ್ ಜಾಬ್ಸ್, ಲಿಯೋನಾರ್ಡೋ ಡಾ ವಿನ್ಸಿ ಮತ್ತು ಇನ್ನೂ ಅನೇಕ ಯಶಸ್ವಿ ಬುದ್ಧಿವಂತರು ತಮ್ಮ ಶಾಲೆಗಳ ಶೈಕ್ಷಣಿಕ ನಾಯಕರಾಗಿರಲಿಲ್ಲ.

ಉತ್ತಮ ಶಿಕ್ಷಣ ಸಂಸ್ಥೆಯ ವಿದ್ಯಾರ್ಥಿಗಳಿಗೆ ನೀಡುವ ಕೌಶಲ್ಯಗಳು ಅಥವಾ ಜ್ಞಾನದಿಂದ ಮುಂಚೂಣಿಗೆ ಬರುತ್ತದೆ, ಕೇವಲ ಶೈಕ್ಷಣಿಕ ಪರಾಕ್ರಮವಲ್ಲ. ಇದು ಮನಸ್ಸನ್ನು ಉತ್ಕೃಷ್ಟಗೊಳಿಸುತ್ತದೆ ಮತ್ತು ರಚಿಸುವ ಶಕ್ತಿಯನ್ನು ಪುನರುಜ್ಜೀವನಗೊಳಿಸುತ್ತದೆ. ವಿಭಿನ್ನ ರೀತಿಯ ತಿಳಿವಳಿಕೆ ಹೊರಹೊಮ್ಮುತ್ತದೆ – ಬೆದರಿಸುವ ಸವಾಲುಗಳನ್ನು ಎದುರಿಸುವಾಗ ನೀವು ನಿಮ್ಮನ್ನು ಮತ್ತು ಇತರರನ್ನು ಹೇಗೆ ನಿಭಾಯಿಸುತ್ತೀರಿ? ನೀವು ಉದ್ಯೋಗಯೋಗ್ಯ ಕೌಶಲ್ಯಗಳನ್ನು ಮರುಶೋಧಿಸಿ ಮತ್ತು ಅಭಿವೃದ್ಧಿಪಡಿಸುತ್ತೀರಿ. ಒಂದು 'ಸಂಪೂರ್ಣತೆ' ಜನರು ಮತ್ತು ಸನ್ನಿವೇಶಗಳೊಂದಿಗೆ ವಿವೇಚನಾಶೀಲ 'ಸಂಪರ್ಕ', ಇತರರ ಮತ್ತು ನಿಮ್ಮ ಜೀವನದಲ್ಲಿ ಮೌಲ್ಯವನ್ನು ಸೇರಿಸುವ ಉದ್ದೇಶಕ್ಕಾಗಿ ನಿಮ್ಮ ಆಂತರಿಕ ಸಾಮರ್ಥ್ಯ ಮತ್ತು ಸುಪ್ತ ಪ್ರತಿಭೆಗಳನ್ನು ಸಾಕಾರಗೊಳಿಸಲು ನೀವು ಕಲಿಯುತ್ತೀರಿ.

ನಾವು ಮಾದರಿಗಳು ಮತ್ತು ಅಭ್ಯಾಸಗಳಲ್ಲಿ ವಾಸಿಸುತ್ತಿದ್ದೇವೆ ಮತ್ತು ಪ್ರತಿದಿನ ಮರುಕಳಿಸುವ ಮಾರ್ಗಗಳನ್ನು ಅನುಸರಿಸುತ್ತೇವೆ. ಧ್ಯಾನ, ಸ್ವಯಂ ವಿಚಾರಣೆ ಮತ್ತು ಚಿಂತನೆಯಂತಹ ಸಾಧನಗಳೊಂದಿಗೆ ಎಲ್ಲಾ ನಕಾರಾತ್ಮಕ ಆಲೋಚನೆಗಳ ಮನಸ್ಸನ್ನು ತೆರವುಗೊಳಿಸುವುದು ಮತ್ತು ನಾವು ಬಯಸುವ ವಾಸ್ತವಕ್ಕೆ ಹೊಂದಿಕೆಯಾಗುವ ಹೊಸ ಮಾದರಿಗಳನ್ನು ಅಭಿವೃದ್ಧಿಪಡಿಸುವುದು ಮೊದಲ ಹಂತವಾಗಿದೆ. ವಿಪತ್ತು ಸಂಭವಿಸಲು ಅವಕಾಶ ನೀಡುವ ಬದಲು ಸಂತೋಷದ ಸ್ಥಿತಿಯಲ್ಲಿ ಬದಲಾಗೋಣ. ನಾವು ಅಲ್ಲಿ ನಿಲ್ಲಬಾರದು, ಇಲ್ಲದಿದ್ದರೆ, ಅದು ಪ್ರಯಾಣವಾಗಿ ರೂಪಾಂತರಗೊಳ್ಳುವುದಿಲ್ಲ.

'ನಿಜವಾದ ಶಿಕ್ಷಣವು ಸ್ವಯಂ ಅರಿವಿನ ಅಡಿಪಾಯದಿಂದ ಮಾತ್ರ ಪ್ರಾರಂಭವಾಗಬಹುದು', ಸ್ವಯಂ−ಶೋಧನೆಯ ಕೀಲಿಯಾಗಿದೆ. ಇದು ಅಹಂಕಾರದ ನಿರಂತರ 'ನಾನು', 'ನಾನು' ಮತ್ತು 'ಮೈನ್' ಸಿಂಡ್ರೋಮ್ ಹೊರಗೆ ಹೊಸ ದೃಷ್ಟಿಕೋನವನ್ನು ನೀಡುತ್ತದೆ. ಒಮ್ಮೆ ಅಲ್ಲಿ, ನಿಜವಾದ ಬದಲಾವಣೆಗೆ ಅವಕಾಶವಿದೆ. ನೀವು ಕಲಿಕೆಗೆ ಸಮಗ್ರ ವಿಧಾನವನ್ನು ಅಭಿವೃದ್ಧಿಪಡಿಸುತ್ತೀರಿ, ಅದು ಮನಸ್ಸನ್ನು ತೆರೆಯಲು, ಚೈತನ್ಯವನ್ನು ಪೋಷಿಸಲು ಮತ್ತು ಹೃದಯವನ್ನು ಜಾಗೃತಗೊಳಿಸಲು ಪ್ರಯತ್ನಿಸುತ್ತದೆ. ತೆರೆದ ಮನಸ್ಸು ಹೊಸದನ್ನು ಮತ್ತು ಅಪರಿಚಿತರನ್ನು ಸ್ವೀಕರಿಸುತ್ತದೆ ಮತ್ತು ತಲೆ ಮತ್ತು ಭಾವನೆಯ ಹೃದಯವನ್ನು ಜೋಡಿಸುತ್ತದೆ. ನೀವು ಏನು ಯೋಚಿಸುತ್ತೀರಿ, ನೀವು ಏನು ಹೇಳುತ್ತೀರಿ ಮತ್ತು ನೀವು ಏನು ಮಾಡುತ್ತೀರಿ ಎಂಬುದರ ನಡುವೆ ಸಾಮರಸ್ಯವಿದೆ. ನೀವು ಒಳಗೆ ವಿಕಸನಗೊಳ್ಳುತ್ತೀರಿ ಮತ್ತು ಒಳಗಿನ ಪ್ರಪಂಚವನ್ನು ನೋಡುವ ದೃಷ್ಟಿಕೋನ, ನೈಜತೆಯನ್ನು ಅಭಿವೃದ್ಧಿಪಡಿಸುತ್ತೀರಿ. ಕೆಲಸದಲ್ಲಿ, ಮನೆಯಲ್ಲಿ ಮತ್ತು ಆಟದಲ್ಲಿ ನಿಮ್ಮ ನಡವಳಿಕೆ ಮತ್ತು ಸಂಬಂಧಗಳಲ್ಲಿ ಸಮತೋಲನ ಮತ್ತು ಸಾಮರಸ್ಯ ಇರುತ್ತದೆ. ನೀವು ನಿಜವಾಗಿಯೂ ಯಾರೆಂಬುದರ ಅರಿವಿನಲ್ಲಿ, ಇತರರು ಏನೆಂಬುದರಲ್ಲೂ ನೀವು ಸಮಾನತೆಯನ್ನು ಕಾಣುತ್ತೀರಿ, ಮಾನವೀಯತೆಯ ಏಕತೆಯನ್ನು ಒತ್ತಾಯಿಸುತ್ತೀರಿ.

ಮನಸ್ಸನ್ನು ಸಶಕ್ತಗೊಳಿಸುವ ಮುಂದಿನ ಹಂತವೆಂದರೆ ಆಲೋಚನಾ ಕಲೆಯನ್ನು ಕರಗತ ಮಾಡಿಕೊಳ್ಳುವುದು – ಹೇಗೆ ಯೋಚಿಸಬೇಕು ಮತ್ತು ಹೇಗೆ ಯೋಚಿಸಬಾರದು. ನಾವು ಸಾರ್ವಕಾಲಿಕ ಅನಿಸಿಕೆಗಳೊಂದಿಗೆ ನಮ್ಮನ್ನು ಪೋಷಿಸುತ್ತಿದ್ದೇವೆ. ಜನರು ತಮ್ಮ ಜೀವನ ಮಟ್ಟವನ್ನು ಸುಧಾರಿಸುತ್ತಾರೆ, ಆದರೆ ಅವರ ಆಲೋಚನಾ ಮಟ್ಟವನ್ನು ಅಲ್ಲ. ಕಿರಾಣಿ, ಬಟ್ಟೆ, ಪಾಕಪದ್ಧತಿ ಅಥವಾ ಚಲನಚಿತ್ರಗಳನ್ನು ನೋಡುವ ನಮ್ಮ ಎಲ್ಲಾ ವಹಿವಾಟುಗಳಲ್ಲಿ ನಾವು ಆಯ್ಕೆ ಮತ್ತು ಬದಲಿ ಆಯ್ಕೆಯ ವ್ಯಾಯಾಮ ಮಾಡುತ್ತೇವೆ. ನಮ್ಮ ಆಲೋಚನೆಗಳೊಂದಿಗೆ ಅದೇ ರೀತಿ ಏಕೆ ಮಾಡಬಾರದು? ಇಡೀ ದಿನದ ನಮ್ಮ ಚಿಂತಾಜನಕ ಆಲೋಚನೆಗಳಿಗೆ ಕಚ್ಚಾ ವಸ್ತುವಾಗಿ ಕಾರ್ಯನಿರ್ವಹಿಸುವ ಮೊಬೈಲ್ ಅಥವಾ ಟಿವಿ ಮೂಲಕ ನಕಾರಾತ್ಮಕ ಮಾಹಿತಿಯನ್ನು ಬ್ರೌಸ್ ಮಾಡುವ ದಿನವನ್ನು ನಾವು ಪ್ರಾರಂಭಿಸಬಾರದು. ಬದಲಾಗಿ, ಜಾಗೃತ ಗಮನದಿಂದ ಸೂರ್ಯೋದಯವನ್ನು ಸ್ವಾಗತಿಸುವ ಮೂಲಕ ದಿನವನ್ನು ಪ್ರಾರಂಭಿಸಿ. ಸೂರ್ಯನು ಅದ್ಭುತ, ಉತ್ಪಾದಕತೆ ಮತ್ತು ಪರಸ್ಪರ ಅವಲಂಬನೆಯ ಒಂದು ಉಸಿರು ದೃಶ್ಯವನ್ನು ಪ್ರಸ್ತುತಪಡಿಸುತ್ತಾನೆ. ಹೂವುಗಳು, ಸಸ್ಯಗಳು ಮತ್ತು ಮರಗಳು, ಸೂರ್ಯನ ಕಿರಣಗಳು ತಮ್ಮ ವೈಭವದಲ್ಲಿ ಅರಳಲು ಕಾತರದಿಂದ ಕಾಯುತ್ತಿವೆ ಮತ್ತು ಎಲ್ಲಾ ನೋಡುಗರಿಗೆ ಪರಿಮಳ, ಸಂತೋಷ ಮತ್ತು ಉಲ್ಲಾಸವನ್ನು ಹರಡುತ್ತವೆ. ಅಂತಹ ಸಂವೇದನಾ ಸಂತೋಷಗಳು ಮನಸ್ಸನ್ನು ಉಲ್ಲಾಸಗೊಳಿಸುತ್ತವೆ ಮತ್ತು ಚೈತನ್ಯವನ್ನು ಪೋಷಿಸುತ್ತವೆ. ಸಂಗೀತ, ಕವನ, ಕ್ರೀಡೆ, ಪ್ರಕೃತಿಯ ಸಾಮೀಪ್ಯ ಮತ್ತು ಸ್ಫೂರ್ತಿದಾಯಕ ಓದುವಿಕೆ ಅತ್ಯುತ್ತಮ ಒತ್ತಡವನ್ನು ನಿವಾರಿಸುತ್ತದೆ. ಅವರು ವೈವಿಧ್ಯತೆಯಲ್ಲಿ ಏಕತೆ, ಸೃಷ್ಟಿಯ ಏಕತೆ ಮತ್ತು ನಮ್ಮ ಸುತ್ತಲಿನ ವಸ್ತುಗಳ ಸೌಂದರ್ಯದ ಸಂವೇದನೆಯನ್ನು ಉತ್ತೇಜಿಸುತ್ತಾರೆ. ನೀವು ಉಪಪ್ರಜ್ಞೆ ಮನಸ್ಸಿನಲ್ಲಿ ಬಿತ್ತಿದಂತೆ, ನಿಮ್ಮ ದೇಹ ಮತ್ತು ಪರಿಸರದಲ್ಲಿ ನೀವು ಉಳಿಯಬೇಕಾಗಿದೆ. ಹೆಚ್ಚಿನದಾಗಿ ಶಾಲಾ ಮಕ್ಕಳು ಏಕಾಂಗಿಯಾಗಿರಲು ಭಯಪಡುತ್ತಾರೆ, ಆದ್ದರಿಂದ ಅವರು ಟಿವಿ, ಕಂಪ್ಯೂಟರ್, ಸೆಲ್ ಫೋನ್ ಮೂಲಕ ನಿರಂತರ ಒಡನಾಟವನ್ನು ಬಯಸುತ್ತಾರೆ ಮತ್ತು ಆಳವಿಲ್ಲದ ಸ್ನೇಹವನ್ನು ತ್ವರಿತವಾಗಿ ಸಂಪಾದಿಸುತ್ತಾರೆ ಮತ್ತು ತ್ವರಿತವಾಗಿ ತ್ಯಜಿಸುತ್ತಾರೆ. ಪ್ರಜ್ಞಾಪೂರ್ವಕವಾಗಿ ಬದುಕಲು ಕಲಿಯಲು ವಿದ್ಯಾರ್ಥಿಗಳಿಗೆ ಸವಾಲು ಹಾಕೋಣ, ಪರಿಸರವನ್ನು ಅನುಭವಿಸಿ, ಸ್ವಂತ ಕಂಪನಿಯನ್ನು ಆನಂದಿಸಿ, ಮತ್ತು ತಮ್ಮನ್ನು ತಾವು ಚೆನ್ನಾಗಿ ತಿಳಿದುಕೊಳ್ಳುವುದನ್ನು ಪ್ರತಿಬಿಂಬಿಸಿ. ಭಾರತದ ಇತಿಹಾಸ, ಅದರ ಶ್ರೀಮಂತ ಸಾಂಸ್ಕೃತಿಕ ಪರಂಪರೆ, ಮಾನವ ದೇಹ ಮತ್ತು ಹೊರಗಿನ ಸೃಷ್ಟಿಯ ಅದ್ಭುತಗಳು, 'ಭೂಮಿ ದಿನ' ಮತ್ತು 'ರಾಷ್ಟ್ರೀಯ ಯುವ ದಿನ'ದ ಅರ್ಥಪೂರ್ಣ ಚಟುವಟಿಕೆಗಳು, ಜಾಗೃತಿ ಮಟ್ಟವನ್ನು ಹೆಚ್ಚಿಸುತ್ತವೆ ಮತ್ತು ಉನ್ನತ ಉದ್ದೇಶಕ್ಕಾಗಿ ಸಂಬಂಧವನ್ನು ನಿರ್ಮಿಸಲು ಮಗುವಿಗೆ ಸಹಾಯ ಮಾಡುತ್ತವೆ. ಪ್ರತಿ ಮಗುವಿನಲ್ಲೂ 'ಗುರುತಿಸಿಕೊಳ್ಳಲೇಬೇಕು' ಎಂಬ ಹಂಬಲವಿರುತ್ತದೆ. ಈ ಪ್ರಚೋದನೆಯು ಮೇಲೆ ತಿಳಿಸಿದ ಶಾಲಾ ಶಿಕ್ಷಣವನ್ನು ಹೊಂದಿರುವ ಯುವಕರಲ್ಲಿ

ಉನ್ನತ 'ಸ್ವಾಭಿಮಾನ'ಕ್ಕೆ ಅನ್ವಯವಾಗುತ್ತದೆ, ಏಕೆಂದರೆ ಅವನು ನಿಜವಾಗಿಯೂ ಯಾರು ಎಂಬುದರ ನಿಜವಾದ ಅಭಿವ್ಯಕ್ತಿಯಾಗಲು ಅವನು ಈಗ ಕಲಿಯುತ್ತಾನೆ.

ಭಗವದ್ಗೀತೆ ತನ್ನ ಪ್ರಾಯೋಗಿಕ ನೈತಿಕ ಉದ್ದೇಶಕ್ಕಾಗಿ ವಿಶ್ವಾದ್ಯಂತ ಜನಪ್ರಿಯ ಗೌರವವನ್ನು ಹೊಂದಿದೆ. ಅಮೇರಿಕನ್ ಟ್ರಾನ್ಸೆಂಡೆಂಟಲಿಸ್ಟ್ ಎಮರ್ಸನ್, ಗೀತಾವನ್ನು "ಟ್ರಾನ್ಸೇಷನಲ್ ಬುಕ್" ಎಂದು ಕರೆದರು. ಅವರು 1850 ರ ದಶಕದಲ್ಲಿ ಹಾರ್ವರ್ಡ್ ಮತ್ತು ಕೇಂಬ್ರಿಡ್ಜ್‌ನಲ್ಲಿ ಭಾಷಣಗಳನ್ನು ಮಾಡಿದರು. ಅವರ ಕವಿತೆ 'ಬ್ರಹ್ಮ' (1856) ಹಿಂದೂ ಪಠ್ಯಗಳ ಭಾಗಗಳ ಮಾದರಿಯಾಗಿದೆ. ಇಂದಿಗೂ ಅಮೇರಿಕಾದ ವಿಶ್ವವಿದ್ಯಾನಿಲಯಗಳು ಗೀತಾ, ಯೋಗ ಮತ್ತು ಧ್ಯಾನದ ಕುರಿತು 'ಸಿಗ್ನೇಚರ್ ಕೋರ್ಸ್'ಗಳನ್ನು ಉತ್ಸಾಹದಿಂದ ನಡೆಸುತ್ತವೆ. ಜೀವನದ ಅಶಾಶ್ವತತೆ, ಆತ್ಮದ ಅಮರತ್ವ, ದೇಹ–ಮನಸ್ಸು–ಆತ್ಮಗಳ ಏಕೀಕರಣ, ಜೀವನದ ಬಗ್ಗೆ ಆಳವಾದ ಒಳನೋಟಗಳನ್ನು ನೀಡುತ್ತದೆ. ನಮ್ಮ ಶಾಲೆಗಳು ಮತ್ತು ಕಾಲೇಜುಗಳಲ್ಲಿ ಯಾವುದೇ ಮೀಸಲಾತಿಯಿಲ್ಲದೆ ಗೀತಾ ಪಠ್ಯಕ್ರಮದ ಭಾಗವಾಗಲು ಇದು ಉತ್ತಮ ಸಮಯವಾಗಿದೆ. ನಾವು ಉತ್ತಮ ಮನುಷ್ಯರಾಗಿ, ಸುಸಂಸ್ಕೃತ ನಾಗರಿಕರಾಗಿ ಮತ್ತು ಉತ್ತಮ ವೃತ್ತಿಪರರಾಗಿರಲು ಪ್ರಯತ್ನಿಸೋಣ ಒಬ್ಬ ಅತ್ಯುತ್ತಮ ವ್ಯಕ್ತಿಯಾಗಿ ರೂಪಗೊಳ್ಳೋಣ.

✍ – ಡಾ. ದೇವರಾಜ ವೈ
ಸಹಾಯಕ ಪ್ರಾಧ್ಯಾಪಕರು

ಸ್ವಾಮಿ ವಿವೇಕಾನಂದರ ದಿವ್ಯ ವಾಣಿಗಳು

"ವತ್ಸ, ಪ್ರೀತಿಗೆ ಸೋಲೆಂಬುದಿಲ್ಲ; ಇಂದೋ ನಾಳೆಯೋ / ಯುಗಾಂತರವೋ ಸತ್ಯ ಗೆದ್ದೇ ತೀರುವುದು. ಪ್ರೀತಿ ಖಂಡಿತ ಜಯ ಗಳಿಸುತ್ತದೆ. ನಮ್ಮ ಮಾನವಬಂಧುಗಳನ್ನು ನೀವು ಪ್ರೀತಿಸುತ್ತೀರೇನು?"

"ಪರಹಿತಕ್ಕಾಗಿ ನಿಮ್ಮ ಜೀವನವನ್ನು ಮುಡಿಪಾಗಿಡಿ. ನೀವು ತ್ಯಾಗಜೀವನವನ್ನು ಆರಿಸಿಕೊಳ್ಳುವುದಾದರೆ ಸೌಂದರ್ಯ, ಹಣ, ಅಧಿಕಾರಗಳ ಕಡೆ ತಿರುಗಿಯೂ ನೋಡಬೇಡಿ."

"ನೀವು ದ್ವೇಷ ಮತ್ತು ಅಸೂಯೆಗಳನ್ನು ಹೊರಸೂಸಿದರೆ ಅವುಗಳು ಚಕ್ರಬಡ್ಡಿ ಸಮೇತ ನಿಮಗೇ ಹಿಂತಿರುಗುತ್ತವೆ. ಯಾವ ಶಕ್ತಿಯೂ ಅದನ್ನು ತಡೆಯಲಾರದು. ಒಮ್ಮೆ ನೀವು ಅವುಗಳನ್ನು ಚಲಿಸುವಂತೆ ಮಾಡಿದರೆ ಅದರ ದುಷ್ಪರಿಣಾಮವನ್ನು ನೀವು ಅನುಭವಿಸಲೇಬೇಕು. ನೀವಿದನ್ನು ನೆನಪಿನಲ್ಲಿಟ್ಟರೆ ದುಷ್ಕಾರ್ಯಗಳಿಂದ ಪಾರಾಗಬಹುದು."

ವಿದ್ಯಾರ್ಥಿಗಳ ಮೇಲೆ ಮೊಬೈಲ್ ಫೋನ್ ಬಳಕೆಯಿಂದಾಗುವ ಹಾನಿಕಾರಕ ಪರಿಣಾಮಗಳು

ಇಂದಿನ ಜಗತ್ತಿನಲ್ಲಿ ಮೊಬೈಲ್ ಫೋನ್‌ಗಳು ಅತ್ಯಗತ್ಯ. ಬಹುತೇಕ ವಿದ್ಯಾರ್ಥಿಗೂ ಮೊಬೈಲ್ ಫೋನ್‌ಗಳು ಲಭ್ಯವಿದ್ದು, ಶಿಕ್ಷಣದ ಕಾರ್ಯವಿಧಾನವನ್ನೇ ಬದಲಾಯಿಸಿರುವ ಒಂದು ಸಾಧನ ಇದಾಗಿದೆ. ತಂತ್ರಜ್ಞಾನವು ಪ್ರಾಬಲ್ಯ ಹೊಂದಿರುವ ಯುಗದಲ್ಲಿ ಮೊಬೈಲ್ ಫೋನ್‌ಗಳು ಸರ್ವವ್ಯಾಪಿಯಾಗಿ ಮಾರ್ಪಟ್ಟಿವೆ, ಸಂವಹನ, ಮನರಂಜನೆ ಮತ್ತು ಮಾಹಿತಿ ಪಡೆಯಲು ಅನಿವಾರ್ಯ ಸಾಧನಗಳಾಗಿ ಕಾರ್ಯನಿರ್ವಹಿಸುತ್ತವೆ. ಈ ಸಾಧನಗಳು ಹಲವಾರು ಪ್ರಯೋಜನಗಳನ್ನು ನೀಡುತ್ತವೆಯಾದರೂ, ಅವುಗಳ ಸಂಭಾವ್ಯ ನಕಾರಾತ್ಮಕ ಪರಿಣಾಮಗಳನ್ನು ಗುರುತಿಸುವುದು ಅತ್ಯಗತ್ಯ, ವಿಶೇಷವಾಗಿ ವಿದ್ಯಾರ್ಥಿಗಳ ಮೇಲೆ. ಶೈಕ್ಷಣಿಕ ಕಾರ್ಯಕ್ಷಮತೆಯಿಂದ ಮಾನಸಿಕ ಮತ್ತು ದೈಹಿಕ ಆರೋಗ್ಯದವರೆಗೆ, ವಿದ್ಯಾರ್ಥಿಗಳು ಮತ್ತು ಪೋಷಕರು ತಿಳಿದಿರಬೇಕಾದ ಮೊಬೈಲ್ ಫೋನ್‌ಗಳ ಹತ್ತು ಹಾನಿಕಾರಕ ಪರಿಣಾಮಗಳು ಇಲ್ಲಿವೆ:

ಶೈಕ್ಷಣಿಕ ವ್ಯಾಕುಲತೆ: ಬಹುಶಃ ವಿದ್ಯಾರ್ಥಿಗಳ ಮೇಲೆ ಮೊಬೈಲ್ ಫೋನ್‌ಗಳ ಅತ್ಯಂತ ಸ್ಪಷ್ಟವಾದ ಹಾನಿಕಾರಕ ಪರಿಣಾಮವೆಂದರೆ ಶೈಕ್ಷಣಿಕ ವ್ಯಾಕುಲತೆ. ನಿರಂತರ ಅಧಿಸೂಚನೆಗಳು, ಸಾಮಾಜಿಕ ಮಾಧ್ಯಮ ನವೀಕರಣಗಳು ಮತ್ತು ಆನ್‌ಲೈನ್ ಮನರಂಜನೆಯ ಆಕರ್ಷಣೆಯು ಅಧ್ಯಯನದ ಅವಧಿಯಲ್ಲಿ ಏಕಾಗ್ರತೆಯನ್ನು ಅಡ್ಡಿಪಡಿಸಬಹುದು, ಇದು ಸಾಧನೆ ಕಡಿಮೆಯಾಗಲು ಮತ್ತು ಶೈಕ್ಷಣಿಕ ಕಾರ್ಯಕ್ಷಮತೆ ಕ್ಷೀಣಿಸಲು ಕಾರಣವಾಗಬಹುದು.

ನಿದ್ರೆಯ ಅಡಚಣೆ: ಮೊಬೈಲ್ ಫೋನ್ ಪರದೆಗಳಿಂದ ಹೊರಸೂಸುವ ನೀಲಿ ಬೆಳಕು ದೇಹದ ನೈಸರ್ಗಿಕ ನಿದ್ರೆ−ಎಚ್ಚರ ಚಕ್ರಕ್ಕೆ ಅಡ್ಡಿಪಡಿಸಬಹುದು, ಇದು ನಿದ್ರಿಸಲು ತೊಂದರೆ ಮತ್ತು ಕಳಪೆ ನಿದ್ರೆಯ ಗುಣಮಟ್ಟಕ್ಕೆ ಕಾರಣವಾಗಬಹುದು. ಮಲಗುವ ಮುನ್ನ ಮೊಬೈಲ್ ಫೋನ್‌ಗಳ ಅತಿಯಾದ ಬಳಕೆಯು ವಿದ್ಯಾರ್ಥಿಗಳ ನಿದ್ರೆಯನ್ನು ಅಡ್ಡಿಪಡಿಸುತ್ತದೆ, ಇದರ ಪರಿಣಾಮವಾಗಿ ಆಯಾಸ, ಕಿರಿಕಿರಿ ಮತ್ತು ತೊಂದರೆ ಉಂಟಾಗುತ್ತದೆ.

ವ್ಯಸನದ ಅಪಾಯ: ಮೊಬೈಲ್ ಫೋನ್‌ಗಳು, ಅವುಗಳ ಅಂತ್ಯವಿಲ್ಲದ ಅಪ್ಲಿಕೇಶನ್‌ಗಳು, ಆಟಗಳು ಮತ್ತು ಸಾಮಾಜಿಕ ಮಾಧ್ಯಮ ವೇದಿಕೆಗಳೊಂದಿಗೆ, ವಿಶೇಷವಾಗಿ ಯುವ ವಿದ್ಯಾರ್ಥಿಗಳಿಗೆ ಹೆಚ್ಚು ವ್ಯಸನಕಾರಿಯಾಗಬಹುದು. ಮೊಬೈಲ್ ಫೋನ್‌ಗಳ ಅತಿಯಾದ ಬಳಕೆಯ ವ್ಯಸನದಂತಹ ನಡವಳಿಕೆಗಳಿಗೆ ಕಾರಣವಾಗಬಹುದು.

ದುರ್ಬಲಗೊಂಡ ಸಾಮಾಜಿಕ ಕೌಶಲ್ಯಗಳು: ಸಂವಹನಕ್ಕಾಗಿ ಮೊಬೈಲ್ ಫೋನ್‌ಗಳ ಮೇಲಿನ ಅತಿಯಾದ ಅವಲಂಬನೆಯು ವಿದ್ಯಾರ್ಥಿಗಳ ಅಗತ್ಯ ಸಾಮಾಜಿಕ ಕೌಶಲ್ಯಗಳ ಬೆಳವಣಿಗೆಗೆ ಅಡ್ಡಿಯಾಗಬಹುದು. ವರ್ಚುವಲ್ ಸಂವಹನಗಳಲ್ಲಿ ಹೆಚ್ಚಿನ ಸಮಯವನ್ನು ಕಳೆಯುವುದರಿಂದ ಮುಖಾಮುಖಿ ಸಂವಹನ ಅವಕಾಶಗಳಿಂದ ದೂರವಿರಬಹುದು.

ಕಡಿಮೆಯಾದ ದೈಹಿಕ ಚಟುವಟಿಕೆ: ಮೊಬೈಲ್ ಫೋನ್ ಬಳಕೆಯ ಜಡ ಸ್ವಭಾವವು ವಿದ್ಯಾರ್ಥಿಗಳಲ್ಲಿ ದೈಹಿಕ ಚಟುವಟಿಕೆಯ ಮಟ್ಟವನ್ನು ಕುಸಿಯಲು ಕಾರಣವಾಗಬಹುದು. ಗಂಟೆಗಟ್ಟಲೆ ಕೂತುಕೊಳ್ಳುವುದು ಕಳಪೆ ಭಂಗಿ, ಮಸ್ಕ್ಯುಲೋಸ್ಕೆಲಿಟಲ್ ಸಮಸ್ಯೆಗಳು ಮತ್ತು ಹೊರಾಂಗಣ ಚಟುವಟಿಕೆಗಳು ಮತ್ತು ವ್ಯಾಯಾಮದಲ್ಲಿ ಆಸಕ್ತಿಯ ಕೊರತೆಗೆ ಕಾರಣವಾಗಬಹುದು.

ಮಾನಸಿಕ ಆರೋಗ್ಯದ ಮೇಲೆ ನಕಾರಾತ್ಮಕ ಪರಿಣಾಮ: ಮೊಬೈಲ್ ಫೋನ್‌ಗಳ ಅತಿಯಾದ ಬಳಕೆಯು ಆತಂಕ, ಖಿನ್ನತೆ ಮತ್ತು ಒಂಟಿತನ ಸೇರಿದಂತೆ ವಿವಿಧ ಮಾನಸಿಕ ಆರೋಗ್ಯ ಸಮಸ್ಯೆಗಳಿಗೆ ಸಂಬಂಧಿಸಿದೆ. ಆನ್‌ಲೈನ್‌ನಲ್ಲಿ ವ್ಯಕ್ತಿತ್ವವನ್ನು ಕಾಪಾಡಿಕೊಳ್ಳುವ ಒತ್ತಡ ಮತ್ತು ಸಾಮಾಜಿಕ ಮಾಧ್ಯಮದಲ್ಲಿ ಇತರರ ಪರಿಪೂರ್ಣ

ಜೀವನದೊಂದಿಗೆ ನಿರಂತರ ಹೋಲಿಕೆಯು ವಿದ್ಯಾರ್ಥಿಗಳ ಮಾನಸಿಕ ಯೋಗಕ್ಷೇಮದ ಮೇಲೆ ಪರಿಣಾಮ ಬೀರಬಹುದು.

ಗಮನ ವಿಕೇಂದ್ರಿಕರಣ: ಮೊಬೈಲ್ ಫೋನ್‌ಗಳಿಂದ ಮಾಹಿತಿ ಮತ್ತು ಪ್ರಚೋದನೆಗಳ ನಿರಂತರ ಒಳಹರಿವು ಗಮನ ಕೇಂದ್ರಿಕರಣವನ್ನು ಕಡಿಮೆ ಮಾಡಲು ಮತ್ತು ದೀರ್ಘಕಾಲದವರೆಗೆ ಕಾರ್ಯಗಳ ಮೇಲೆ ಕೇಂದ್ರೀಕರಿಸಲು ತೊಂದರೆಗೆ ಕಾರಣವಾಗಬಹುದು. ಇದು ವಿದ್ಯಾರ್ಥಿಗಳು ಆಳವಾದ, ಕೇಂದ್ರೀಕೃತ ಕಲಿಕೆ ಮತ್ತು ವಿಮರ್ಶಾತ್ಮಕ ಚಿಂತನೆಯಲ್ಲಿ ತೊಡಗಿಸಿಕೊಳ್ಳುವ ಸಾಮರ್ಥ್ಯದ ಮೇಲೆ ಪರಿಣಾಮ ಬೀರುತ್ತದೆ.

ಸೈಬರ್ ಬೆದರಿಕೆ ಮತ್ತು ಆನ್‌ಲೈನ್ ಕಿರುಕುಳ: ಮೊಬೈಲ್ ಫೋನ್‌ಗಳ ಅನಾಮಧೇಯತೆ ಅವರನ್ನು ಸೈಬರ್ ಬೆದರಿಕೆ ಮತ್ತು ಆನ್‌ಲೈನ್ ಕಿರುಕುಳವನ್ನುಂಟು ಮಾಡುತ್ತದೆ. ವಿದ್ಯಾರ್ಥಿಗಳು ಆನ್‌ಲೈನ್‌ನಲ್ಲಿ ಬೆದರಿಸುವಿಕೆ ಅಥವಾ ಅನುಚಿತ ವರ್ತನೆಗೆ ಬಲಿಯಾಗಬಹುದು.

ಅಪಘಾತಗಳು ಮತ್ತು ಗಾಯಗಳ ಅಪಾಯ: ಮುಖ್ಯವಾಗಿ ನಡೆಯುವಾಗ, ಚಾಲನೆ ಮಾಡುವಾಗ ಅಥವಾ ಇತರ ಚಟುವಟಿಕೆಗಳಲ್ಲಿ ಭಾಗವಹಿಸುವಾಗ ವಿಚಲಿತರಾದ ಮೊಬೈಲ್ ಫೋನ್ ಬಳಕೆಯು ವಿದ್ಯಾರ್ಥಿಗಳಲ್ಲಿ ಅಪಘಾತಗಳು ಮತ್ತು ಗಾಯಗಳ ಅಪಾಯವನ್ನು ಹೆಚ್ಚಿಸುತ್ತದೆ. ರಸ್ತೆ ದಾಟುವಾಗ ಅಥವಾ ಕ್ರೀಡೆಗಳಲ್ಲಿ ತೊಡಗಿಸಿಕೊಳ್ಳುವಾಗ ಸಂದೇಶ ಕಳುಹಿಸುವುದು ಅಥವಾ ಇಂಟರ್‌ನೆಟ್ ಬ್ರೌಸ್ ಮಾಡುವುದು ಅಪಘಾತಗಳಿಗೆ ಕಾರಣವಾಗಬಹುದು.

ಶೈಕ್ಷಣಿಕ ಸಮಗ್ರತೆಯ ಮೇಲೆ ಪರಿಣಾಮ: ಇಂಟರ್‌ನೆಟ್ ಪ್ರವೇಶದೊಂದಿಗೆ ಸ್ಮಾರ್ಟ್‌ಫೋನ್‌ಗಳ ವ್ಯಾಪಕ ಲಭ್ಯತೆಯು ಶೈಕ್ಷಣಿಕ ಸಮಗ್ರತೆಗೆ ಸವಾಲು ಹಾಕುತ್ತದೆ. ವಿದ್ಯಾರ್ಥಿಗಳು ಪರೀಕ್ಷೆಯ ಸಮಯದಲ್ಲಿ ವಂಚನೆ ಮಾಡಲು ಅಥವಾ ತಮ್ಮ ಮೊಬೈಲ್ ಫೋನ್‌ಗಳನ್ನು ಬಳಸಿಕೊಂಡು ದತ್ತಕಾರ್ಯಗಳಿಗೆ ಕೃತಿಚೌರ್ಯ ಮಾಡಲು ಪ್ರಚೋದಿಸಲ್ಪಡಬಹುದು, ಇದು ಅವರ ಶೈಕ್ಷಣಿಕ ಸಮಗ್ರತೆ ಮತ್ತು ನೈತಿಕ ಮಾನದಂಡಗಳನ್ನು ರಾಜಿ ಮಾಡಿಕೊಳ್ಳಲು ಸಾಧ್ಯವಾಗಬಹುದು.

ಒಟ್ಟಾರೆಯಾಗಿ ಈಗ ಮಕ್ಕಳಿಗೆ ಮೊಬೈಲ್ ಕೊಡದೆ ಇರುವುದು ಅಸಾಧ್ಯವಾಗಿದೆ. ಅನೇಕ ಪ್ರಾಜೆಕ್ಟ್‌ಗಳು, ಮಾಡಬೇಕಾದ ಶಾಲೆ ಕೆಲಸಗಳು ಶಾಲೆಯ ವೆಬ್‌ಸೈಟ್‌ನಲ್ಲಿ ಇರುತ್ತವೆ. ಅದನ್ನು ಮಕ್ಕಳು ಮನೆಯಿಂದ ಪೂರ್ತಿ ಮಾಡಬೇಕಾಗುತ್ತದೆ. ಅಲ್ಲದೆ ಯೂಟ್ಯೂಬ್‌ನಲ್ಲಿ ಬೇರೆ ಬೇರೆ ಕಾರ್ಯಕ್ರಮಗಳನ್ನು ವೀಕ್ಷಿಸಬೇಕಾಗುತ್ತದೆ. ಶಾಲೆಯ ಪ್ರಶ್ನೋತ್ತರಗಳು ಪೂರ್ಣವಾಗಬೇಕಾದರೆ ಗೂಗಲ್‌ನ ನೆರವು ಬೇಕಾಗುತ್ತದೆ. ಗಣಿತಕ್ಕೆ ಅದರದ್ದೇ ಆದ ಕೆಲವು ವೆಬ್‌ಸೈಟ್‌ಗಳಿವೆ. ಅವುಗಳನ್ನು ಪ್ರವೇಶಿಸಿ ಖಾತೆ ತೆರೆದು ಅಲ್ಲಿ ಕೊಟ್ಟ ಬೇರೆ ಬೇರೆ ರೀತಿಯ ಪ್ರಶ್ನೆಗಳಿಗೆ ಉತ್ತರ ಬರೆಯಬೇಕಾಗುತ್ತದೆ. ಇಷ್ಟೇ ಅಲ್ಲದೇ ಅನೇಕ ರೀತಿಯಲ್ಲಿ ಮಕ್ಕಳು ನಿರಂತರ ಮೊಬೈಲ್ ಅಥವಾ ಇತರೆ ಸಂವಾದಾತ್ಮಕ ತಂತ್ರಜ್ಞಾನಕ್ಕೆ ಅವಲಂಬಿತವಾಗಿವೆ. ಹೀಗೆ ಇದ್ದಾಗಲೂ ಕೂಡ ಜವಾಬ್ದಾರಿಯುತ ಮೊಬೈಲ್ ಫೋನ್ ಬಳಕೆಯನ್ನು ಉತ್ತೇಜಿಸುವ ಮೂಲಕ, ಮಿತಿಗಳನ್ನು ನಿಗದಿಪಡಿಸುವ ಮೂಲಕ ಮತ್ತು ಆರೋಗ್ಯಕರ ಅಭ್ಯಾಸಗಳನ್ನು ಪ್ರೋತ್ಸಾಹಿಸುತ್ತಾ, ಪೋಷಕರು, ಶಿಕ್ಷಕರು ಮತ್ತು ವಿದ್ಯಾರ್ಥಿಗಳು ನಕಾರಾತ್ಮಕ ಪರಿಣಾಮಗಳನ್ನು ತಗ್ಗಿಸಬಹುದು ಮತ್ತು ತಂತ್ರಜ್ಞಾನದ ಪ್ರಯೋಜನಗಳನ್ನು ಸಮತೋಲಿತ ಮತ್ತು ಚಿಂತನಶೀಲ ರೀತಿಯಲ್ಲಿ ಬಳಸಿಕೊಳ್ಳಬಹುದು. ಆ ಮೂಲಕ ನಮ್ಮ ಮಕ್ಕಳು ಮತ್ತು ವಿದ್ಯಾರ್ಥಿಗಳಿಗೆ ಮೊಬೈಲ್ ಬಳಕೆಯ ನಿಯಂತ್ರಿತ ಅಧಿಕಾರ ನೀಡೋಣ ಹಾಗೂ ನಾವು ಆ ಪರಿಮಿತಿಯಲ್ಲಿ ಬಳಸೋಣ.

✍ – ಡಾ. ವಾಣಿ ನಾಯಕಿ ಡಿ.ಸಿ
ಸಹಾಯಕ ಪ್ರಾಧ್ಯಾಪಕರು

ಸ್ಪರ್ಧೆಯಲ್ಲಿ ಸ್ನೇಹಿತನೇ?

ಕ್ರೀಡೆ ಉಲ್ಲಾಸದ ವಸ್ತುವಾಗಿ ಮಾನವ ಜೀವನದ ಒಂದು ಭಾಗವಾಗಿದೆ. ಬ್ಯಾರನ್ ಡಿ ಕೂಬರ್ಟಿನ್ ಹೇಳಿರಿವಂತೆ 'ಕ್ರೀಡೆಗಳಿರುವುದು ಗೆಲ್ಲುವದಕ್ಕಾಗಿ ಅಲ್ಲ ಭಾಗವಹಿಸುವದಕ್ಕಾಗಿ' ಎಂಬಂತೆ ಕ್ರೀಡೆಗಳಲ್ಲಿ ಸೋಲು– ಗೆಲುವು ಸರ್ವೇಸಾಮಾನ್ಯ. ಕ್ರೀಡಾಪಟುಗಳು ನಿಶ್ಚಿತ ಗುರಿ ಮತ್ತು ಗೆಲುವಿಗಾಗಿ ಆಟದಲ್ಲಿ ಪಾಲ್ಗೊಳ್ಳುವುದು ಸಹಜವಾಗಿದೆ. ಇದರಿಂದ ಶರೀರದ ಆಲಸ್ಯ, ಬುದ್ಧಿಯ ವಿಚಾರಗಳು, ಮನಸ್ಸಿನ ಚಿಂತೆ ದೂರ ಸರಿದು, ಶರೀರದ ಚಪಲತೆ, ಶಕ್ತಿ, ಮನಸ್ಸಿನ ಏಕಾಗ್ರತೆ, ಬುದ್ಧಿಯ ತೀಕ್ಷ್ಣತೆ ಹೆಚ್ಚಾಗುವುದು. ಕ್ರೀಡೆಯಲ್ಲಿ ಸ್ಪರ್ಧಾ ಮನೋಭಾವ ಉಂಟಾಗಿ ಉತ್ಸಾಹ ಹೆಚ್ಚುತ್ತದೆ. ಗೆಲುವು ಸಂಪಾದನೆ ಮಾಡಿದ ಮೇಲಂತೂ ಅದರಲ್ಲೂ ಅಧಿಕ ಶಕ್ತಿಯ ಎದುರಾಳಿಗಳನ್ನು ಗೆದ್ದ ಮೇಲಂತೂ ಎಣೆ ಇಲ್ಲದಷ್ಟು ಆನಂದ ಸಿಗುತ್ತದೆ. ವಿಶೇಷ ಎಂದರೆ ಸೋತರೆ ದುಃಖವಿಲ್ಲ.

ಸಾಮಾನ್ಯವಾಗಿ ಕ್ರೀಡೆಯಲ್ಲಿ ಮಿತ್ರರು, ಆತ್ಮೀಯರೇ ಎದುರಾಳಿಗಳಾಗುವುದರಿಂದ ಆಟಕ್ಕೆ ಮುಂಚೆ ಒಂದೇಯಾದರೂ, ಆಟದಲ್ಲಿ ಎದುರಾಳಿಗಳು, ಇದರಿಂದ ಇರ್ವರಲ್ಲಿ ಸಂಘರ್ಷ ಶಕ್ತಿ ವೃದ್ಧಿಯಾಗವುದರ ಜೊತೆಗೆ ಸ್ಪರ್ಧೆಯಲ್ಲಿ ಆದ ನೋವುಗಳನ್ನು ನುಂಗುವಂತಹ, ಭಿನ್ನತೆಗಳನ್ನು ಮರೆಯುವಂತಹ, ಆನಂದವನ್ನು ಹಂಚಿಕೊಳ್ಳುವಂತಹ ಸ್ವಭಾವ ಪ್ರಯತ್ನರಹಿತವಾಗಿಯೆ ದೊರಕುತ್ತದೆ. ಒಮ್ಮೆ ಈ ಸ್ವಭಾವ ಬಂದಾಗ ಮಿತ್ರರಲ್ಲದವರ ಜೊತೆ ಆಡಿದಾಗಲೂ ಅವರೆಲ್ಲಾ ಮಿತ್ರರಾಗುವರು. ಅಂದರೆ ಆಟ ಕದನದ ಕಣವಾದಾಗ್ಯೂ ಅದು ವಾಸ್ತವಿಕವಾಗಿ ಸ್ನೇಹದ ಸೇತುವೆ. ಕ್ರೀಡೆಯ ಅಂತರ್ಯ ಇದಾದ್ದರಿಂದ ಆಟವಾಡುವುದರಿಂದ ದಣಿವಾರುತ್ತದೆ. ಆಲಸ್ಯ ನೀಗುತ್ತದೆ. ಸ್ವಭಾವ ಬದಲಿಸಿ ಹಿತಕರ ಗುಣವರ್ಧಮವೆ ಆಗುತ್ತದೆ. ಆನಂದಪ್ರಾಪ್ತಿಯಾಗಿ ಸಂತೋಷ ಹೆಚ್ಚುತ್ತದೆ. ಆದರೆ ಇದಕ್ಕೆ ಅಪವಾದವೆಂಬಂತೆ ಆಟವಾಡದೆ ಇರುವುದೇ ದೊಡ್ಡಸ್ತಿಕೆಯ ದ್ಯೋತಕವೆಂಬುದು, ಹಿರಿತನದ ಹೆಗ್ಗುರುತು ಎಂಬುದು. ಇದಕ್ಕಿಂತ ಹುಚ್ಚು ಕಲ್ಪನೆ ಇನ್ನೊಂದಿರಲಾರದು. ಸಮಾಜಕ್ಕೆ ಒಪ್ಪುವಂತಹ ಆಟಗಳನ್ನು ಸರ್ವರೂ ಆಡುವಂತೆ ಮಾಡಿದಾಗಲೇ ಸಮಾಜದ ಸದ್ಗುಣಗಳು ಕಾದಿಡಲು ಸಾಧ್ಯ. ಆಟವಾಡದೆ ದೊಡ್ಡವರಾದವರು ಸ್ವಭಾವದಲ್ಲಿ ಸ್ಪರ್ಧಿಗಳಾಗಿ, ಇನ್ನೂಬ್ಬರ ಜೊತೆಗೆ ಸೇರದವರಾಗಿ ಮಾರ್ಪಟ್ಟು ಸಮಾಜಕ್ಕೆ ಹೊರೆಯಾಗಬಹುದು.

ಒಂದು ನಿದರ್ಶನವೆಂದರೆ 1912 ರ ಸ್ಟಾಕ್ ಹೋಮ್ ಒಲಂಪಿಕ್ಸ್ ನಲ್ಲಿ ದಕ್ಷಿಣ ಆಫ್ರಿಕಾದ ಮೆರಥಾನ್ ಸ್ಪರ್ಧೆಯಲ್ಲಿ ಭಾಗವಹಿಸಿದ ಮೆಕಾರ್ಥರ್ ಮತ್ತು ಗಿಟ್ಶೆಮ್ ಎಂಬ ಕ್ರೀಡಾಪಟುಗಳು ಮೊದಲಿನಿಂದಲೂ ಸ್ನೇಹಿತರು. ಮೆರಥಾನ್ ಸ್ಪರ್ಧೆಯಲ್ಲಿ ಮೊದಲಿನಿಂದಲೂ ಕೊನೆಯವರೆಗೂ ಇಬ್ಬರೂ ಒಟ್ಟಾಗಿ ಮಾತನಾಡುತ್ತಲೇ ಓಡುತ್ತ ಬಂದರು. ಕೊನೆಯ ಹಂತದಲ್ಲಿರುವಾಗ, ದಾರಿಯಲ್ಲಿ ಸ್ವಲ್ಪ ನೀರು ಕುಡಿದು ಮುಂದುವರೆಯೋಣ ಎಂದು ಗಿಟ್ಶೆಮ್ ಸಲಹೆಮಾಡಿದಾಗ ಮೆಕಾರ್ಥರ್ ಹೂಗುಟ್ಟಿದ. ದಾರಿಯಲ್ಲಿಟ್ಟಿದ್ದ ನೀರನ್ನು ಕುಡಿಯಲು ಗಿಟ್ಶೆಮ್ ಹೋಗಿ ಹಿಂದಿರುಗಿ ನೋಡಿದರೆ, ಗೆಳೆಯ ಮೆಕಾರ್ಥರ್ ನಿಲ್ಲದೇ ಮುಂದೆ ಓಡತೊಡಗಿದ್ದ. ತಕ್ಷಣ ಅರ್ಥಕ್ಕೆ ನೀರು ಚೆಲ್ಲಿ ಗೆಳೆಯನ ಬೆನ್ನು

ಹಿಂದೆಯೇ ಓಡಿದ ಗಿಟ್‌ಶೆಮ್. ಆದರೆ ಮೆಕಾರ್ಥರ್ ಮೊದಲಿಗನಾಗಿ ಚಿನ್ನದ ಪದಕ ಗಳಿಸಿದ. ಗಿಟ್‌ಶೆಮ್ ಗೆ ಬೆಳ್ಳಿಯ ಪದಕ ದೊರೆಯಿತು. ಸಂಜೆಯಲ್ಲಿ ಸಿಕ್ಕ ಮೆಕಾರ್ಥರ್‌ನ್ನು ವಿಚಾರಿಸಿದಾಗ, ನೀರು ಕುಡಿಯಲು ತಾನು ನಿಲ್ಲಬೇಕೆಂದೂ ಅನಿಸಿದ್ದರೂ, ಮುಂದೆ ಓಡಿ ಮೊದಲಿಗನಾದರೆ ನೀರಿನ ಬದಲು ಶಾಂಪೇನ್ ಕುಡಿಯಬಹುದಲ್ಲಾ ಎಂದು ಹಾಗೆ ಮಾಡಿದೆ – ಎಂದು ಮೆಕಾರ್ಥರ್ ಉತ್ತರಿಸಿದ. ಈ ಸಂದರ್ಭವನ್ನು ನೆನೆದಾಗ "ದಂಡಿನಲ್ಲಿ ಸೋದರಮಾವನೇ"– ಎಂಬ ಗಾದೆ ನೆನಪಿಗೆ ಬರುತ್ತದೆ. ಮತ್ತು ಇದೇ ಗಾದಗೆ ಸಮನಾಗಿ 'ಸ್ಪರ್ಧೆಯಲ್ಲಿ ಸ್ನೇಹಿತನೇ' ಎಂಬ ಅರ್ಥಕ್ಕೆ ಸಮನಾಗಲೂಬಹುದು.

ಕ್ರೀಡೆಗಳು ವ್ಯಕ್ತಿಯ ವರ್ತನೆಯಲ್ಲಿ ಮಹತ್ತರ ಬದಲಾವಣೆ ತಂದಿದೆ. ಅವನ ವರ್ತನೆಯಲ್ಲಿ ವರಟುತನವಿರುವುದಿಲ್ಲ. ಸುಸಂಸ್ಕೃತನಂತೆ ವರ್ತಿಸುತ್ತಾನೆ. ಮಾತು ಮತ್ತು ಕೃತಿಯಲ್ಲಿ ಸಹಜತೆ ಇರುತ್ತದೆ. ಅವನ ಭಾವನೆಗಳು ಯಾವ ಕಾರಣಕ್ಕೂ ಬೇಗನೆ ಉದ್ವೇಗ ಗೊಳ್ಳುವುದಿಲ್ಲ. ಸಿಟ್ಟನ್ನು ನಿಯಂತ್ರಿಸಿಕೊಳ್ಳುತ್ತಾನೆ, ಆತ್ಮವಿಶ್ವಾಸ್ಲಂದ, ಧೈರ್ಯದಿಂದ ಪಾಲ್ಗೊಳ್ಳುತ್ತಾನೆ. ಇಂತಹ ಮನೋಭಾವನೆಗಳು ಒಂದೇ ದಿನದಲ್ಲಿ ಉಂಟಾಗುವುದಿಲ್ಲ. ಸತತ ಅಭ್ಯಾಸ ಬೇಕು. ಜಯವನ್ನು ಸಾಧಿಸಲು ಮೋಸದಹಾದಿಯನ್ನು ತುಳಿಯಬಾರದು. ಇದರಿಂದ ಅಂತಹ ವ್ಯಕ್ತಿಯ ಮನಸ್ಸು ಸದಾ ಒತ್ತಡದಿಂದ ಕೂಡಿರುತ್ತದೆ. ಮೋಸ, ವಂಚನೆ, ಸಂಚು, ಈರ್ಷ್ಯ, ಜಿಗುಪ್ಸೆ ಮುಂತಾದ ಕೆಟ್ಟ ಆಲೋಚನೆಗಳಿಂದ ಕೆಲಸ ಮಾಡುತ್ತಿರುತ್ತದೆ. ಇಂತಹ ವ್ಯಕ್ತಿಯಿಂದ ಉತ್ತಮ ಸಾಧನೆ ನೀರಿಕ್ಷಿಸಲು ಸಾಧ್ಯವಿಲ್ಲ. ಕ್ರೀಡಾ ಸ್ಪರ್ಧೆಯಲ್ಲಿ ಸ್ನೇಹ, ಸಂಬಂಧಗಳನ್ನು ಮರೆತು ತಾನು, ತನ್ನ ರಾಷ್ಟ್ರಕ್ಕಾಗಿ ಯಶಸ್ಸು ತರಬೇಕೆಂಬ ಉದ್ದೇಶದಿಂದ ಕ್ರೀಡಾಪಟುಗಳು ಗುರಿಯನ್ನು ಮುಟ್ಟಬೇಕಾಗುತ್ತದೆ. ಇಲ್ಲಿ ಸ್ನೇಹದ ಬಂಧನದಿಂದ ಮತ್ತು ಸೇಬಿನ ಅಮಿಷಕ್ಕೆ ಬಿದ್ದ ಗಿಟ್‌ಶೆಮ್ ಸೋತುಹೋದ. ಇತ್ತಿಚಿನ ದಿನಗಳಲ್ಲಿ ಕ್ರೀಡೆಗಳಲ್ಲಿ ರಾಜಕೀಯತೆ ಪ್ರಭಾವ ಮತು ಜೂಜು, ಆಮಿಷಗಳು ಹೆಚ್ಚಾಗುತ್ತಿವೆ. ಇದರಿಂದ ಉತ್ತಮ ಕ್ರೀಡಾ ಪ್ರತಿಭೆಗಳು ವಂಚಿತರಾಗುತ್ತಿದ್ದಾರೆ. ಉತ್ತಮ ಕ್ರೀಡಾಪಟುಗಳು ಸಹ ಆಸೆ ಆಮಿಷಗಳಿಗೆ ಬಲಿಯಾಗಿ ಕ್ರೀಡೆಯನ್ನು ಬಲಿಕೊಡುತ್ತಿದ್ದಾರೆ. ಆದರೆ ಇದೆಲ್ಲದರ ಮಧ್ಯಯೂ ನಾವು ಸತತ ಅಭ್ಯಾಸ ಮಾಡುತ್ತಾ ಉತ್ತಮ ನಿಪುಣತೆಯನ್ನು ಹೊಂದಿ, ನಮ್ಮ ಗುರಿಯ ಸಾಧನೆಯ ಕಡೆ ಗಮನವಹಿಸೋಣ.

✍ – ರವಿಕುಮಾರ್ ಎನ್. ಜಿ
ದೈಹಿಕ ಶಿಕ್ಷಣ ನಿರ್ದೇಶಕರು

ಸ್ವಾಮಿ ವಿವೇಕಾನಂದರ ದಿವ್ಯ ವಾಣಿಗಳು

"ಎದ್ದೇಳಿ ಕಾರ್ಯೋನ್ಮುಖರಾಗಿ, ಈ ಜೀವನವಾದರೂ ಎಷ್ಟು ಕಾಲ? ನೀವು ಈ ಜಗತ್ತಿಗೆ ಬಂದ ಮೇಲೆ ಏನಾದರೂ ಗುರುತನ್ನು ಬಿಟ್ಟು ಹೋಗಿ, ಅದಿಲ್ಲದಿದ್ದರೆ ನಿಮಗೂ ಮರಕಲ್ಲುಗಳಿಗೂ ಏನು ವ್ಯತ್ಯಾಸ? ಅವೂ ಅಸ್ತಿತ್ವಕ್ಕೆ ಬರುತ್ತವೆ, ನಶಿಸಿ ನಿರ್ನಾಮವಾಗುತ್ತವೆ."

"ಈ ಜಗತ್ತಿನ ಇತಿಹಾಸ ಆತ್ಮಶ್ರದ್ಧೆಯನ್ನು ಹೊಂದಿದ್ದ ಕೆಲವೇ ವ್ಯಕ್ತಿಗಳ ಇತಿಹಾಸ. ಆ ಶ್ರದ್ಧೆ ಅಂತರಂಗದ ದಿವ್ಯತೆಯನ್ನು ಬಡಿದೆಬ್ಬಿಸುತ್ತದೆ. ಆಗ ನೀವೇನನ್ನು ಬೇಕಾದರೂ ಸಾಧಿಸಬಲ್ಲಿರಿ."

ಸಾಮಾಜಿಕ ಸಮತೋನದ ಹರಿಕಾರ ಭಕ್ತಿ ಭಂಡಾರಿ ಬಸವಣ್ಣ

ಕರ್ನಾಟಕದ ಪಾಲಿಗೆ ಹನ್ನೆರಡನೇ ಶತಮಾನ ಎಂಬುದು ಬಹಳ ಮಹತ್ತದ್ದು. ಸಮಾಜದಲ್ಲಿ ಬಹುದೊಡ್ಡ ಬದಲಾವಣೆಯ ಹೊಸ ಚಿಂತನೆ ರೂಪುಗೊಂಡ ಕಾಲವದು. ಕನ್ನಡ ಸಾಹಿತ್ಯ ಮತ್ತು ಸಾಂಸ್ಕೃತಿಕ ಇತಿಹಾಸದಲ್ಲಿ ವಿಶಿಷ್ಟವಾದ ಕಾಲಘಟ್ಟವಿದು. ಸಾಮಾಜಿಕ ಅಸಮಾನತೆ, ಜಾತಿ ವ್ಯವಸ್ಥೆ ಸೇರಿದಂತೆ ಹಲವು ಅನಿಷ್ಟ ಪದ್ಧತಿಗಳು ಆಚರಣೆಯಲ್ಲಿದ್ದ ಈ ಕಾಲದಲ್ಲಿ ವಚನಕಾರರು ತಮ್ಮ ಸರಳ ವಚನಗಳ ಮೂಲಕ ಸಮಾಜದಲ್ಲಿ ಬದಲಾವಣೆಯನ್ನು ತರಲು ಪ್ರಯತ್ನಿಸಿದ್ದರು. ಜಾತಿಯ ಹಂಗಿಲ್ಲದೆ ಎಲ್ಲಾ ವರ್ಗದ ವಚನಕಾರರು ವಚನಗಳ ಮೂಲಕ ತಮ್ಮ ಹೊಸ ಚಿಂತನೆಗಳನ್ನು ಕಟ್ಟಿಕೊಡುತ್ತಿದ್ದರು. ಈ ಮೂಲಕ ಜನರಲ್ಲಿ ಜಾಗೃತಿಯನ್ನು ಮೂಡಿಸುವ ಕೆಲಸವನ್ನು ಇವರು ಮಾಡುತ್ತಿದ್ದರು.

ಹನ್ನೆರಡನೇ ಶತಮಾನದ ಬಹುದೊಡ್ಡ ಸಮಾಜ ಸುಧಾರಕರು ಬಸವಣ್ಣನವರು. ಬಸವಣ್ಣನವರ ಸಾರಥ್ಯದಲ್ಲಿ ನಡೆದ ಸುಧಾರಣೆಯ ಪ್ರಯತ್ನ ಒಂದು ಸಾಮಾಜಿಕ ಚಳವಳಿಯಾಗಿ ರೂಪುಗೊಂಡಿತ್ತು. ಇವರ ತತ್ವ, ಆದರ್ಶಗಳು, ಚಿಂತನೆಗಳು ಇಂದಿಗೂ ಪ್ರಸ್ತುತ. ಇದು ಜೀವನ ಪಾಠವೂ ಹೌದು. ವಿಶ್ವಗುರು ಬಸವಣ್ಣನವರು ಹಾಕಿಕೊಟ್ಟ ದಾರಿಯಲ್ಲಿ ಸಾಗಿದರೆ ಜೀವನ ಸುಖಿಮಯ, ಸಮಾಜವೂ ಸುಂದರ. 'ಕಾಯಕವೇ ಕೈಲಾಸ' ಎಂದು ಕಲಿಸಿಕೊಟ್ಟವರು ಬಸವಣ್ಣನವರು.

ಬಸವಣ್ಣ ಎಂದರೆ ಯಾರು? ಎಂಬ ಪ್ರಶ್ನೆಗೆ ಈ ಕೆಳಗಿನಂತೆ ಅರ್ಥೈಸಬಹುದು :–

1. 12ನೇ ಶತಮಾನದಲ್ಲಿ ಕರುನಾಡಿನ ಬಿಜಾಪೂರು ಜಿಲ್ಲೆಯ ಬಾಗೇವಾಡಿ ತಾಲೂಕಿನ ಇಂಗಳೇಶ್ವರ ಗ್ರಾಮದ ಬ್ರಾಹ್ಮಣ ಕುಲದ ಮಾದರಸ ಮಾದಲಾಂಬಿಕೆ ಇವರ ಉದರದಲ್ಲಿ ಜನಿಸಿದ ಮಾನವ.

2. ನಾಲ್ಕು ಕಾಲಿನ, ಒಂದು ಬಾಲದ, ಎರಡು ಕೋಡಿನ, ಗರ್ಭ ಗುಡಿಯ ಎದುರಿಗೆ ಕೂಡಿಸಿದ ನಂದಿ(ಎತ್ತು) ಅಲ್ಲ; ಸರ್ವ ರಂಗದಲ್ಲಿಯೂ ಸಮಾನತೆಯನ್ನು ತಂದು ಮನುಷ್ಟತ್ವವನ್ನು ಎತ್ತಿ ಹಿಡಿದ ಮಾನವತಾವಾದಿ.

3. ಶತ ಶತಮಾನಗಳ ಕಾಲ ಪುರುಷ ಪ್ರಧಾನ ವ್ಯವಸ್ಥೆಯಲ್ಲಿ ದಾಸ್ಯಕ್ಕೆ ಒಳಗಾಗಿದ್ದ ಮಹಿಳೆಯರಿಗೆ ಧಾರ್ಮಿಕ ಸ್ವಾತಂತ್ರ್ಯ ನೀಡಿದ ಸ್ತ್ರೀಕುಲೋದ್ಧಾರಕ.

4. ಶತ ಶತಮಾನಗಳ ಕಾಲ ಯಾರನ್ನು ಗೆಲ್ಲು ಸಾಧ್ಯವಾಗಿದ್ದಿಲ್ಲವೋ ಅಂತಹ ಶೋಷಣೆಗಾಗಿದ್ದವರ ಮನಸ್ಸು, ಹೃದಯವನ್ನು ಗೆದ್ದು ಅವರನ್ನೂ ತನ್ನಂತೆ ಕಂಡು ಮಾದಾರನ ಮಗ ಎಂದು ಕರೆದುಕೊಂಡ ಸಮತಾವಾದಿ.

5. ಯಜ್ಞ–ಯಾಗ ಹೋಮ–ಹವನ ಮಾಡಿ ಲಕ್ಷಾಂತರ ಬೆಲೆ ಬಾಳುವ ವಸ್ತುಗಳನ್ನು ಸುಟ್ಟು, ಮುಗ್ಧ ಜೀವಗಳನ್ನು ಆಹುತಿ ಮಾಡಿ, ಗುಡಿ ಗುಂಡಾರಗಳನ್ನು ಕಟ್ಟಿ, ಧಾರ್ಮಿಕ ಶೋಷಣೆ ನಡೆಸುತ್ತಿದ್ದವರ ವಿರುದ್ಧ ಬಂಡೆದ್ದು ಧಾರ್ಮಿಕ ಶೋಷಣೆ ನಿಲ್ಲಿಸಿದ ಬಂಡಾಯಗಾರ.

6. ನಿಮ್ಮ ವರ್ಗದವರಿಗೆ ದೇವಸ್ಥಾನಗಳಲ್ಲಿ ಬಿಟ್ಟುಕೊಳ್ಳದಾದಾಗ ದೇವಸ್ಥಾನಗಳಿಗೆ ದಿಕ್ಕಾರ ಹಾಕಿ, ಮಾನವರಿಗೆ ಪ್ರವೇಶವಿಲ್ಲದ ಗುಡಿಯಲ್ಲಿ ದೇವರು ಇರುವುದಿಲ್ಲ ಬದಲಿಗೆ ದೇಹವೇ ದೇಗುಲ ಎಂದು ಸಾರಿ, ಅಂಗದ ಮೇಲೆ ಇಷ್ಟಲಿಂಗವನ್ನು ನೀಡಿ ನಿಮ್ಮ ವರ್ಗದವರನ್ನು ಲಿಂಗಾಯತರನ್ನಾಗಿ ಮಾಡಿ ನೂತನ ಲಿಂಗಾಯತ ಧರ್ಮ ಸ್ಥಾಪಿಸಿದ ಧರ್ಮ ಪ್ರವರ್ತಕ.

7. ಶ್ರೇಷ್ಠ ರಾಜಕೀಯ ಮುತ್ಸದ್ದಿ ಪ್ರಧಾನಿಯಾಗಿ, ನೂತನ ಅನುಭವ ಮಂಟಪವನ್ನು ಕಟ್ಟಿ ತನ್ಮೂಲಕ ವಿಶ್ವದಲ್ಲಿಯೇ ಮೊದಲ ಪ್ರಜಾಪ್ರಭುತ್ವಕ್ಕೆ ಬುನಾದಿ ಹಾಕಿದ ಪ್ರಜಾಪ್ರಭುತ್ವವಾದಿ.

8. ಕೊಲ್ಲೆನಯ್ಯ ಪ್ರಾಣಿಗಳನ್ನು ಮೆಲ್ಲೆನಯ್ಯ ಬಾಯಿಚ್ಚೆಗೆ ಹೊಲ್ಲೆನಯ್ಯ ಪರಸತಿಯರ ಸಂಗವ ಎಂದು ಹೇಳಿದ ಅಹಿಂಸಾವಾದವನ್ನು ಎತ್ತಿ ಹಿಡಿದು ಸಕಲ ಜೀವಾತ್ಮರಿಗೆ ಲೇಸ ಬಯಸಿದ ನೈತಿಕ ಸತ್ವಥದ ಸೂತ್ರದಾರಿ.

9. ವಿಶ್ವದಲ್ಲಿ ಮೊದಲ ಸಾರ್ವಜನಿಕ ಶಿಕ್ಷಣವನ್ನು ಜಾರಿಗೆ ತಂದು ಅನುಭವ ಮಂಟಪದಲ್ಲಿ ಕಾರ್ಯಗತಗೊಳಿಸಿ, ಅನಕ್ಷರಸ್ಥರನ್ನು ಅಕ್ಷರಸ್ಥರನ್ನಾಗಿ ಮಾಡಿದ ಶಿಕ್ಷಣ ಕ್ರಾಂತಿಯ ಹರಿಕಾರ.

10. 12 ಸಾವಿರ ಸೂಳೆಯರನ್ನು(ಪಣ್ಯಾಂಗನೆ) ಗರತಿ (ಪುಣ್ಯಾಂಗನೆ)ಯರನ್ನಾಗಿ ಮಾಡಿ ಅವರಿಗೆ ಪುನರ್ ವಿವಾಹವ ಮಾಡಿಸಿ ಅವರಿಂದ ವಚನಗಳನ್ನು ಬರೆಯಿಸಿದ ಕರುಣಾಳು.

11. ಹೊಲೆಯ ಹಾರುವರಲ್ಲಿ ಮದುವೆಯ ಗೈಯಿಸಿ ಮಾನವ ಮಾನವರ ನಡುವಿನ ಜಾತಿಯ ಅಡ್ಡ ಗೋಡೆ ಹೊಡೆದು ಪುಡಿ ಪುಡಿ ಮಾಡಿ ಸಮತಾ ಧ್ವಜ ಹಾರಿಸಿದ ಯುಗಪುರುಷ.

12. ತನು, ಮನ, ಭಾವ, ನೇತ್ರ, ದೃಷ್ಟಿ, ಹಸ್ತ, ಪಾದಗಳನ್ನು ಪರುಷಮಯಗೊಳಿಸಿದ ಮಹಾ ಮಂತ್ರ ಪುರುಷ. ಅಲ್ಲದೇ

ಒಟ್ಟಾರೆಯಾಗಿ ಬಸವಣ್ಣ ಎಂದರೆ; ನಮ್ಮೊಳಗಿನ ಅರಿವಿನ ಪ್ರಜ್ಞೆ ಬಸವಣ್ಣ ಎಂದರೆ; ದಣಿವರಿಯದ ಬದುಕು. ಬಸವಣ್ಣ ಎಂದರೆ; ಸಾಮರಸ್ಯ. ಬಸವಣ್ಣ ಎಂದರೆ; ಸಹೋದರತೆ. ಬಸವಣ್ಣ ಎಂದರೆ; ಮಹಾ ಬೆಳಗು. ಬಸವಣ್ಣ ಎಂದರೆ; ಮಹಾ ಬಯಲು. ಬಸವಣ್ಣ ಎಂದರೆ; ಮಡಿ ಮೈಲಿಗೆ ಇಲ್ಲದ ವಾತ್ಸಲ್ಯದ ಮಡಿಲು. ಬಸವಣ್ಣ ಎಂದರೆ; ಸಾವು ಕೇಡಿಲ್ಲದ ಶಾಂತ–ಪ್ರಶಾಂತ–ಸಮಚಿತ್ತ–ಸಮಕಳೆ–ಸಮಭಾವ– ಸಮಗಾರ.

ಇವರ ಆದರ್ಶ ನಮ್ಮೆಲ್ಲರಿಗೂ ಮಾರ್ಗದರ್ಶನವಾಗಬೇಕು. ನಾವೆಲ್ಲರೂ ಅವರ ಸಿದ್ಧಾಂತವನ್ನು ಪಾಲಿಸುವಂತಾಗಬೇಕು. ಸಮಸ್ತ ಸಾಮಾಜಿಕ ಬದುಕು ಹಸನಾಗಬೇಕೆಂದಾದರೆ ಬಸವಣ್ಣನವರ ಬದುಕು ಮಾದರಿಯಾಗಿಸುವಲ್ಲಿ ಪ್ರಯತ್ನಿಸಬೇಕು.

✍ – ಡಾ. ನಾಗೇಂದ್ರಪ್ಪ ಎಸ್
ಸಹಾಯಕ ಪ್ರಾಧ್ಯಾಪಕರು

ಸ್ವಾಮಿ ವಿವೇಕಾನಂದರ ದಿವ್ಯ ವಾಣಿಗಳು

"ವಸ್ತ, ಪ್ರೀತಿಗೆ ಸೋಲೆಂಬುದಿಲ್ಲ; ಇಂದೋ ನಾಳೆಯೋ / ಯುಗಾಂತರವೋ ಸತ್ಯ ಗೆದ್ದೆ ತೀರುವುದು. ಪ್ರೀತಿ ಖಂಡಿತ ಜಯ ಗಳಿಸುತ್ತದೆ. ನಮ್ಮ ಮಾನವಬಂಧುಗಳನ್ನು ನೀವು ಪ್ರೀತಿಸುತ್ತಿರೇನು?"

"ಪರಹಿತಕ್ಕಾಗಿ ನಿಮ್ಮ ಜೀವನವನ್ನು ಮುಡಿಪಾಗಿಡಿ. ನೀವು ತ್ಯಾಗಜೀವನವನ್ನು ಆರಿಸಿಕೊಳ್ಳುವುದಾದರೆ ಸೌಂದರ್ಯ, ಹಣ, ಅಧಿಕಾರಗಳ ಕಡೆ ತಿರುಗಿಯೂ ನೋಡಬೇಡಿ."

"ನೀವು ದ್ವೇಷ ಮತ್ತು ಅಸೂಯೆಗಳನ್ನು ಹೊರಸೂಸಿದರೆ ಅವುಗಳು ಚಕ್ರಬಡ್ಡಿ ಸಮೇತ ನಿಮಗೇ ಹಿಂತಿರುಗುತ್ತವೆ. ಯಾವು ಶಕ್ತಿಯೂ ಅದನ್ನು ತಡೆಯಲಾರದು. ಒಮ್ಮೆ ನೀವು ಅವುಗಳನ್ನು ಚಲಿಸುವಂತೆ ಮಾಡಿದರೆ ಅದರ ದುಷ್ಪರಿಣಾಮವನ್ನು ನೀವು ಅನುಭವಿಸಲೇಬೇಕು. ನೀವಿದನ್ನು ನೆನಪಿನಲ್ಲಿಟ್ಟರೆ ದುಷ್ಕಾರ್ಯಗಳಿಂದ ಪಾರಾಗಬಹುದು."

ಗ್ರಂಥಾಲಯಗಳು ಮತ್ತು ಅವುಗಳ ಮಹತ್ವ

ಗ್ರಂಥಾಲಯಗಳು ಅರಿವಿನ ಜ್ಞಾನದೀವಿಗೆಗಳು, ಅವು ಇಷ್ಟಪಟ್ಟು ಓದಲು ಬರುವವರಿಗೆ, ಜ್ಞಾನದ ಹೊಸ ಹೊಳಹನ್ನು ನೀಡುವ ಅಕ್ಷಯ ಭಂಡಾರಗಳಾಗಿವೆ. ಗ್ರಂಥಾಲಯಗಳ ಸಂಪನ್ಮೂಲಗಳು ಎಂದಿಗೂ ಎಲ್ಲಿಯೂ ಬತ್ತಿಹೋಗುವುದಿಲ್ಲ. ಪ್ರಾಚೀನ ಕಾಲದಲ್ಲಿ ಮುದ್ರಣಾಲಯಗಳಿರಲಿಲ್ಲ. ಆದ್ದರಿಂದ ಜ್ಞಾನವನ್ನು ಸಂಪಾದಿಸಲು ಬಹಳ ಕಷ್ಟಪಡಬೇಕಾಗುತ್ತಿತ್ತು. ಈಗ ಗ್ರಂಥಗಳು ನಮಗೆ ಬೇಕಾದ ವಿಷಯಗಳನ್ನು ತಿಳಿಸಲು ಸಿದ್ಧವಿರುವುವು. ನಾವು ಬೇಕಾದಾಗ ಗ್ರಂಥಾಲಯಕ್ಕೆ ಹೋಗಿ ಬೇಕಾದ ಗ್ರಂಥಗಳನ್ನು ಓದಿ ಜ್ಞಾನ ಪಡೆಯಬಹುದು.

ಗ್ರಂಥಾಲಯಗಳ ಇತಿಹಾಸ:

ಪ್ರಾಚೀನ ಗ್ರಂಥಾಲಯಗಳು ಕೇವಲ ಹಸ್ತಪ್ರತಿ, ತಾಳೇಗರಿ, ಚರ್ಮಪಟ್ಟಿ ಮೊದಲಾದುವುಗಳ ಸಂಗ್ರಹಗಳಾಗಿದ್ದುವು. ಕಾಲಕ್ರಮೇಣ ಅವುಗಳೊಂದಿಗೆ ಮುದ್ರಿತ ಗ್ರಂಥಗಳು ಸೇರಿಕೊಂಡು ಅವುಗಳ ವ್ಯಾಪ್ತಿ ವಿಶಾಲವಾಯಿತು. ಭಾರತದಲ್ಲಿ 1911ರಲ್ಲಿ ಮೊಟ್ಟ ಮೊದಲು ಬರೋಡ ಪ್ರದೇಶದಲ್ಲಿ ಗ್ರಂಥಾಲಯವನ್ನು ಬರೋಡ ಮಹಾರಾಜರಾದ ಸಯ್ಯಾಜಿರಾವ್ ಗಾಯಕ್‌ವಾಡ್ ಆರಂಭಿಸಿದರು. ಜೊತೆಗೆ ಅವರು ಗ್ರಂಥಾಲಯ ಶಿಕ್ಷಣವನ್ನು ಆರಂಭಿಸಿ, ಇಲ್ಲಿನ ಗ್ರಂಥಾಲಯಕ್ಕೆ ಅಮೆರಿಕಾದ ಗ್ರಂಥಪಾಲಕರಾದ ಬೋರ್ಡೆನ್, ವಿಲಿಯಂ, ಅಲಾನ್ಸನ್ ಮತ್ತು ಡಿಕೆನ್ಸನ್ ಮೊಟ್ಟ ಮೊದಲು ಗ್ರಂಥಾಲಯ ವಿಜ್ಞಾನವನ್ನು ಬೋಧಿಸುವ ಶಿಕ್ಷಕರಾಗಿ ಭಾರತಕ್ಕೆ ಬಂದು ಸೇವೆ ಸಲ್ಲಿಸಲು ಅವಕಾಶ ಕಲ್ಪಿಸಿದರು. ಏಕೆಂದರೆ ಒಂದು ರಾಷ್ಟ್ರದ ಅಭಿವೃದ್ಧಿಯಲ್ಲಿ ಗ್ರಂಥಾಲಯಗಳ ಪಾತ್ರ ಬಹಳ ಪ್ರಮುಖವಾದುದು. ಗ್ರಂಥಾಲಯಗಳು ಜ್ಞಾನದಾನದ ಕೇಂದ್ರಗಳು ಎಂದರೆ ತಪ್ಪಾಗಲಾರದು.

ಓದಲು ಆಕರ ಗ್ರಂಥಗಳಾಗಿ ಬಳಸಲು ಪುಸ್ತಕಗಳನ್ನು ಎರವಲು ರೂಪದಲ್ಲಿ ಪಡೆದು ಓದಲು ಬೇಕಾದ ಪುಸ್ತಕಗಳನ್ನು ಹೊಂದಿರುವ ಸ್ಥಳ. ಮಧ್ಯಯುಗದಲ್ಲಿ ಮಠಗಳಲ್ಲಿ ಗ್ರಂಥಾಲಯಗಳು ಕಾಣಿಸಿಕೊಂಡವು. ಗ್ರಂಥಾಲಯದಲ್ಲಿ ಅನೇಕ ಭಾಷೆಯ ಪುಸ್ತಕಗಳು ಹಾಗೂ ಅದರ ವಿಷಯಗಳು ಸಿಗುತ್ತವೆ. ಈ ಗ್ರಂಥಾಲಯಗಳನ್ನು ನಗರದಲ್ಲಿ ಶಾಲಾ ಕಾಲೇಜು ಹಾಗೂ ವಿಶ್ವವಿದ್ಯಾಲಯಗಳಲ್ಲಿ ಸ್ಥಾಪಿಸಲಾಗಿದೆ.

ಗ್ರಂಥಾಲಯದ ಅವಶ್ಯಕತೆ

ನಾವು ಗ್ರಂಥಾಲಯಕ್ಕೆ ಹೋದಾಗಲೆಲ್ಲಾ ನಾವು ಗ್ರಂಥಾಲಯದ ವಾತಾವರಣದಲ್ಲಿ ಮೌನವನ್ನು ಪಡೆಯುತ್ತೇವೆ. ಅನೇಕ ಓದುಗರು ಅಲ್ಲಿ ಅಧ್ಯಯನ ಮಾಡುತ್ತಿದ್ದಾರೆ ಮತ್ತು ನಾವು ಒಬ್ಬರ ಖಾತೆಯಲ್ಲಿ ಪುಸ್ತಕಗಳನ್ನು ಓದುವ ಬಯಕೆಯನ್ನು ಸ್ವಾಭಾವಿಕವಾಗಿ ಬೆಳೆಸಿಕೊಳ್ಳುತ್ತೇವೆ. ಸಾಮಾನ್ಯ ಓದುಗರಲ್ಲಿ ಗ್ರಂಥಾಲಯದ ಅಭ್ಯಾಸವನ್ನು ರಚಿಸಲಾಗಿದೆ ಮತ್ತು ಅಭಿವೃದ್ಧಿಪಡಿಸಲಾಗಿದೆ. ಪುಸ್ತಕಗಳನ್ನು ತಮ್ಮ ಜ್ಞಾನಕ್ಕಾಗಿ ಬಳಸುತ್ತಿರುವ ಬಳಕೆದಾರರ ಗ್ರಂಥಾಲಯ ಮತ್ತು ಅಭ್ಯಾಸಕ್ಕೆ ಇದು ವ್ಯಾಪಕ ಬೇಡಿಕೆಯಾಗಿದೆ.

ಗ್ರಂಥಪಾಲಕರು

ಗ್ರಂಥಪಾಲಕ ಎಂದರೆ ಗ್ರಂಥಾಲಯದಲ್ಲಿ ಕೆಲಸ ಮಾಡುವ ವ್ಯಕ್ತಿ. ಪುಸ್ತಕಗಳು ಮತ್ತು ಮಾಹಿತಿಯನ್ನು ಹುಡುಕಲು ಗ್ರಂಥಪಾಲಕರು ಜನರಿಗೆ ಸಹಾಯ ಮಾಡುತ್ತಾರೆ. ಅವರು ಪುಸ್ತಕಗಳನ್ನು ಹುಡುಕುವುದು ಮತ್ತು ಗ್ರಂಥಾಲಯವನ್ನು ಹೇಗೆ ಬಳಸುವುದು ಎಂದು ಜನರಿಗೆ ಕಲಿಸಬಹುದು. ವೃತ್ತಿಪರ ಗ್ರಂಥಪಾಲಕ ಎಂದರೆ ಗ್ರಂಥಾಲಯ ವಿಜ್ಞಾನವನ್ನು ಅಧ್ಯಯನ ಮಾಡಲು ಶಾಲೆಗೆ ಹೋದ ವ್ಯಕ್ತಿ. ಅವರು ಗ್ರಂಥಾಲಯ ವಿಜ್ಞಾನದಲ್ಲಿ ಮಾಸ್ಟರ್ಸ್ ಎಂಬ ಪದವಿಯನ್ನು ಗಳಿಸಿರಬಹುದು.

ಗ್ರಂಥಾಲಯಗಳ ವಿಧಗಳು

ವಿಶ್ವದ ಗ್ರಂಥಾಲಯಗಳನ್ನು ಆರು ಭಾಗಗಳಾಗಿ ವಿಂಗಡಿಸಲಾಗಿದೆ. ಅವುಗಳೇಂದರೆ–

1. **ರಾಷ್ಟೀಯ ಗ್ರಂಥಾಲಯಗಳು**: ವಿಶ್ವ ಮಟ್ಟದ ಲೇಖಕರ ಗ್ರಂಥಗಳನ್ನು, ಬರಹಗಳನ್ನು ಓದುವ ಅವಕಾಶವನ್ನು ಓದುಗರಿಗೆ ಕಲ್ಪಿಸುತ್ತವೆ.
2. **ಸಾರ್ವಜನಿಕ ಗ್ರಂಥಾಲಯಗಳು**: ಓದುವ ಆಸಕ್ತಿಯುಳ್ಳ ಪ್ರತಿಯೊಬ್ಬರಿಗೂ ನೆರವನ್ನು ನೀಡುತ್ತವೆ.
3. ಸಂಚಾರಿ ಗ್ರಂಥಾಲಯಗಳು : ಸಾರ್ವಜನಿಕ ಗ್ರಂಥಾಲಯಗಳು ತಮ್ಮ ಸೇವಾ ಕ್ಷೇತ್ರವನ್ನು ದೂರ ಪ್ರದೇಶಗಳಿಗೆ ವಿಸ್ತರಿಸಿದಾಗ ಸಂಚಾರಿ ಗ್ರಂಥಾಲಯಗಳು 1931ರಲ್ಲಿ ಅಸ್ತಿತ್ವಕ್ಕೆ ಬಂದುವು. ಇದರ ಜನಕ ಮದ್ರಾಸ್ ಪ್ರಾಂತ್ಯದ, ತಂಜಾವೂರು ಜಿಲ್ಲೆಯ ಮನ್ನಾಗುಡಿಯ ಎನ್,ವಿ.ಕನಗಸಭೈಪಿಳ್ಳೆ.
   ಮಕ್ಕಳ ಗ್ರಂಥಾಲಯಗಳು : ಮಕ್ಕಳಲ್ಲಿ ಓದುವ ಜ್ಞಾನವನ್ನು ಬೆಳೆಸುವ ಸಲುವಾಗಿ ಶಾಲಾ–ಕಾಲೇಜುಗಳಲ್ಲಿ ಪ್ರಾರಂಭಗೊಂಡುವು.
4. **ಖಾಸಗಿ ಗ್ರಂಥಾಲಯಗಳು** : ಸಮಾಜದ ಋಣವನ್ನು ತೀರಿಸುವ ಸಲುವಾಗಿ ಸಹೃದಯ ಓದುಗರು ತೆರೆದವುಗಳಾಗಿವೆ.
5. **ಆಧುನಿಕ ಗ್ರಂಥಾಲಯಗಳು** : ಇದು ಸ್ಪರ್ಧಾತ್ಮಕ ಯುಗ. ಇಲ್ಲಿ ಅಂತರ್ಜಾಲದಿಂದ ಎಲೆಕ್ಟ್ರಾನಿಕ್ ಸಂಪನ್ಮೂಲಗಳನ್ನು ಗ್ರಂಥಾಲಯ ಸೇವೆಗಳಲ್ಲಿ ಬಳಸಗುತ್ತಿದೆ. ಅವುಗಳಲ್ಲಿ ಪ್ರಮುಖವಾದುವುಗಳೆಂದರೆ–
6. MOPAC- ಇದು ಅಂತರ್ಜಾಲದ ಮೂಲಕ ಓದುಗನಿಗೆ ಬೇಕಾದ ಗ್ರಂಥವನ್ನು ಕ್ಷಣ ಮಾತ್ರದಲ್ಲಿ ಹುಡುಕಿ ಕೊಡುತ್ತದೆ.
7. KIOSK- ಇದು ಬಳಕೆದಾರರ ಅಂತರ್ ಸಂಪರ್ಕಕ್ಕೆ ಕಾರಣವಾಗುತ್ತದೆ.
8. OPAC- ಇದು ರಾಷ್ಟೀಯ ಗ್ರಂಥಗಳನ್ನು ಹುಡುಕಿಕೊಡುತ್ತದೆ.
9. ETDP- ಇದರಲ್ಲಿ ಯಾವುದೇ ವಿಶ್ವವಿದ್ಯಾನಿಲಯದ 2185 ಮಹಾಪ್ರಬಂಧಗಳನ್ನು ಅಪ್ಲೋಡ್ ಮಾಡಬಹುದು.
10. IR- ಸಾಂಸ್ಥಿಕ ಭಂಡಾರವನ್ನು ಮುಕ್ತ ಸಂಪನ್ಮೂಲ ತಂತ್ರಾಂಶವನ್ನು ಬಳಸಿ ನಿರ್ಮಿಸಲಾಗಿದೆ. ಈ ಭಂಡಾರದಲ್ಲಿ ಒಟ್ಟು 1,10,100ರಷ್ಟು ಪ್ರಾಧ್ಯಾಪಕರು, ಸಂಶೋಧಕರು ಹಾಗೂ ವಿದ್ಯಾರ್ಥಿಗಳ ಬರಹಗಳನ್ನು ಕ್ರೋಢಿಕರಿಸಿ ಇಡಬಹುದು.

ಆಧುನಿಕ ಗ್ರಂಥಾಲಯಗಳ ದುರಂತವೆಂದರೆ ಕೃತಿಗಳೇ ಓದುಗರಿಂದ ಶೋಷಣೆಗೆ ಒಳಗಾಗುವುದು. ಇದನ್ನು ಮೂರು ಹಂತಗಳಲ್ಲಿ ಪತ್ತೆ ಹಚ್ಚಬಹುದು.

ಗ್ರಂಥಗಳ ಸ್ಥಾನ ಪಲ್ಲಟ–ಸ್ವಾರ್ಥ ಮನೋಭಾವದ ಓದುಗರು ಗ್ರಂಥಗಳನ್ನು ಮುಚ್ಚುಮರೆಯಿಂದ ಕಾದಿರಿಸಿಕೊಳ್ಳುವ ತಂತ್ರ.

ಗ್ರಂಥಗಳ ಒಳಭಾಗಗಳ ಕಳವು– ಓದುಗರ ಕೆಟ್ಟ ಹವ್ಯಾಸಗಳಲ್ಲಿ ಇದು ಪ್ರಮುಖವಾದುದು. ಎಷ್ಟೋ ಕೃತಿಗಳಲ್ಲಿ ಒಳಗಿನ ಹಾಳೆಗಳೇ ಇರುವುದಿಲ್ಲ.

ಪಡೆದ ಗ್ರಂಥಗಳನ್ನು ಹಿಂತಿರುಗಿಸದೇ ಇರುವುದು–ತಾವು ಓದಲು ತೆಗೆದುಕೊಂಡು ಹೋದ ಗ್ರಂಥಗಳನ್ನು ಸರಿಯಾದ ಸಮಯಕ್ಕೆ ಹಿಂದಿರುಗಿಸದೆ ಇರುವುದು.ಅವು ಒಂದೊಂದೇ ಪ್ರತಿಗಳಿದ್ದರೆ ಇನ್ನೂ ಕಷ್ಟ

ಕೃತಿಚೌರ್ಯ :

ಸಂಶೋಧನಾ ಸಂದರ್ಭದಲ್ಲಿ ನಿಯೋಜಿತ ಪ್ರಬಂಧಗಳು, ಲಘು ಪ್ರಬಂಧಗಳು ಹಾಗೂ ಮಹಾಪ್ರಬಂಧಗಳನ್ನು ಬೆರೆಯುವ ಸಮಯದಲ್ಲಿ, ಬೇರೊಬ್ಬರ ಬರಹಗಳನ್ನು ಯಥಾವತ್ತಾಗಿ ನಕಲು ಮಾಡಿ ತಮ್ಮ ಹೆಸರನ್ನು ಹಾಕಿಕೊಂಡು ತಮ್ಮದೇ ಎಂಬಂತೆ ಬಿಂಬಿಸುವುದು. ಕೃತಿಚೌರ್ಯ ಅಥವಾ ನಕಲು ಒಂದು ಶಿಕ್ಷಾರ್ಹ ಅಪರಾಧ. ಇದನ್ನು ಸಂಶೋಧನಾ ದುರ್ನಡತೆ ಎಂಬುದಾಗಿ ಪರಿಗಣಿಸಲಾಗಿದೆ. ಇಂತಹ ದುರ್ನಡತೆಯಿಂದ ಸಂಶೋಧಕರು, ಸಂಶೋಧನಾ ಸಂಸ್ಥೆಗಳು ಭಾರಿ ಬೆಲೆ ತೆರಬೇಕಾಗುತ್ತದೆ. ಇಂತಹ ಕೃತಿಚೌರ್ಯದಿಂದ ಸಂಶೋಧನಾ ಗುಣಮಟ್ಟ ಕುಂಠಿತವಾಗುತ್ತದೆ. ಇದರಿಂದ ಧನಸಹಾಯ ಮಾಡಿದ ಸಂಸ್ಥೆಗಳಿಗೆ ಕೆಟ್ಟ ಹೆಸರು ಪ್ರಾಪ್ತವಾಗುತ್ತದೆ. 1993ರಲ್ಲಿ ಅಮೇರಿಕಾದ ಹಾವರ್ಡ್ ವಿಶ್ವವಿದ್ಯಾನಿಲಯದಲ್ಲಿ ಮೊಟ್ಟ ಮೊದಲ ಬಾರಿಗೆ ಈ ತಂತ್ರಾಂಶವನ್ನು ಬಳಸಲಾಯಿತು. ಕೃತಿಚೌರ್ಯ ಪತ್ತೆ ಹಚ್ಚುವ ತಂತ್ರಾಂಶಕ್ಕೆ ಯಾವುದೇ ಸಂಶೋಧನಾ ಬರಹಗಳನ್ನು ಒಳಪಡಿಸಿದಾಗ ಆ ಬರಹವು word, Html, Pdf, Xml, Corel Word Perfect, Rich text format, Abode postscript, plain text-tax ಮೊದಲಾದ ಫೈಲುಗಳನ್ನು ಪರಿಶೀಲನೆಯ ಸಂದರ್ಭದಲ್ಲಿ ಬಳಸಿಕೊಳ್ಳಲಾಗುತ್ತದೆ.

ಆದರೆ ಈ ತಂತ್ರಾಂಶವು ಗ್ರಾಫ್‌ಗಳು, ಚಿತ್ರಗಳು, ಫೋಟೋಗಳನ್ನು, ವಾಟರ್‌ಮಾರ್ಕ್‌ಗಳು, ಲೈಟ್ ಕಲರಿಂಗ್‌ಗಳನ್ನು ಪರಿಶೀಲಿಸುವುದಿಲ್ಲ. ಈ ತಂತ್ರಾಂಶವು ಅಧಿಕ ಸಂಖ್ಯೆಯ ದತ್ತಾಂಶಮೂಲಗಳನ್ನು, ಗಣಕಜಾಲಗಳನ್ನು ಪರಿಶೀಲಿಸಿ ಸಂಶೋಧನಾ ಸಾಹಿತ್ಯದಲ್ಲಿ ಆಗಿರುವ ನಕಲಿ ಪ್ರಾಣವನ್ನು ಪತ್ತೆ ಹಚ್ಚುತ್ತದೆ. ಸಂಶೋಧನಾ ಪ್ರಬಂಧಗಳಲ್ಲಿ ನಕಲಿನ ಪ್ರಮಾಣ ಹೆಚ್ಚಾಗಿದ್ದರೆ ಅಂತಹ ಪ್ರಬಂಧಗಳು ತಿರಸ್ಕೃತವಾಗುತ್ತವೆ.

ಪುಸ್ತಕ/ಸಮಸ್ಯೆಗಳು

ಕೆಲವು ಮಕ್ಕಳಿಗೆ ಪುಸ್ತಕಗಳನ್ನು ಕೊಂಡು ಕೊಳ್ಳಲು ಹಣವಿರುವುದಿಲ್ಲ. ಆಗ ಅವರು ಗ್ರಂಥಾಲಯದಲ್ಲಿ ಪುಸ್ತಕಗಳನ್ನು ತೆಗೆದುಕೊಂಡು ಓದಬಹುದು. ನಮಗೆ ಬೇಕಾದ ವಿಷಯಗಳನ್ನು ಗ್ರಂಥಗಳಿಂದ ಅರಿತುಕೊಳ್ಳಬಹುದು. ಹೀಗೆ ಗ್ರಂಥಾಲಯವು ಜ್ಞಾನಾಭಿವೃದ್ಧಿಯ ಮಹತ್ತದ ಪಾತ್ರವನ್ನು ವಹಿಸುತ್ತದೆ. ಸಂಶೋಧಕರಿಗೂ, ಲೇಖಕರಿಗೂ, ವಿದ್ಯಾರ್ಥಿಗಳಿಗೂ, ಶಿಕ್ಷಕರಿಗೂ ಗ್ರಂಥಾಲಯಗಳಿಲ್ಲದೇ ನಡೆಯುವಂತಿಲ್ಲ.

ಸರಕಾರದವರು ಜನರ ಜ್ಞಾನದ ಮಟ್ಟವನ್ನು ಹೆಚ್ಚಿಸುವುದಕ್ಕಾಗಿ ದೊಡ್ಡ ದೊಡ್ಡ ಪಟ್ಟಣಗಳಲ್ಲಿ ಗ್ರಂಥಾಲಯಗಳನ್ನು ಸ್ಥಾಪಿಸಿರುವರು. ಪ್ರತಿಯೊಂದು ಶಾಲೆಗೆ ಹಾಗೂ ಕಾಲೇಜುಗಳಿಗೆ ಗ್ರಂಥಾಲಯದ ಅವಶ್ಯಕತೆ ಇರುವುದು.ನಾವು ಎಷ್ಟೇ ಶ್ರೀಮಂತ ರಾಗಿದ್ದರೂ ನಮಗೆ ಬೇಕಾಗುವ ಎಲ್ಲ ಗ್ರಂಥಗಳನ್ನು ಕೊಂಡುಕೊಳ್ಳುವುದು ಸಾಧ್ಯವಿಲ್ಲ. ಆದ್ದರಿಂದ ಪುಸ್ತಕದ ಪ್ರೇಮಿಗಳು ಗ್ರಂಥಾಲಯಗಳನ್ನು ಅವಲಂಬಿಸಬೇಕಾಗುವುದು. ನಮಗೆ ಬೇಕಾದ ಗ್ರಂಥಗಳು ಗ್ರಂಥಾಲಯಗಳಲ್ಲಿ ದೊರೆಯುವುವು.

ಒಂದು ವಿಷಯದ ಬಗ್ಗೆ ಅನೇಕ ಗ್ರಂಥಗಳನ್ನು ನೋಡಬೇಕಾದರೆ ನಾವು ಗ್ರಂಥಾಲಯಗಳಿಗೆ ಹೋಗಬೇಕು. ಗ್ರಂಥಾಲಯವೆಂದರೆ ಅಲ್ಲಿ ಎಲ್ಲ ಭಾಷೆಯ ಸಮೃದ್ಧ ಭಾಷೆಯಾಗಿದೆ. ಯಾವ ವಿಷಯವನ್ನು ತಿಳಿದುಕೊಳ್ಳಬೇಕಾದರೂ ನಮಗೆ ಗ್ರಂಥಗಳೂ ಇರಬೇಕು. ಜಗತ್ತಿನಲ್ಲಿ ಇಂಗ್ಲೀಷ್ ಭಾಷೆಯು ಸಮೃದ್ಧ ಭಾಷೆಯಾಗಿದೆ. ಯಾವ ವಿಷಯವನ್ನು ತಿಳಿದುಕೊಳ್ಳಬೇಕಾದರೂ ನಮಗೆ ಗ್ರಂಥಗಳು ಇಂಗ್ಲೀಷ್ ಭಾಷೆಯಲ್ಲಿ ದೊರೆಯುವುವು.

ಎಷ್ಟೋ ಶಾಲೆಗಳಲ್ಲಿ ಗ್ರಂಥಗಳಿರುತ್ತವೆ. ಆದರೆ ಅವುಗಳನ್ನು ವಿದ್ಯಾರ್ಥಿಗಳಿಗೆ ಕೊಡುವ ವ್ಯವಸ್ಥೆ ಇರುವುದಿಲ್ಲ. ಹೀಗಾದರೆ ವಿದ್ಯಾರ್ಥಿಗಳಲ್ಲಿ ವಾಚನಾಭಿರುಚಿಯು ಬೆಳೆಯಲಾರದು. ವಾಚನಾಭಿರುಚಿ ಇಲ್ಲದಿದ್ದರೆ ಅವರ ಜ್ಞಾನವು ಬೆಳೆಯಲಾರದು. ಭಂಡಾರಿಗನು ಯಾವ ಪುಸ್ತಕಗಳು ಎಲ್ಲಿರುವುವು ಎಂಬುದನ್ನು ಅರಿತಿರಬೇಕು. ಕಾಲೇಜಿನವರು ಗ್ರಂಥಾಲಯಕ್ಕೆ ಮಹತ್ತ್ವವನ್ನು ಕೊಡುತ್ತಿರುವರು.

ವಿಶ್ವವಿದ್ಯಾನಿಲಯಗಳಲ್ಲಿಯಂತೂ ವಿದ್ಯಾರ್ಥಿಗಳು ತಮ್ಮ ಬಹಳ ವೇಳೆಯನ್ನೆಲ್ಲ ಗ್ರಂಥಾಲಯಗಳಲ್ಲಿಯೇ ಕಳೆಯುವರು. ಗ್ರಂಥಾಲಯಗಳೆಂದರೆ ಸರಸ್ವತಿಯ ಮಂದಿರಗಳಿದ್ದಂತೆ. ನಮಗೆ ಬೇಕಾದ ಜ್ಞಾನವನ್ನು ಕೊಡಲು ಗ್ರಂಥಗಳು ಸಿದ್ಧವಾಗಿರುವುವು. ನಮಗೆ ಜ್ಞಾನವನ್ನು ಪಡೆಯಬೇಕೆಂಬ ಮನಸ್ಸು ಮಾತ್ರ ಬೇಕು.ಮುದ್ರಣಾಲಯಗಳ ಶೋಧವಾದಾಗಿನಿಂದ ಜ್ಞಾನ ಪ್ರಸಾರವು ಭರದಿಂದ ಹಬ್ಬುತ್ತಿರುವುದು. ಈ ಕೆಲಸವನ್ನು ಗ್ರಂಥಗಳು ಮಾಡುತ್ತಿರುವುವು.

ಗ್ರಾಮಗಳಲ್ಲಿ ಗ್ರಂಥಾಲಯಗಳ ಕೊರತೆ

ಪ್ರತಿಯೊಂದು ಪಟ್ಟಣಗಳಲ್ಲಿಯೂ ವಾಚನಾಲಯಗಳು ಸ್ಥಾಪಿಸಲ್ಪಟ್ಟಿರುವವು. ಹಳ್ಳಿಗಳಲ್ಲಿ ಮಾತ್ರ ಇನ್ನೂ ಗ್ರಂಥಾಲಯಗಳ ಕೊರತೆ ಇರುವುದು.ಜನರಲ್ಲಿ ಜ್ಞಾನವನ್ನು ಪ್ರಸಾರ ಮಾಡುವುದರಲ್ಲಿ ಇವು ಮಹತ್ತ್ವದ ಕೆಲಸವನ್ನು ಮಾಡುವವು. ಗ್ರಾಮ ಪಂಚಾಯತಿಗಳು ತಮ್ಮ ಊರಲ್ಲಿ ಗ್ರಂಥಾಲಯಗಳನ್ನು ಸ್ಥಾಪಿಸಬೇಕು.

ಸಂಚಾರಿ ವಾಚನಾಲಯವೆಂದರೆ ಪ್ರತಿಯೊಂದು ಹಳ್ಳಿಯಲ್ಲಿಯೂ ವಾಚನಾಲಯವನ್ನು ಸ್ಥಾಪಿಸಿ ವರ್ಷಕ್ಕೊಮ್ಮೆ ಅಲ್ಲಿಯ ಪುಸ್ತಕಗಳನ್ನು ಬೇರೆ ಹಳ್ಳಿಗೆ ಕಳಿಸಿ ಅಲ್ಲಿಯ ಪುಸ್ತಕಗಳನ್ನು ತರುವುದು. ಈ ರೀತಿ ಅದಲು ಬದಲು ಮಾಡುವುದರಿಂದ ವಾಚನಾಲಯದಲ್ಲಿ ಹೊಸ ಪುಸ್ತಕಗಳು ಬರಲು ಅವಕಾಶವಾಗುವುದು. ಬುದ್ಧಿಯನ್ನು ಬೆಳೆಸಲು ಗ್ರಂಥಾಲಯಗಳು ಮಾನವನಿಗೆ ಸಹಾಯ ಮಾಡುವವು. ಆನಂದವನ್ನು ಪಡೆಯುವುದಕ್ಕಾಗಿಯೂ, ಜ್ಞಾನಾಭಿವೃದ್ಧಿಗೂ ಗ್ರಂಥಾಲಯಗಳು ಮನುಷ್ಯನಿಗೆ ಉಪಯುಕ್ತವಾಗಿರುವವು. ಮುಂದುವರಿದ ರಾಷ್ಟ್ರಗಳಲ್ಲಿ ಸುಸಜ್ಜಿತವಾದ ಗ್ರಂಥಾಲಯಗಳಿರುವುವು. ಅದೇ ಮಾದರಿಯಲ್ಲಿ ಗ್ರಂಥಾಲಯಗಳನ್ನು ಪ್ರಾರಂಭಿಸುವುದು ಅತ್ಯವಶ್ಯಕವಾಗಿದೆ.

ಉಪಸಂಹಾರ :

ಭಾರತದಲ್ಲಿ ಉತ್ತಮ ಗ್ರಂಥಾಲಯಗಳು ವಿರಳವಾಗಿ ಕಂಡುಬರುತ್ತವೆ, ಆದರೆ ಪುಸ್ತಕಗಳನ್ನು ಓದಲು ಆಸಕ್ತಿ ಹೊಂದಿರುವ ಓದುಗರಿಗೆ ಇದು ಅತ್ಯುತ್ತಮ ಸೌಲಭ್ಯವಾಗಿದೆ. ಒಳ್ಳೆಯ ಪುಸ್ತಕಗಳು ಭಾರತದ ಪ್ರತಿಯೊಂದು ಸ್ಥಳದಲ್ಲೂ ಇರಬೇಕು. ಹಳ್ಳಿಗಳಲ್ಲಿ, ಮಕ್ಕಳು ಮತ್ತು ವಿದ್ಯಾರ್ಥಿಗಳಿಗೆ ಅವರ ಉತ್ತಮ ಜ್ಞಾನಕ್ಕಾಗಿ ಕನಿಷ್ಠ ಒಂದು ಗ್ರಂಥಾಲಯ ಇರಬೇಕು. ಪ್ರತಿಯೊಬ್ಬ ಆಸಕ್ತ ಓದುಗರಿಗೂ ಇದು ಬಹಳ ಅಗತ್ಯ ಮತ್ತು ಅವಶ್ಯಕವಾಗಿದೆ. ಇದು ಕೆಲವು ಹಳ್ಳಿಗಳಲ್ಲಿ ತೆರೆದರೆ ಮಕ್ಕಳು ಸಾಕ್ಷರರಾಗುತ್ತಾರೆ. ಇದು ಸಮುದಾಯಗಳಿಗೆ ಭಾರಿ ಅಗತ್ಯವಾಗಿದೆ. ಆದ್ದರಿಂದ, ಇದು ಎಲ್ಲರಿಗೂ ಬಹಳ ಅವಶ್ಯಕವಾಗಿದೆ.

– ವಿಶ್ವನಾಥ ಜಿ
ಗ್ರಂಥಪಾಲಕರು

ಬಸವೇಶ್ವರರು ಬೋಧಿಸಿದ ಉತ್ತಮ ಬದುಕಿನ ಸಪ್ತಸೂತ್ರಗಳು

ಕಳಬೇಡ, ಕೊಲಬೇಡ, ಹುಸಿಯ ನುಡಿಯಲು ಬೇಡ,
ಮುನಿಯ ಬೇಡ, ಅನ್ಯರಿಗೆ ಅಸಹ್ಯಪಡಬೇಡ,
ತನ್ನ ಬಣ್ಣಿಸಬೇಡ, ಇದಿರ ಹಳಿಯಲು ಬೇಡ,
ಇದೇ ಅಂತರಂಗಶುದ್ಧಿ, ಇದೇ ಬಹಿರಂಗಶುದ್ಧಿ,
ಇದೇ ನಮ್ಮ ಕೂಡಲಸಂಗಮದೇವರನೊಲಿಸುವ ಪರಿ॥

ಬಸವಣ್ಣನವರ ಪ್ರಸಿದ್ಧ ಆತ್ಮವಿಮರ್ಶೆ ಮತ್ತು ಸಮಾಜವಿಮರ್ಶೆಯ ವಚನಗಳಲ್ಲಿ ಇದೂ ಒಂದು. ಮೇಲುನೋಟಕ್ಕೆ ಇದು ತುಂಬಾ ಸರಳವಾದ ವಚನದಂತೆ ಕಂಡರೂ ಆಳಕ್ಕಿಳಿದಂತೆ ಅತ್ಯಂತ ಗಹನವಾಗಿ ಕಾಣುತ್ತದೆ. ಮನುಷ್ಯನಾಗಿ ಯಾವ ಅಪಮೌಲ್ಯಗಳನ್ನೂ ಹೊಂದದೆ ಬದುಕಿನಲ್ಲಿ ತ್ರಿಕರಣಶುದ್ಧಿಯನ್ನು ಹೇಗೆ ಸಾಧಿಸಿಕೊಳ್ಳಬೇಕು ಎಂಬುದನ್ನು ವಿವರಿಸಿದ್ದಾರೆ.

ಕಳವು ಸಾಮಾಜಿಕ ಅಪರಾಧಗಳಲ್ಲಿ ಒಂದು. ಹಾಗಾಗಿ ಇದೊಂದು ಅಪಮೌಲ್ಯ. ಇನ್ನೊಬ್ಬರಿಗೆ ಸಂಬಂಧಿಸಿದ ವಸ್ತುಗಳನ್ನು ಅವರ ಅರಿವಿಗೆ ಬಾರದಂತೆ ಲಪಟಾಯಿಸುವುದೇ ಕಳವು. ಹಾಗೆ ಲಪಟಾಯಿಸಿದವನು 'ಕಳ್ಳ'ನೆನಿಸಿಕೊಳ್ಳುತ್ತಾನೆ. ಅನ್ಯರ ಸಂಪಾದನೆಯನ್ನು ಲಪಟಾಯಿಸುವುದಕ್ಕೆ ಅಥವಾ ಕೊಳ್ಳೆಹೊಡೆಯುವುದಕ್ಕೆ ಯಾರಿಗೂ ಹಕ್ಕಿಲ. ಕಳ್ಳತನದಲ್ಲಿ ಸಿಕ್ಕಿಹಾಕಿಕೊಂಡು ಶಿಕ್ಷೆಯಾದರೂ ಆತನ ಮನಸ್ಥಿತಿಯಲ್ಲಿ ಬಹಳ ಬದಲಾವಣೆಗಳೇನೂ ಆಗದು. ಆತನಿಗೆ ಸಂಬಂಧಿಸಿದವರು (ತಂದೆ, ತಾಯಿ, ಹೆಂಡತಿ, ಮಕ್ಕಳು) ಕೂಡಾ ಪರೋಕ್ಷವಾಗಿ ಅಪರಾಧಿಗಳೆನಿಸಿಕೊಳ್ಳುತ್ತಾರೆ. ಕಳ್ಳನ ಅಪ್ಪ, ಕಳ್ಳನ ಅಮ್ಮ, ಕಳ್ಳನ ಹೆಂಡತಿ, ಕಳ್ಳನ ಮಕ್ಕಳು–ಹೀಗೆ ಸಾಮಾಜಿಕವಾಗಿ ಗುರುತಿಸಿಕೊಳ್ಳುವ ಪ್ರಸಂಗ ಒದಗುತ್ತದೆ. ಒಬ್ಬನಿಂದ ಇಡೀ ಕುಟುಂಬದ ನೆಮ್ಮದಿಯೇ ಅಳಿದುಹೋಗುತ್ತದೆ. ಇನ್ನೊಂದೆಡೆ ಕಳ್ಳನಿಂದಾಗಿ ತಾವು ಕಷ್ಟಪಟ್ಟು ಸಂಪಾದಿಸಿದ ಹಣ, ಒಡವೆ ಮೊದಲಾದ ವಸ್ತುಗಳನ್ನು ಕಳೆದುಕೊಂಡವರು ತಮ್ಮ ಮಾನಸಿಕ ನೆಮ್ಮದಿಯನ್ನೂ ಕಳೆದುಕೊಳ್ಳುತ್ತಾರೆ. ಒಬ್ಬನ ಅಕೃತ್ಯ ಎರಡು ಕುಟುಂಬಗಳ ನೆಮ್ಮದಿಯನ್ನು ಕಳೆಯುತ್ತದೆ. ಊರವರೂ ನೆಮ್ಮದಿಯನ್ನು ಕಳೆದುಕೊಳ್ಳುತ್ತಾರೆ. ಅದಕ್ಕೇ ಬಸವಣ್ಣನವರು ಹೇಳಿರುವುದು 'ಕಳಬೇಡ' ಎಂದು.

ಕೊಲೆಯೂ ಸಾಮಾಜಿಕ ಅಪರಾಧಗಳಲ್ಲಿ ಒಂದು. ಹಾಗಾಗಿ ಇದೂ ಒಂದು ಅಪಮೌಲ್ಯ. ತನಗಾಗದ, ತನ್ನ ವೈರಿಯ, ತನ್ನ ಪ್ರತಿಸ್ಪರ್ಧಿಯ ಜೀವತೆಗೆಯುವುದೇ ಕೊಲೆ. ಹೀಗೆ ಕೊಲೆಮಾಡಿದವನು 'ಕೊಲೆಗಾರ' ಅಥವಾ 'ಕೊಲೆಗಡುಕ' ಎನಿಸಿಕೊಳ್ಳುತ್ತಾನೆ. ಒಬ್ಬನಿಗೆ ಜೀವಕೊಡುವ ಹಕ್ಕು ಹೇಗೆ ಇಲ್ಲವೋ ಹಾಗೆಯೇ ಜೀವತೆಗೆಯುವ ಹಕ್ಕೂ ಇರುವುದಿಲ್ಲ. ಒಮ್ಮೆ ಕೊಲೆಯ ಪಿಪಾಸೆ ಹಿಡಿಯಿತೆಂದರೆ ಅದು ಸುಲಭದಲ್ಲಿ ಬಿಟ್ಟುಹೋಗದು. ಕೊಲೆಗಾರ ಸಿಕ್ಕಿಹಾಕಿಕೊಂಡು ಅಪರಾಧ ಸಾಬೀತಾಗಿ ಜೈಲುಶಿಕ್ಷೆಯಾದರೂ ಆತ ಬದಲಾಗುತ್ತಾನೆ ಎಂಬ ಭರವಸೆಯಿಲ್ಲ. ಇಲ್ಲಿಯೂ ಕೊಲೆಗಾರನಿಂದಾಗಿ ಆತನ ಮನೆಮಂದಿ ಕೂಡಾ ತಾವು ಮಾಡದ ಅಪರಾಧಕ್ಕಾಗಿ ಪರೋಕ್ಷವಾಗಿ ಶಿಕ್ಷೆ ಅನುಭವಿಸಬೇಕಾಗುತ್ತದೆ. ಕೊಲೆಗಾರನ ಅಪ್ಪ, ಕೊಲೆಗಾರನ ಅಮ್ಮ, ಕೊಲೆಗಾರನ ಹೆಂಡತಿ, ಕೊಲೆಗಾರನ ಮಕ್ಕಳು– ಹೀಗೆ ಸಮಾಜದಲ್ಲಿ ಗುರುತಿಸಿಕೊಂಡು ಪ್ರತಿನಿತ್ಯ ಹಿಂಸೆ ಅನುಭವಿಸಬೇಕಾಗುತ್ತದೆ. ಕೊಲೆಗಾರನಿಂದಾಗಿ ತಮ್ಮವರನ್ನು ಕಳೆದುಕೊಂಡವರು ಕೂಡಾ ನೆಮ್ಮದಿಯನ್ನು, ಸಂಸಾರದ ಆಧಾರವನ್ನು ಕಳೆದುಕೊಳ್ಳುತ್ತಾರೆ. ಕೊಲೆಯೂ ಎರಡು ಕುಟುಂಬಗಳ ನೆಮ್ಮದಿಯನ್ನು ಕಳೆಯುತ್ತದೆ. ಬಸವಣ್ಣನವರು ಕೊಲಬೇಡ ಎಂದಿರುವುದೂ ಇದೇ ಕಾರಣಕ್ಕಾಗಿ.

ಹುಸಿ ನುಡಿಯುವುದೂ ಒಂದು ಸಾಮಾಜಿಕ ಅಪರಾಧ. ಭಾರತೀಯ ಪರಂಪರೆಯಲ್ಲಿ ಇದನ್ನೂ ಅಪಮೌಲ್ಯವೆಂದೇ ಪರಿಗಣಿಸಲಾಗಿದೆ. ಸ್ವಾರ್ಥಕ್ಕಾಗಿ, ತನ್ನ ಲಾಭಕ್ಕಾಗಿ, ಯಾರನ್ನೋ ಮೆಚ್ಚಿಸಲು, ಯಾರನ್ನೋ ವಂಚಿಸಲು ಮನುಷ್ಯ ಸುಳ್ಳಾಡುವುದನ್ನು ಅಭ್ಯಾಸಮಾಡಿಕೊಳ್ಳುತ್ತಾನೆ. ಹುಸಿನುಡಿಯುವವನು ಸಾಮಾಜಿಕವಾಗಿ 'ಸುಳ್ಳ' ಎನಿಸಿಕೊಳ್ಳುತ್ತಾನೆ. ಒಂದು ಸುಳ್ಳನ್ನು ಸಾಬೀತುಪಡಿಸಲು ಹತ್ತು ಸುಳ್ಳುಗಳನ್ನು ಹೇಳಬೇಕಾಗುವುದರಿಂದ ಸುಳ್ಳಿನ

ಪರಂಪರೆಯೇ ಬೆಳೆಯುತ್ತದೆ. ಒಂದು ಸುಳ್ಳು ತನ್ನನ್ನೇ ನಾಶಮಾಡಬಲ್ಲುದು ಅಥವಾ ಒಂದು ಕುಟುಂಬದ ನೆಮ್ಮದಿಯನ್ನೇ ಕೆಡಿಸಬಲ್ಲುದು. ಸಾವು–ನೋವು ಸಂಭವಿಸಬಲ್ಲುದು. ಈ ಸಂದರ್ಭದಲ್ಲಿಯೂ ಸುಳ್ಳನ ಕುಟುಂಬಿಕರು ಸಾಮಾಜಿಕವಾಗಿ ತಾವು ಮಾಡದ ಕೃತ್ಯಗಳಿಗೆ ಅಪರಾಧಿಗಳೆನಿಸಿಕೊಂಡು ಹಿಂಸೆ ಅನುಭವಿಸುತ್ತಾರೆ. ಇನ್ನೆಷ್ಟೋ ಮಂದಿ ಸುಳ್ಳರಿಂದ ಮಾನಸಿಕ ಕಿರಿಕಿರಿಯನ್ನು, ತೊಂದರೆಗಳನ್ನು ಅನುಭವಿಸುತ್ತಾರೆ.

ಮುನಿಯುವುದೂ ಒಂದು ಸಾಮಾಜಿಕ ಅಪರಾಧ. ಒಂದು ಅಪಮೌಲ್ಯ. ಸದಾ ಮುನಿಯುವವನನ್ನು 'ಕೋಪಿಷ್ಟ'ಎಂದು ಸಮಾಜ ಗುರುತಿಸುತ್ತದೆ. ಮನುಷ್ಯದೇಹ ಕಾಮ, ಕ್ರೋಧ, ಲೋಭ, ಮೋಹ, ಮದ, ಮತ್ಸರಗಳಿಗೆ ಆಗರವಾದರೂ ಇವುಗಳನ್ನು ಪ್ರತಿಯೊಬ್ಬನೂ ಹತೋಟಿಯಲ್ಲಿಟ್ಟುಕೊಳ್ಳಬೇಕಾಗುತ್ತದೆ. ಕ್ಷಣಕ್ಷಣಕ್ಕೂ ಮುನಿಯುವವನನ್ನು 'ಮುಂಗೋಪಿ' ಎಂದು ಗುರುತಿಸಲಾಗುತ್ತದೆ. ಮುನಿಸು ಅತ್ಯಂತ ಅಪಾಯಕಾರಿ. ಅದು ಮಾನಸಿಕ ನೆಮ್ಮದಿಯನ್ನು ಕೆಡಿಸಿ, ದೇಹದ ಸಮತೋಲನವನ್ನು ತಪ್ಪಿಸಿ ಕೆಲವುಸಂದರ್ಭಗಳಲ್ಲಿ ಕೊಲೆಯಂತಹ ಅಕೃತ್ಯಗಳನ್ನು ಮಾಡಿಸುತ್ತದೆ. ಇದರಿಂದ ಮನೆಮಂದಿಯ ನೆಮ್ಮದಿಯೂ ಹಾಳಾಗುತ್ತದೆ. ಕಳ್ಳತನ, ಕೊಲೆಗಳ ಹಾಗೆಯೇ ಕೋಪವೂ ಸಮಾಜದ ಆರೋಗ್ಯವನ್ನು ಕೆಡಿಸುತ್ತದೆ.

ಅನ್ಯರಿಗೆ ಅಸಹ್ಯಪಡುವುದು ಒಂದು ಸಾಮಾಜಿಕ ಅಪರಾಧ. ಈ ಲೋಕದಲ್ಲಿ ಎಲ್ಲರಿಗೂ ಬದುಕುವ ಹಕ್ಕಿದೆ, ಇತರರನ್ನು ಬದುಕಗೊಡುವ ಹಕ್ಕು ಇದೆ. ಆದರೆ ಎಷ್ಟೋ ಮಂದಿ ತಾವು ಅಸಹ್ಯವಾಗಿದ್ದು ಉಳಿದವರನ್ನು ಅಸಹ್ಯಗೊಳ್ಳುವಂತೆ ಮಾಡುತ್ತಾರೆ. ಮನುಷ್ಯ ಮಾತಿನಿಂದ, ವರ್ತನೆಯಿಂದ, ಬಟ್ಟೆಬರೆಗಳಿಂದ, ತಿಂದುಣ್ಣುವ ರೀತಿಗಳಿಂದ, ದುರಭ್ಯಾಸಗಳಿಂದ–ಹಲವು ರೀತಿಗಳಿಂದ ಇತರರಿಗೆ ಅಸಹ್ಯಪಡುತ್ತಾನೆ. ಅನ್ಯರಿಂದ ತನಗೆ ತೊಂದರೆಯಾಗಬಾರದು ಎಂದು ಮನುಷ್ಯ ಭಾವಿಸುವುದಾದರೆ ಆತ ಇತರರಿಗೆ ಯಾವುದೇ ರೀತಿಯಲ್ಲಿ ತೊಂದರೆಯನ್ನು ಕೊಡಬಾರದು. ಮನುಷ್ಯ ಸಂಘಜೀವಿಯಾದುದರಿಂದ ಪರಸ್ಪರ ಸಹನೆ ಸಹಕಾರಗಳು ಬಹಳ ಮುಖ್ಯ. ತಾನು ಗೌರವದಿಂದ, ಅನ್ಯರಿಗೆ ಹಿತವೆನಿಸುವಂತೆ ಬದುಕಬೇಕಾದುದು ಅಗತ್ಯ. ಆದರೆ ಎಷ್ಟೋ ಮಂದಿ ಹಾಗೆ ಬದುಕದೆ ಸದಾ ಅನ್ಯರಿಗೆ ಅಸಹ್ಯಪಡುತ್ತಲೇ ಇರುತ್ತಾರೆ. ಸಮಾಜದ ನೆಮ್ಮದಿಯನ್ನು ಕೆಡಿಸುತ್ತಲೇ ಇರುತ್ತಾರೆ.

ತನ್ನನ್ನು ತಾನು ಬಣ್ಣಿಸುವುದೂ ಒಂದು ಸಾಮಾಜಿಕ ಅಪರಾಧ. ಇದನ್ನು ಆತ್ಮಪ್ರಶಂಸೆ ಎನ್ನಲಾಗುತ್ತದೆ. ಲೋಕದಲ್ಲಿ ಸಾಧಿಸಿ, ಕೀರ್ತಿಯನ್ನು ಗಳಿಸುವುದು ಒಂದಾದರೆ, ಏನನ್ನೂ ಸಾಧಿಸದೆ ಕೀರ್ತಿಯನ್ನು ಗಳಿಸಲು ಪ್ರಯತ್ನಿಸುವುದು ಇನ್ನೊಂದು. ಹೊಗಳಿಕೆಯೇ ಮರಣದಂಡನೆಗೆ ಸಮಾನವೆನಿಸಿರುವಾಗ ಸ್ವಪ್ರಶಂಸೆ ಅದಕ್ಕಿಂತಲೂ ದೊಡ್ಡ ಶಿಕ್ಷೆ. ಆದರೆ ತಮ್ಮನ್ನು ತಾವೇ ಹೊಗಳುವವರಿಗೆ ಅದು ತಿಳಿಯುವುದೇ ಇಲ್ಲ. ಇತರರನ್ನು ಹೊಗಳುವುದು ತಮ್ಮ ಬೇಳೆಬೇಯಿಸಿಕೊಳ್ಳುವುದಕ್ಕೆ. ತಮ್ಮನ್ನು ತಾವೇ ಹೊಗಳುವುದು ತಮ್ಮ ನ್ಯೂನತೆ, ಕೀಳರಿಮೆಗಳನ್ನು ಮುಚ್ಚಿಡುವುದಕ್ಕೆ. ಇದು ಒಂದು ರೀತಿಯಲ್ಲಿ ಗೋಸುಂಬೆತನ. ಇದರಿಂದ ಯಾವ ಘನಕಾರ್ಯವೂ ಸಾಧಿತವಾಗುವುದಿಲ್ಲ. ಆದರೆ ಒಂದಲ್ಲ ಒಂದು ದಿನ ಬಣ್ಣ ಬಯಲಾಗಿ ಎಲ್ಲವನ್ನೂ ಕಳೆದುಕೊಂಡು ನಿಕೃಷ್ಟನಾಗಬೇಕಾಗುತ್ತದೆ.

ಇದಿರ ಹಳಿಯುವುದೂ ಒಂದು ಸಾಮಾಜಿಕ ಅಪರಾಧ. ಇನ್ಯಾರದೋ ತಪ್ಪುಗಳಿದ್ದಾಗ ಅದನ್ನೇ ದೊಡ್ಡದಾಗಿ ನಿಂದಿಸುವುದು, ಕಿರಿದನ್ನು ಹಿರಿದುಗೊಳಿಸುವುದು, ಅವಮಾನ ಮಾಡುವುದೆಲ್ಲವೂ ಅನ್ಯರನ್ನು ಕುಗ್ಗಿಸುವ, ತನ್ನನ್ನು ಹಿಗ್ಗಿಸಿಕೊಳ್ಳುವ ದುಷ್ಪ್ರವೃತ್ತಿ. ಲೋಕದಲ್ಲಿ ಎಷ್ಟೋ ಮಂದಿಗೆ ತಾವು ಮಾತ್ರ ಶ್ರೇಷ್ಠರು, ಉಳಿದವರೆಲ್ಲ ಕನಿಷ್ಠರು ಎಂಬ ಮೇಲರಿಮೆ ಇರುತ್ತದೆ. ಅವರು ಉಳಿದವರನ್ನು ಕೀಳೆಂದು ಭಾವಿಸುತ್ತಾರೆ. ಲೋಕದಲ್ಲಿ ತಪ್ಪನ್ನೆಸಗದ ವ್ಯಕ್ತಿಯೇ ಇಲ್ಲ. ಎಸಗಿದ ತಪ್ಪನ್ನು ತಿದ್ದಿಕೊಳ್ಳುವುದಕ್ಕೆ ಅವಕಾಶವಿದ್ದೇ ಇದೆ. ಆದರೆ ವ್ಯಕ್ತಿಯ ಎದುರೆದುರೇ ನಿಂದಿಸಿ ಅವಮಾನಿಸುವುದು ಮಾನವೀಯತೆಯಲ್ಲ.ಇದಿರ ಹಳಿಯುವುದು ಇನ್ನೊಬ್ಬ ಮಾನಸಿಕ ನೆಮ್ಮದಿಯನ್ನು ನಾಶಮಾಡಿದಂತೆ. ಇಂತಹವರು ಸಮಾಜದ್ರೋಹಿಗಳು ಎನಿಸಿಕೊಳ್ಳುತ್ತಾರೆ.

ಕಳ್ಳತನ, ಕೊಲೆಗಡಿಕತನ, ಹುಸಿನುಡಿಯುವುದು, ಮುನಿಯುವುದು, ಅನ್ಯರಿಗೆ ಅಸಹ್ಯಪಡುವುದು, ತನ್ನನ್ನು ತಾನೇ ಬಣ್ಣಿಸುವುದು, ಎದುರಲ್ಲೇ ನಿಂದಿಸುವುದು ಮೊದಲಾದ ದುಷ್ಟ ಪ್ರವೃತ್ತಿ, ದುರ್ಗುಣ, ದುಶ್ಚಾರಿತ್ರ್ಯಗಳನ್ನು ತ್ಯಜಿಸುವುದೇ ಅಂತರಂಗಶುದ್ಧಿ ಹಾಗೂ ಬಹಿರಂಗಶುದ್ಧಿ ಎನಿಸಿಕೊಳ್ಳುತ್ತದೆ. ಬಸವಣ್ಣನವರು ಉಲ್ಲೇಖಿಸಿರುವ ದುರ್ಗುಣಗಳೆಲ್ಲವೂ ದೇಹ, ಮನಸ್ಸು ಹಾಗೂ ಮಾತು ಎಂಬ ಮೂರು ಜ್ಞಾನೇಂದ್ರಿಯಗಳಿಗೆ ಸಂಬಂಧಿಸಿದವು. ಮನುಷ್ಯನ ನಾಶಕ್ಕೆ ಇವೇ ಮುಖ್ಯ ಕಾರಣ. ಈ ದುರ್ಗುಣಗಳೆಲ್ಲವನ್ನು ಕಳೆದುಕೊಂಡರೆ ತ್ರಿಕರಣಶುದ್ಧಿ. ಹಾಗೆ ಸಾಧಿಸಿದವನೇ ಪರಿಪೂರ್ಣ ಮನುಷ್ಯ. ಅಂತಹವನು ಕೂಡಲಸಂಗಮದೇವನಿಗೆ ಪ್ರಿಯನಾಗುತ್ತಾನೆ. ಇದು ಬಸವಣ್ಣನವರ ಆತ್ಮವಿಮರ್ಶೆ. ಮಾತ್ರವಲ್ಲ, ಸರ್ವರದೂ ಕೂಡ.

ಆಧುನಿಕ ಕಾಲದಲ್ಲಿ ಈ ರೀತಿಯ ತ್ರಿಕರಣಶುದ್ಧಿಯನ್ನು ಸಾಧಿಸಿಕೊಳ್ಳಲು ಸಾಧ್ಯವೇ? ಎಂಬ ಸವಾಲು ನಮ್ಮ ಮುಂದಿದೆ. ಬಸವಣ್ಣನವರು ಉಲ್ಲೇಖಿಸುವ ಈ ಸಾಮಾಜಿಕ ಅಪಮೌಲ್ಯಗಳೆಲ್ಲವೂ ಅಸಂಖ್ಯ ರೂಪಗಳನ್ನು ಹೊಂದಿ, ಪರಿಷ್ಕರಣೆಗಳನ್ನು ವಿಶ್ವವ್ಯಾಪಕತೆಯನ್ನು ಪಡೆದುಕೊಂಡು ತಮ್ಮ ಕಬಂಧಬಾಹುಗಳನ್ನು ಎಲ್ಲೆಡೆಗೂ ಚಾಚಿಕೊಂಡು ಸಮಾಜವ್ಯವಸ್ಥೆಯನ್ನೇ ನುಚ್ಚುನೂರು ಮಾಡುತ್ತಿವೆ. ಯಾರೂ ಯಾರನ್ನೂ ನಂಬದಂತಹ ದಯನೀಯ ಪರಿಸ್ಥಿತಿ ನಿರ್ಮಾಣವಾಗಿದೆ. ದೇಶ ಅಭಿವೃದ್ಧಿಪಥದಲ್ಲಿ ಕುಂಟುತ್ತಿದೆ. ಹಾಗಾಗಿ ಬಸವಣ್ಣನವರ ಈ ಮಾತುಗಳು ಸಾರ್ವಕಾಲಿಕ ಸತ್ಯವಾದರೂ ಅಂದಿಗಿಂತ ಇಂದಿನ ಕಾಲಕ್ಕೆ ಹೆಚ್ಚು ಪ್ರಸ್ತುತವಾಗಿವೆ ಎನಿಸುತ್ತದೆ.

ಮನುಷ್ಯ ಕುಲದ ಸಾರ್ಥಕತೆಗೆ ಬಸವೇಶ್ವರರು ನೀಡಿದ ಈ ಸಪ್ತಸೂತ್ರಗಳನ್ನು ಪಾಲಿಸುವುದರ ಮೂಲಕ ನಾವು ನೀವುಗಳು ಸಮಾಜದ ಸ್ವಾಸ್ಥ್ಯವನ್ನು ಉತ್ತಮಿಕರಿಸಲು ಸಾಧ್ಯವಾಗುತ್ತದೆ ಅಲ್ಲವೇ?.

– ಡಾ. ಯದುಕುಮಾರ್ ಎಂ
ಸಹಾಯಕ ಪ್ರಾಧ್ಯಾಪಕರು

ಸ್ವಾಮಿ ವಿವೇಕಾನಂದರ ದಿವ್ಯ ವಾಣಿಗಳು

"ನಮ್ಮ ದುಃಖಗಳಿಗೆಲ್ಲ ನಾವೇ ಜವಾಬ್ದಾರರು. ಮತ್ತಾರೂ ಅಲ್ಲ. ನಮ್ಮ ಅದೃಷ್ಟವನ್ನು ರೂಪಿಸಿಕೊಳ್ಳುವವರು ನಾವೇ."

"ನಿಮಗಾಗಿ ಏನನ್ನೂ ಬಯಸಬೇಡಿ. ಎಲ್ಲವನ್ನೂ ಇತರರಿಗಾಗಿ ಮಾಡಿ. ಭಗವಂತನಲ್ಲೇ ಇರುವುದು ಅವನಲ್ಲೇ ಬಾಳುವುದು, ಚಲಿಸುವುದು ಎಂದರೆ ಇದೇ."

"ಯಾರ ಸಹಾಯಕ್ಕೂ ಕಾದು ಕುಳಿತುಕೊಳ್ಳಬೇಡಿ. ಎಲ್ಲ ಮಾನವ ಸಹಾಯಕ್ಕಿಂತಲೂ ಭಗವಂತನು ಅನಂತಪಾಲು ಮಿಗಿಲಲ್ಲವೆ?"

"ಇತರರಿಗೆ ತಿಳಿಯದೆ ಅವರನ್ನು ನಿಂದಿಸುವುದು ಮಹಾಪರಾಧ ಎಂಬುದನ್ನು ತಿಳಿಯಿರಿ. ಇದನ್ನು ನೀವು ಸಂಪೂರ್ಣ ತ್ಯಜಿಸಬೇಕು."

ನಮ್ಮ ಕನ್ನಡ ಜಾನಪದ

ಜಾನಪದ ಹೆಸರೇ ಹೇಳುತ್ತೆ ಜನ ಸಾಮನ್ಯರ ಪದಗಳು ಎಂದು. ನಮ್ಮ ಹಿಂದಿನ ಹಿರಿಕರು ಜಾನಪದವನ್ನ ತಮ್ಮ ಜೀವನದ ಒಂದು ಮುಖ್ಯ ಅಂಗವೆಂದೆ ಭಾವಿಸಿದ್ದರು; ಅದಕ್ಕಾಗಿಯೇ ತಮ್ಮ ಬದುಕಿನ ಪ್ರತಿ ಮಜಲುಗಳನ್ನು ಜಾನಪದ ಸಾಹಿತ್ಯದ ರೂಪದಲ್ಲಿ ತೆರೆದಿಟ್ಟರು, ಸಹಸ್ರಾರು ವರ್ಷಗಳ ಇತಿಹಾಸ ಹೊಂದಿರೋ ಈ ನಮ್ಮ ಜಾನಪದ ಸಾಹಿತ್ಯವೂ ಜನರಿಂದ ಜನರ ಬಾಯಿಗೆ ಹರಡಿ ಎಲ್ಲೆಡೆ ಬೆಳೆದುಬಂದಿದೆ ಹಳ್ಳಿಯ ಜನರು, ರೈತರು, ಹಿರಿಯರು ತಮ್ಮ ಕೆಲಸದ ಉತ್ಸಾಹ ಕುಂದದಿರಲಿ, ಆಯಾಸ ಅರಿವಿಗೆ ಬಾರದಿರಲಿ ಎಂಬ ದೃಷ್ಟಿಕೋನದಿಂದ ಈ ಜಾನಪದವನ್ನು ರೂಢಿಸಿಕೊಂಡರು ಎಂದೆನಿಸುತ್ತದೆ. ಉದಾಹರಣೆಗೆ ಗದ್ದೆಯಲ್ಲಿ ಕೆಲಸ ಮಾಡುವ ಹೆಂಗಸರು ಸಮಯ ಮುಂದೆ ದೂಡಲು ತಮ್ಮ ಮನೋರಂಜನೆಗಾಗಿ ಮತ್ತು ಈ ಭೂ ತಾಯಿಯ ಮಹತ್ವವನ್ನು ಎಲ್ಲರಿಗೂ ತಿಳಿಸಲು

"ಬೆಳಗಾಗಿ ನಾನೆದ್ದು ಯಾರ್ಯಾರ ನೆನೆಯಾಲಿ
ಎಳ್ಳು ಜೀರಿಗೆ ಬೆಳೆಯೋಳ। ಭೂಮ್ತಾಯ್ನ
ಎದ್ದೊಂದು ಫಳಿಗೆ ನೆನೆದೇನೋ॥"

ಎಂದು ಹಾಡುತ್ತ ತಮ್ಮ ಕೆಲಸವನ್ನು ಮುಂದುವರೆಸುತ್ತಿದ್ದರು. ಹಾಗೆಯೇ ಮಳೆಯೇ ನಮ್ಮೆಲ್ಲರ ಜೀವಾಳ ಎಂದು ನಂಬಿದ ಜನರು ಮಳೆರಾಯನ ಬರುವಿಕೆಯನ್ನು "ಮಾಯದಂತ ಮಳೆ ಬಂತಣ್ಣ ಮದಗಾದ ಕೆರೆಗೆ" ಎಂದು ಹಾಡಿ ಕುಣಿದು ಸಂಭ್ರಮಿಸುತ್ತಿದ್ದರು.

ಸುಗ್ಗಿಯ ಕಾಲದಲ್ಲಿ ರೈತಾಪಿ ವರ್ಗದವರು ಬೆಳೆದ ಧಾನ್ಯಗಳನ್ನು ರಾಶಿ ಹಾಕಿ "ಸುಗ್ಗಿ ಕಾಲ ಹಿಗ್ಗಿ ಬಂದಿತೋ, ಬಾಳಿನಲ್ಲಿ ಭಾಗ್ಯ ತಂದಿತೋ" ಎಂದು ಹಾಡುತ್ತ ಸುಗ್ಗಿಯ ಕಾಲವನ್ನು ಸಂಭ್ರಮಿಸುವುದನ್ನು ಹಾಗೂ ಬೆಳೆದ ಧಾನ್ಯಗಳಿಗೆ ಲಕ್ಷ್ಮಿ ಎಂದು ಭಾವಿಸಿ ಪೂಜೆ – ಪುನಸ್ಕಾರ ಮಾಡುವ ಬಗೆಯನ್ನು ನಮ್ಮ ಜಾನಪದರೂ ಅತಿ ಸೊಗಸಾದ ಪದಗಳಲ್ಲಿ ಹಾಡುತ್ತಾರೆ ಅಲ್ಲದೆ ಒಬ್ಬ ತಾಯಿ ಆಡಿ ಮನೆಗೆ ಬಂದ ತನ್ನ ಕಂದನಿಗಾಗಿ

"ಆಡಿ ಬಾ ಎನ್ನ ಕಂದ ಅಂಗಾಲ ತೊಳೆದೇನ
ತೆಂಗಿನ ಕಾಯಿ ತಿಳಿನೀರ। ತಕ್ಕೊಂಡು
ಬಂಗಾರದ ಮೊರೆ ತೊಳೆದೇನ॥ "

ಎಂದು ಲಾಲಿ ಹಾಡುವಲ್ಲಿ ತಾಯಿಯ ಮಮತೆ ಎಲ್ಲರ ಕಣ್ಣನ ಸೆಳೆಯುವುತ್ತದೆ. ಹೀಗೆಯೇ ಹತ್ತು ಹಲವಾರು ರೀತಿಯಲ್ಲಿ ನಮ್ಮ ಹಿರಿಯರು ಜಾನಪದವನ್ನು ವಿಸ್ತರಿಸಿದ್ದಾರೆ. ಬಯಲಾಟ, ಕೋಲಾಟ, ಕಂಸಾಳೆ, ವೀರಗಾಸೆ ಮುಂತಾದವುಗಳ ಮೂಲಕ ಬದುಕಿನ ಮೌಲ್ಯಗಳನ್ನು ತಿಳಿಸಿಕೊಟ್ಟಿದ್ದಾರೆ ಬಣ್ಣ ಹಚ್ಚಿ ಇಡಿ ರಾತ್ರಿಯಲ್ಲ ಹಾಡಿ ಕುಣಿಯುವ ಗಂಡು ಕಲೆಯ ಮೂಲಕ ಜನರನ್ನು ರಂಜಿಸುವ ಜೊತೆಗೆ ಪೌರಾಣಿಕ ಪ್ರಸಂಗಗಳನ್ನು ಪರಿಚಯಿಸುತ್ತಾರೆ.

ಶ್ಶೈವರ ವೀರ ನೃತ್ಯವಾದಂತ ವೀರಗಾಸೆಯ ಮೂಲಕ ವಿಭಿನ್ನವಾದ ವೇಷಭೂಷಣ ಹಾಗೂ ಒಡಪುಗಳ ಜೊತೆಗೆ ಶಿವನು ಹೇಗೆ ಪಾರ್ವತಿಯನ್ನು ವರಿಸಿದನು ಎಂಬ ಶಿವ ಪಾರ್ವತಿಯರ ಕಥೆಯನ್ನು ಜನರ ಮನಸ್ಸಿಗೆ ತಾಗುವಂತೆ ತಿಳಿಸುತ್ತಾರೆ. ಅಷ್ಟೇ ಅಲ್ಲದೆ ಈ ನಮ್ಮ ಜಾನಪದ ಸಾಹಿತ್ಯವೂ ಈಗಿನ ಯಾವುದೇ ನವ್ಯ ಸಾಹಿತ್ಯಕ್ಕೆ ಕಮ್ಮಿ

ಇಲ್ಲ ಎನ್ನುವಂತೆ ತಲೆ ತಲೆ–ಮಾರುಗಳಿಂದ ಮೌಖಿಕ ರೂಪದಲ್ಲೇ ಜನಮನಗಳೊಂದಿಗೆ ತನ್ನ ಸಂಬಂಧವನ್ನ ಗಟ್ಟಿಗೊಳಿಸಿಕೊಂಡಿದೆ.

ಮನಸ್ಸಿನ ಭಾವನೆಗಳಿಗೆ ಕನ್ನಡಿಯಂತಿರುವ ಈ ಜಾನಪದದಲ್ಲಿ ಬಳೆಗಾರನ ಬರುವಿಕೆಯನ್ನು "ಭಾಗ್ಯದ ಬಳೆಗಾರ ಹೋಗಿ ಬಾ ನನ್ನ ತವರಿಗೆ" ಎಂದು ಹಾಡುವ ಮೂಲಕ ಮುತ್ತೈದೆ ಒಬ್ಬಳ ತಾಯಿ ತವರನ್ನು ಕಾಣುವ ಬಯಕೆಯನ್ನು ಬಹಳ ಅರ್ಥ ಗರ್ಭಿತವಾಗಿ ವಿವರಿಸಲಾಗುತ್ತದೆ. ಅಷ್ಟೇ ಅಲ್ಲದೆ ನಮ್ಮ ಜಾನಪದರು ವಿಶೇಷ ಒಡಪುಗಳನ್ನು ನಮಗೆ ಪರಿಚಯಿಸಿದ್ದು ಅವುಗಳು ಅತಿ ಸೊಗಸಾಗಿ ನಮ್ಮ ಬದುಕಲ್ಲಿ ಹಾಸುಹೋಕ್ಕಾಗಿವೆ.

"ಕಟಗಲ ರೊಟ್ಟಿ ಕಾರದ ಚಟ್ನಿ
ಕಟಗೊಂಡ ಹೋಗಂದ್ರ ಸೆಟಗೊಂಡ ಹೋಗ್ತಾರ
ನಮ್ ರಾಯರು" ಎನ್ನುವ ಜೊತೆಗೆ ಗಂಡನ ಹೆಸರು ಸೇರಿಸಿ ಹೇಳುವ ವಧುಗಳು ಹೆಂಡತಿಗಿಂತ ನಾನ್ ಏನ್ ಕಮ್ಮಿ ಇಲ್ಲ ಎನ್ನುವಂತೆ

"ಹಾಗಲ ಬಳ್ಳಿಗೆ ಹಂದರ ಚಂದ
ದ್ರಾಕ್ಷಿ ಬಳ್ಳಿಗೆ ಗೊಂಚಲು ಚಂದ
ಭೂಮಿಗೆ ಹಸಿರು ಚಂದ
ನನ್ನಾಕಿ ಇನ್ನೂ ಚಂದ ಎಂದು ಹೆಂಡತಿಯ ಹೆಸರು ಹೇಳಿ ಮಡದಿಯ ಮುಖದಲ್ಲಿ ನಾಚಿಕೆಯನ್ನು ಮೂಡಿಸುವ ವರರು.

ಹೀಗೆ ನಮ್ಮ ಜಾನಪದರೂ ಬದುಕಿನ ಪುಟ್ಟ ಪುಟ್ಟ ಅದ್ಭುತ ಕ್ಷಣಗಳನ್ನು ಮುಂದಿನ ಪೀಳಿಗೆಗೆ ಬುತ್ತಿ ಎಂಬತ್ತೆ ಪದಗಳ ರೂಪದಲ್ಲಿ ಕಟ್ಟಿಕೊಟ್ಟಿದ್ದಾರೆ. ಅಲ್ಲದೆ ನಾಟಕ, ನೃತ್ಯಹಾಸ್ಯ ಶೃಂಗಾರ ವ್ಯಂಗ್ಯ ವೀರತೆ ಹೀಗೆ ನವರಸಗಳ ಸಮ್ಮಿಲದೊಂದಿಗೆ ನಮ್ಮ ಹಿರಿಯರು ಈ ಜಾನಪದ ಸಾಹಿತ್ಯದ ಬಳ್ಳಿಯನ್ನು ಕನ್ನಡ ಸಾಹಿತ್ಯ ಪರಂಪರೆಯಲ್ಲಿ ಹಬ್ಬಿಸಿದ್ದಾರೆ.

ನಮ್ಮ ಜಾನಪದ ಸಾಹಿತ್ಯ ಒಂದು ದೊಡ್ಡ ಆಲದ ಮರವಾದರೆ ಇನ್ನುಳಿದ ನವ್ಯ ಸಾಹಿತ್ಯಗಳು ಆ ಮರದಿಂದ ಹುಟ್ಟಿ ಬೆಳೆಯುತ್ತಿರುವ ಬೇರುಗಳಿದಂತೆ, ಈಗಲೂ ನಮ್ಮ ಈ ಜಾನಪದ ಸಾಹಿತ್ಯವೂ ತನ್ನ ಹಿರಿಮೆಯನ್ನು ಎಲ್ಲೂ ಕುಗ್ಗಿಸಿಕೊಳ್ಳದೆ ತನ್ನಷ್ಟಕ್ಕೆ ತಾನೇ ಇನ್ನು ಅತಿ ಹೆಚ್ಚಾಗಿ ಬೆಳೆಯುತ್ತ ಈಗಿನ ನವೀನ ಪೀಳಿಗೆಗೂ ಬದುಕಿನ ಅದ್ಭುತ ಮೌಲ್ಯಗಳನ್ನು ತಿಳಿಸಿಕೊಡುತ್ತಿದ್ದೆ ಎಂಬುದು ಸಂತಸದ ಸಂಗತಿಯಾದರೆ ಅದೇ ಜಾನಪದ ಸಾಹಿತ್ಯಕ್ಕೆ ಕೆಲವೆಡೆ ಈಗ ಮನ್ನಣೆ ದೊರಕದೆ ಇರುವುದು ಬಹಳ ನೋವಿನ ಸಂಗತಿಯಾಗಿದೆ, ನಮ್ಮದೆ ಮಣ್ಣಿನ ಪಾರಂಪರಿಕ ಸೊಗಡಾದ ಹಾಗೂ ಪ್ರತಿ ಪದಗಳಲ್ಲೂ ಜೀವನದ ಮೌಲ್ಯಗಳನ್ನು ಅಡಗಿಸಿಟ್ಟಿರುವ ನಮ್ಮ ಈ ಜಾನಪದ ಸಾಹಿತ್ಯವನ್ನು ಉಳಿಸಿ ಬೆಳೆಸುವುದು ನಮ್ಮೆಲ್ಲರ ಆದ್ಯ ಕರ್ತವ್ಯವಾಗಿದ್ದು ಇದಕ್ಕೆ ಪ್ರತಿಯೊಬ್ಬರು ಕೈ ಜೋಡಿಸುವ ಮೂಲಕ ಜಾನಪದ ಸಾಹಿತ್ಯದ ಹಿರಿಮೆಯನ್ನು ಎಲ್ಲೆಡೆ ಹರಡುವಂತೆ ಮಾಡಬೇಕಿದೆ. ಶಾಲಾ ಕಾಲೇಜುಗಳಲ್ಲಿ ಸಹಪಠ್ಯ ಚಟುವಟಿಕೆಗಳ ಮೂಲಕ ವಿವಿಧ ರೀತಿಯ ಜಾನಪದೀಯ ಪರಿಕಲ್ಪನೆಗಳನ್ನು ನೀಡಿ ಅವುಗಳಲ್ಲಿ ವಿದ್ಯಾರ್ಥಿಗಳು ಪಾಲ್ಗೊಳ್ಳುವಂತೆ ಮಾಡಿ ಆ ಮೂಲಕ ಪೀಳಿಗೆಯವರು ಪೂರ್ವಜರ ಸಂಸ್ಕೃತಿ, ಆಚಾರ–ವಿಚಾರ, ನಡವಳಿಕೆ, ಆದರ್ಶಗಳನ್ನು ಅಧ್ಯೈಸಿಕೊಂಡು ಮುಂದುವರೆಸಿಕೊಂಡು ಹೋಗುವಂತೆ ಪ್ರೇರೆಪಿಸೋಣ.

✍ – ಕವಿತಾ ಹರವಿಶಟ್ಟರ್
ಸಹಾಯಕ ಗ್ರಂಥಪಾಲಕರು

ಈಸೂರಿನ ಸ್ವಾತಂತ್ರ್ಯ ಹೋರಾಟ

ಈಸೂರು ಎಂದಕೂಡಲೇ ಮೈಮನವೆಲ್ಲ ದಿಗ್ಗುಮೆಯಾಗುತ್ತದೆ. ಸ್ವಾತಂತ್ರದ ಹೋರಾಟದಲ್ಲಿ ತನ್ನದೇ ಆದ ವೀರತ್ವ, ಶೌರ್ಯತನ, ತ್ಯಾಗಮಯ ಜೀವನದ ವೀರರನ್ನು ಒಳಗೊಂಡಿದ್ದು ಇಂದಿಗೂ ಸಹಿತ ಶಾಶ್ವತವಾದ ಹಿರಿಮೆ ಗರಿಮೆ ಹೆಗ್ಗಳಿಕೆಗೆ ಪಾತ್ರವಾಗಿದೆ. ಪ್ರಸ್ತುತದಲ್ಲಿ 'ಏಸೂರು ಕೊಟ್ಟರು ಈಸೂರು ಕೊಡೆವು' ಎಂಬ ಧೀಮಂತ ಹೇಳಿಕೆಯು ನಮಗೆ ಮಾಹಿತಿ ಇರುವ ಸಂಗತಿ ಎಂದು ಹೇಳಿಕೊಳ್ಳಲು ಹೆಮ್ಮೆಯನಿಸುತ್ತದೆ.

ಕರ್ನಾಟಕ ರಾಜ್ಯದ ಶಿವಮೊಗ್ಗ ಜಿಲ್ಲೆಯ ಶಿಕಾರಿಪುರ ತಾಲ್ಲೂಕಿನಲ್ಲಿರುವ ಒಂದು ಗ್ರಾಮ, ತಾಲ್ಲೂಕು ಸ್ಥಳಕ್ಕೆ 8 ಕಿ.ಮೀ ದೂರದಲ್ಲಿರುವ ಈ ಪ್ರದೇಶವು ನಿಜವಾಗಿಯೂ ಪ್ರಕೃತಿಯು ಕೊಟ್ಟ ಕೊಡುಗೆಯಂತೆ ರಾರಾಜಿಸುತ್ತದೆ. ಈಸೂರು ಸುಮಾರು ಕ್ರಿ ಶ 1906ರಲ್ಲಿ ನಿರ್ಮಾಣವಾಗಿದೆ ಎಂದು ಊಹೆ. ಇದು ಶಿಕಾರಿಪುರ ತಾಲ್ಲೂಕಿನ ಪ್ರೇಕ್ಷಣೀಯ ಸ್ಥಳಗಳಲ್ಲೊಂದಾಗಿದೆ.

ಪೂರ್ವದಲ್ಲಿ ಚಿಕ್ಕಜೋಗಿಹಳ್ಳಿ, ದೊಡ್ಡಜೋಗಿಹಳ್ಳಿ, ತರಲಘಟ್ಟ ಮತ್ತು ಪಶ್ಚಿಮಕ್ಕೆ ಸಾಲೂರು ಚಿಕ್ಕಪುರ, ಅಂಬ್ಲಿಗೊಳ್ಳ, ದಕ್ಷಿಣಕ್ಕೆ ಚರ್ಚುಗುಂಡಿ, ಹಿತ್ಲ ಕಲ್ಮನೆ, ಅರಿಶೀಣಗೇರೆ, ಉತ್ತರಕ್ಕೆ ಗಾಮ, ಶಿಕಾರಿಪುರ ಈ ಎಲ್ಲಾ ಪ್ರದೇಶಗಳ ಮಧ್ಯದಲ್ಲಿದೆ. ಹೊಯ್ಸಳದಿಂದ ನಿರ್ಮಾಣವಾದ ದೇವಾಲಯಗಳನ್ನು ಕಾಣಬಹುದು. ಏಕ ಗದ್ದಿಗೆಯ ಮೇಲೆ ವೀರಭದ್ರ, ಕಾಳಮ್ಮ,ದೇವರುಗಳ ಮೂರ್ತಿ ಇರುವುದು ಗಮನಾರ್ಹ ವಿಷಯವಾಗಿದೆ. ಕರ್ನಾಟಕದಲ್ಲಿಯೇ ಈ ಮಾದರಿ ಪ್ರಥಮ ಎಂದು ಆಧಾರಸಹಿತವಾಗಿ ಹೇಳಬಹುದು (ಲಿಪಿಯಿದೆ).

ರಾಮೇಶ್ವರ ದೇವಾಲಯವು ಸಹಿತ ಅದೇ ಮಹಾರಾಜರಿಂದ ನಿರ್ಮಿತವಾಗಿದೆ. ಗರ್ಭಗುಡಿಯಿಂದ ಹೊರಗೆ ಹೊಯ್ಸಳರ ಕಾಲದ ಕಲೆ ಮತ್ತು ವಾಸ್ತು ಶಿಲ್ಪವನ್ನು ಒಳಗೊಂಡಿದೆ. ಗದ್ದಿಗೆಯ ಸುತ್ತಲೂ ರಾಮಾಯಾಣ ಮಹಾಭಾರತದ ಚಿತ್ರಗಳನ್ನು ಕೆತ್ತಿದ್ದಾರೆ. ಅನೇಕ ಬರವಣಿಗೆಯ ಲಿಪಿಯನ್ನು ಹೊಂದಿದೆ. ಇಲ್ಲಿ ಹೊಯ್ಸಳ ನಿರ್ಮಿತ ಕೋಟೆಯ ನಶಿಸಿಹೋಗಿದೆ ಎಂದು ಊಹೆ. ಇದಕ್ಕಾಗಿ ಈ ದೇವರಿಗೆ ಕೋಟೆ ರಾಮೇಶ್ವರ ಎಂಬ ನಾಮಾಂಕಿತ ಪ್ರಚಲಿತವಿದೆ. ಇಷ್ಟೆಲ್ಲವನ್ನು ಒಳಗೊಂಡಿದ್ದರೂ ಜಗತ್ಪ್ರಸಿದ್ಧವಾದ ಸ್ವಾತಂತ್ರ್ಯ ಹೋರಾಟವು ಕ್ರಿ,ಶ 1942 ಆಗಸ್ಟ್ 10: 11 ತಾರೀಖಿನಿಂದ ಸ್ವಾತಂತ್ರ್ಯ ಹೋರಾಟ ಪ್ರಾರಂಭವಾಯಿತು. ಈ ಹೋರಾಟಕ್ಕೆ ಪ್ರಯುಖ ನಾಯಕರು ಸಹಕಾರ ಬಸವಣ್ಣಪ್ಪನವರು, ಮಹಾತ್ಮಾಗಾಂಧಿ, ನೆಹರು, ಸುಭಾಷ್‌ಚಂದ್ರ ಬೋಸ್, ಭಾರತಮಾತಾ ಫೋಟೋಗಳನ್ನು ಹಿಡಿದುಕೊಂಡು ಬೀದಿ ಬೀದಿಯಲ್ಲಿ ಮೆರವಣಿಗೆಯನ್ನು ಮಾಡಿ ವೀರಭದ್ರ ದೇವಸ್ಥಾನದಲ್ಲಿ ಸಭೆಯನ್ನು ನಡೆಸುತ್ತಿದ್ದರು, ಹಲವಾರು ರಾಷ್ಟ್ರೀಯ ನಾಯಕರ ಕೂಗಿಗೆ ಓಗೊಟ್ಟು ಹರತಾಳಗಳನ್ನು ಮಾಡುವುದು ಗುಂಪು ಗುಂಪಾಗಿ ಹೋರಾಟ ಮಾಡಿದವರಲ್ಲಿ ಎಸ್.ಎಸ್.ಹುಚ್ಚರಾಯಪ್ಪ, ರುಕ್ಮಪ್ಪ, ಎನ್.ಆರ್ ಸುಬ್ಬರಾಮಪ್ಪ, ಕೆ.ರಂಗಪ್ಪ, ಹೆಚ್ ನೀಲಕಂಠಪ್ಪ ಇನ್ನೂ ಮುಂತಾದವರು.

ಹೊರಗಿನ ಜಿಲ್ಲೆಯ ಹೋರಾಟಗಾರರಾದ ಮೈಲಾರ ಮಹಾದೇವಪ್ಪ, ಮೆಣಸಿನ ಹಾಳ, ತಿಮ್ಮೇಗೌಡ, ಚಿಕ್ಕೆರೂರ ಹಾವಣ್ಣ (ಕಿರ್ತನಕಾರರು) ತಿಪ್ಪಣ ಶಾಸ್ತ್ರಿ (ಕೀರ್ತನ ಕಾರರು) ಹುಬ್ಬಳ್ಳಿ. ಈ ಕೀರ್ತನಕಾರರು ತಮ್ಮ ಕೀರ್ತನೆಯ ಮೂಲಕ ಜನರನ್ನು ಹೋರಾಟಕ್ಕೆ ಹುರಿದುಂಬಿಸುತ್ತಿದ್ದರು. ಹೊರಗಿನ ಹೋರಾಟಗಾರರಿಗೆ ದಿ:ಶ್ರೀಮತಿ ಹಾಲಮ್ಮ ಬಸವಣ್ಣಪ್ಪ ಇವರು ಊಟದ ವ್ಯವಸ್ಥೆಯನ್ನು ಮಾಡುತ್ತಿದ್ದರು.

ಪುರುಷರಂತೆ ಮಹಿಳೆಯರು ಸಹ ಸ್ವಾತಂತ್ರ ಹೋರಾಟಕ್ಕೆ ಭಾಗವಹಿಸಿದವರಲ್ಲಿ ದಿ:ಸಿದ್ದಮ್ಮ ಹರಳಿಹಳ್ಳಿ ಕೋರಿ ಸೂರ್ಯನಾರಾಯಣಾಚಾರಿ, ಹುಚ್ಚರಾಯಪ್ಪನವರು ರಾಷ್ಟ್ರಗೀತೆಯೊಂದಿಗೆ ಹೋರಾಟಕ್ಕೆ ಉತ್ತೇಜನ ನಿಡುತ್ತಿದ್ದರು. ತಮ್ಮದೇ ಆದ ಈಸೂರಿನ ಸ್ವರಾಜ್ಯ ಸರಕಾರ ರಚನೆ ಮಾಡಿಕೊಂಡರು.

ಬೇಜವಾಬ್ದಾರಿ ಸರಕಾರದವರು ಊರೊಳಗೆ ಬರಕೂಡದು ಬಂದರೇ? ಎಂಬ ನಾಮಫಲಕವನ್ನು ಹಾಕಿದ್ದರು ನಂತರ ಇವರು ಉಗ್ರ ಹೋರಾಟವನ್ನು ಪ್ರಾರಂಭಿಸಿ ಹಲವಾರು ಟೆಲಿಪೋನ್ ತಂತಿಗಳನ್ನು ಕತ್ತರಿಸಿ ತಾಲ್ಲೂಕಿಗೆ ಸಂಪರ್ಕವಿರುವ ಎಲ್ಲಾ ಹೆದ್ದಾರಿಗಳನ್ನು ಕಡಿದು ನಂತರ ತಾಲ್ಲೂಕು ಆಫೀಸ್ ನ ಮೇಲೆ ತ್ರಿವರ್ಣ ಧ್ವಜವನ್ನು ಹಾರಿಸಲು ಪ್ರಯತ್ನಿಸಿದರು. ಆ ಕಾರ್ಯ ವಿಫಲವಾಯಿತು.

ಆಗ ಇನ್ಸ್ಪೆಕ್ಟರ್ ಕೆಂಚೇಗೌಡ (ಮಂಡ್ಯ ಜಿಲ್ಲೆ ಮದ್ದೂರು) ಆಮಲ್ದಾರ ಚನ್ನಕೃಷ್ಣಯ್ಯ (ಚಿಕ್ಕಬಳ್ಳಾಪುರ) ಇವರು ಬ್ರಿಟೀಷ್ ಸರಕಾರದ ಸೇವೆಯಲ್ಲಿದ್ದರು. ಎಲ್ಲಾ ಕಾರ್ಯಗಳಿಗೆ ಅಡ್ಡಿ ಬರುತ್ತಿದ್ದರು.

ದಿನಾಂಕ: 27–09–1942 ರಂದು ಊರಿನ ಹಂಗಾಮಿ ಪಾಟೀಲ ಗಾಮದ ದಿ: ಚನ್ನಬಸಪ್ಪ ಮತ್ತು ದಿ: ರಂಗನಾಥ ಶಾನಬೋಗರು (ಶಿಕಾರಿಪುರ) ಇವರು ಈಸೂರಿಗೆ ಕಂದಾಯ ವಸೂಲಿಗೆ ಬಂದಾಗ ಅವರ ದಫ್ತರನ್ನು ಸುಟ್ಟು ಅವರಿಗೆ ವಿಚಿತ್ರ ಹಿಂಸೆಯನ್ನು ನೀಡಿದರು.

ಈ ಸಂದರ್ಭದಲ್ಲಿ ಬ್ರಿಟೀಷರ ಲಾರ್ಡ್‌ಮೌಂಟ್‌ಬ್ಯಾಟನ್ ರು ಅಧಿಕಾರದಲ್ಲಿದ್ದರು. ಅದೇ ರೀತಿ 1942 ರ ಕ್ವಿಟ್ ಇಂಡಿಯಾ ಚಳುವಳಿಯಲ್ಲಿ ಭಾಗವಹಿಸಿದ ಹಲವಾರು ಹೋರಾಟಗಾರರು ಗಲ್ಲಿಗೆ ತಮ್ಮ ಪ್ರಾಣವನ್ನು ಅರ್ಪಿಸಿದರು. ಅವರುಗಳೆಂದರೆ

1. ಗುರಪ್ಪ ಬಿನ್ ಈಶ್ವರಪ್ಪ ಕಮ್ಮಾರ   08–03–1943
2. ಜೀನಹಳ್ಳಿ ಮಲ್ಲಪ್ಪ   08–03–1943
3. ಸೂರ್ಯನಾರಾಯಣಚಾರ ಪಂಪಚಾರ   09–03–1943
4. ಬಡಕಳ್ಳಿ ಹಾಲಪ್ಪ ಬಸಪ್ಪ   09–03–1943
5. ಗೌಡ್ರ ಶಂಕರಪ್ಪ ಹೊಳಿಯಪ್ಪ ಹೊಸಮನಿ   10–03–1943

ಇವರೆಲ್ಲರನ್ನು ಸೆರೆಹಿಡಿದು ಬೆಂಗಳೂರಿನ ಸೆಂಟ್ರಲ್ ಜೈಲಿಗೆ ಕರೆದುಕೊಂಡು ಹೋಗಿ ಗಲ್ಲಿಗೇರಿಸಲಾಯಿತು.

ದೇಶಕ್ಕಾಗಿ ತಮ್ಮ ಪ್ರಾಣವನ್ನು ಅರ್ಪಿಸಿದ ಈ ಹುತಾತ್ಮರ ಸವಿನೆನಪಿಗೆ ಈಸೂರಿನ ಬಸ್ ನಿಲ್ದಾಣದಲ್ಲಿ ಅವರ ಹೆಸರಿನೊಂದಿಗೆ ಕಂಬವನ್ನು ಸ್ವಾತಂತ್ರ ಭವನದ ಎದುರಿಗೆ ನಿಲ್ಲಿಸಲಾಗಿದೆ. ಎಂದಿಗೂ ಸಹ ಅವರ ಹೆಸರು ಸೂರ್ಯ ಚಂದ್ರರಿರುವರೆಗೆ ಅಜರಾಮರವಾಗಿರುತ್ತದೆ.

✍ – ಜವೇರಿಯಾ ಬಾನು
ದ್ವಿತೀಯ ವರ್ಷ ಪ್ರಶಿಕ್ಷಣಾರ್ಥಿ

ಸಂವಿದಾನ ಶಿಲ್ಪಿ ಡಾ. ಬಿ ಆರ್ ಅಂಬೇಡ್ಕರ್

ನಮ್ಮ ಭಾರತದ ಸಂವಿದಾನ ರಚನಾ ಸಭೆಯಲ್ಲಿ 299 ಜನ ಘಟಾನುಘಟಿಗಳಿದ್ದರೂ ಡಾ. ಬಿ ಆರ್ ಅಂಬೇಡ್ಕರ್ ರವರನ್ನೇ ಏಕೆ ಸಂವಿದಾನ ಶಿಲ್ಪಿ ಎಂದು ಕರೆಯಲಾಗುತ್ತದೆ.

ನಮ್ಮ ಸ್ವತಂತ್ರ ಭಾರತಕ್ಕೆ ಸಂವಿದಾನ ರಚನೆಗಾಗಿ ರಚನೆಯಾದ ಸಂವಿದಾನ ರಚನಾ ಸಮಿತಿಯಿಂದ ಡಾ. ಬಿ ಆರ್ ಅಂಬೇಡ್ಕರ್ ರವರನ್ನು ಹೊರಗಿಡಲು ನಡೆಸಿದ ಎಲ್ಲಾ ಷಡ್ಯಂತ್ರಗಳನ್ನೂ ವಿಫಲಗೊಳಿಸಿ ಸಂವಿದಾನ ಸಮಿತಿ ರಚನಾ ಸಮಿತಿಯಲ್ಲಿ ಸ್ಥಾನ ಪಡೆಯುವಲ್ಲಿ ಅಂಬೇಡ್ಕರ್ ರವರು ಯಶಸ್ವಿಯಾಗುತ್ತಾರೆ.

ಏಕೆಂದರೆ ಪ್ರಾಣಿಗಳಿಗಿಂತ ಕಡೆಯಾಗಿ ಜೀವಿಸುತ್ತಿದ್ದ ಈ ದೇಶದ ಕೋಟ್ಯಾಂತರ ಶೋಷಿತರಿಗೆ, ದಮನಿತರಿಗೆ, ನೊಂದವರಿಗೆ, ಬಡವರಿಗೆ ಹಾಗೂ ಮಹಿಳೆಯರಿಗೆ ಮನುಷ್ಯರಂತೆ ಬದುಕುವ ಹಕ್ಕುಗಳನ್ನು ಕೊಡಿಸುವುದು ಮಹಾಮಾನವತಾವಾದಿ ಬಾಬಾಸಾಹೇಬ್ ಡಾ. ಬಿ ಆರ್ ಅಂಬೇಡ್ಕರ್‌ರವರ ಮಹಾದಾಸೆಯಾಗಿತ್ತು. ಹಾಗಾಗಿ ಸಂವಿದಾನ ಸಮಿತಿ ರಚನೆ ಸಮಿತಿಯಲ್ಲಿ ಭಾಗವಹಿಸುವ ಸದುದ್ದೇಶ ಹಿಂದಿದ್ದರೇ ವಿನಃ ತಮ್ಮ ಸ್ವರ್ಥಕ್ಕಾಗಿರಲಿಲ್ಲ.

ಸಂವಿದಾನ ರಚನಾ ಸಮಿತಿಯ 299 ಜನ ಸದಸ್ಯರ ಸಮಿತಿಯ ಅಧ್ಯಕ್ಷರಾದ ಡಾ. ಬಾಬು ರಾಜೇಂದ್ರ ಪ್ರಸಾದ್‌ರವರ ನೇತೃತ್ವದಲ್ಲಿ 22 ಉಪ ಸಮಿತಿಗಳನ್ನು ರಚಿಸಲಾಗುತ್ತೆ. ಆ 22 ಉಪ ಸಮಿತಿಗಳಲ್ಲೊಂದಾದ ಸಂವಿದಾನ ಕರಡು ಸಮಿತಿಗೆ 7 ಜನ ಅನುಭವಿ ಹಾಗೂ ವಿದ್ವತ್ಪೂರ್ಣ ಪಾಂಡಿತ್ಯವನ್ನೊಳಗೊಂಡ ತಜ್ಞರನ್ನು ಆಯ್ಕೆ ಮಾಡಲಾಗುತ್ತದೆ. ಆ ಕರಡು ಸಮಿತಿಯಲ್ಲಿಯೂ ಅಂಬೇಡ್ಕರ್‌ರವರು ಸ್ಥಾನ ಪಡೆಯುತ್ತಾರೆ. ಇದೇ ಕರಡು ಸಮಿತಿಯ 7 ಜನ ಮೇಧಾವಿಗಳ ಪೈಕಿ ಬಾಬಾಸಾಹೇಬ್ ಡಾ. ಬಿ ಆರ್ ಅಂಬೇಡ್ಕರ್ ರವರು ಕರಡು ಸಮಿತಿಯ ಅಧ್ಯಕ್ಷರಾಗಿಯೂ ಆಯ್ಕೆಯಾಗುತ್ತಾರೆ.

ಸಂವಿದಾನ ರಚನಾ ಸಮಿತಿಯ 21 ಉಪ ಸಮಿತಿಗಳು ನೀಡುವ ಸಲಹೆ ಸೂಚನೆಗಳಲ್ಲಿ ಸಂವಿದಾನಕ್ಕೆ ಯಾವುದು ಬೇಕು ಬೇಡ ಎಂಬುದನ್ನು ಪರಾಮರ್ಶಿಸಿ ಸೇರ್ಪಡೆಗೊಳಿಸುವ ಹಾಗೂ ತಾವು ಅಧ್ಯಯನ ಮಾಡಿದ ನಮ್ಮ ಭಾರತೀಯರಿಗೆ ಅತ್ಯಂಥ ಅವಶ್ಯಕವೆನಿಸುವ ಅಂಶಗಳನ್ನು ದಾಖಲಿಸುವ ಸಂಪೂರ್ಣ ಅಧಿಕಾರ ಈ ಸಮಿತಿ ಒಳಗೊಂಡಿರುತ್ತದೆ. ಹೀಗಿರುವಾಗ ಕರಡು ಸಮಿತಿಯ 7 ಜನ ತಜ್ಞರೊಬ್ಬರಲ್ಲದ ಟಿ ಟಿ ಕೃಷ್ಣಮಾಚಾರಿಯವರೇ 1948 ರ ನವಂಬರ್ 5 ರಂದು ಸಂಸತ್ತಿನಲ್ಲಿ ಅಂಬೇಡ್ಕರ್ ರವರನ್ನು ಪ್ರಶಂಸಿಸುವಾಗ ಹೇಳಿದಂತೆ 7 ಜನ ತಜ್ಞರು ನಾನಾ ಕಾರಣಗಳಿಂದ ಸಮಿತಿಯ ಕಾರ್ಯಕಲಾಪಗಳಿಂದದೂರವಾದಾಗ ಆ ಸಮಿತಿಯ ಸಂಪೂರ್ಣ ಜವಬ್ದಾರಿ ಡಾ. ಬಿ ಆರ್ ಅಂಬೇಡ್ಕರ್‌ರವರ ಹೆಗಲಿಗೆ ಬೀಳುತ್ತೆ.

ಒಬ್ಬಂಟಿಯಾದರೂ ಕೂಡ ಅಂಬೇಡ್ಕರ್ ರವರು ಹಿಂಜರಿಯದ ಹಗಲಿರುಳೆನ್ನದೆ ಸಮಯಕ್ಕೆ ಸರಿಯಾಗಿ ಊಟ ನಿದ್ರೆಯನ್ನೂ ಮಾಡದೆ ಆರೋಗ್ಯವನ್ನೂ ಲೆಕ್ಕಿಸದೆ ಕರಡು ಸಮಿತಿಯ ಕಾರ್ಯವನ್ನು ಪ್ರಾರಂಬಿಸುತ್ತಾರೆ. ಪರಿಣಾಮವಾಗಿ ಮಧ್ಯದಲ್ಲಿ ಅನಾರೋಗ್ಯಕ್ಕೆ ತುತ್ತಾಗುತ್ತಾರೆ. ಆದರೂ ಕೂಡ ಸಂವಿದಾನ ರಚನಾ ಕಾಯಕದಿಂದ ಹಿಂದೆ ಸರಿಯದೆ 2 ವರ್ಷ 11 ತಿಂಗಳ 17 ದಿನಗಳ ಕಾಲದ ಸಮಯವಕಾಶದಲ್ಲಿ ಸಂವಿದಾನ ರಚಿನಯನ್ನು ಪೂರ್ಣಗೊಳಿಸಿದ್ದಲ್ಲದೆ ಸದನದಲ್ಲಿ ಸಂವಿದಾನದ ಮೇಲೆ ನಡೆದ ಚರ್ಚೆಯಲ್ಲಿ ಕೇಳಿದ ಎಲ್ಲಾ ಪ್ರಶ್ನೆಗಳಿಗೂ ಪುರಾವೆ ಸಮೇತ ಏಕಾಂಗಿಯಾಗಿ ಉತ್ತರಿಸಿದ್ದು ಅವರ ಅಗಾಧ ವಿದ್ವತ್ಪೂರ್ಣ ಪಾಂಡಿತ್ಯ ಹಾಗೀ ಪ್ರತಿಭೆಗೆ ಹಿಡಿದ ಕೈಗನ್ನಡಿಯೆಂದರೂ ತಪ್ಪಾಗಲಾರದು.

ಅಂಬೇಡ್ಕರ್‌ರವರು ಸಂವಿಧಾನ ರಚನೆಗೆ ತಮ್ಮನ್ನು ತೊಡಗಿಸಿಕೊಳ್ಳದಿದ್ದರೆ ಇನ್ನೂ 15 ರಿಂದ 20 ವರ್ಷಗಳ ಕಾಲ ಬದುಕಿರುತ್ತಿದ್ದರು. ಆದರೂ ಕೂಡ ತಮ್ಮ ಜೀವಿತಾವಧಿಯಲ್ಲೇ ಇಡೀ ಜಗತ್ತೇ ಮೆಚ್ಚುವಂತಹ ಸರ್ವರಿಗೂ ಸಮಪಾಲು, ಸರ್ವರಿಗೂ ಸಮಬಾಳು, ಸಾಮಾಜಿಕ ನ್ಯಾಯವನ್ನು ಪ್ರತಿಪಾದಿಸುವ ಹಾಗೂ ಮನುಷ್ಯರಂತೆ ಪ್ರಾಣಿ ಪಕ್ಷಿಗಳಿಗೂ ಕೂಡ ಹಕ್ಕುಗಳನ್ನು ಒದಗಿಸಿಕೊಟ್ಟ ಭಾರತ ಭಾಗ್ಯವಿಧಾತ, ವಿಶ್ವಜ್ಞಾನಿ ಬಾಬಾಸಾಹೇಬ್ ಡಾ. ಬಿ ಆರ್ ಅಂಬೇಡ್ಕರ್‌ರವರನ್ನು ಸಂವಿಧಾನ ಶಿಲ್ಪಿ ಎಂದು ಕರೆಯದಿದ್ದರೆ ಮಹಾ ಅಪರಾಧವಾಗುವುದಿಲ್ಲವೇ?! ಇಂತಹ ಒಬ್ಬ ಮಹಾನ್ ಪ್ರತಿಭೆಯನ್ನು ನಮ್ಮ ಭಾರತದ ಮುಕುಟವೆಂದರೂ ತಪ್ಪಾಗಲಾರದು.

✍ – ಪ್ರಶಾಂತ ಭಂಗಿ
ದ್ವಿತೀಯ ವರ್ಷ ಪ್ರಶಿಕ್ಷಣಾರ್ಥಿ

*****

ವರ್ಣಮಾಲೆ ಅಕ್ಷರಗಳ ಮೂಲಕ ಕನ್ನಡ ಭಾಷೆ ಮಹತ್ವ

ಅ – ಅಮ್ಮನಿಂದ ಕಲಿತ ಭಾಷೆ ಕನ್ನಡ

ಆ – ಆರಾಧಿಸೋ ಮೊದಲ ಭಾಷೆ ಕನ್ನಡ

ಇ – ಇಷ್ಟಪಟ್ಟು ಕಲಿಯೋ ಭಾಷೆ ಕನ್ನಡ

ಈ – ಈಶ್ವರನೊಪ್ಪುವ ಭಾಷೆ ಕನ್ನಡ

ಉ – ಉನ್ಮಾದ ನೀಡುವ ಭಾಷೆ ಕನ್ನಡ

ಊ – ಊಟ ನೀಡುವ ಭಾಷೆ ಕನ್ನಡ

ಋ – ಋಣವ ತೀರಿಸಲಾಗದ ಭಾಷೆ ಕನ್ನಡ

ಎ – ಎದೆಯಲ್ಲಿ ತುಂಬಿರುವ ಭಾಷೆ ಕನ್ನಡ

ಏ – ಏದುಸಿರಲ್ಲೂ ಬೆರೆತಿರೋ ಭಾಷೆ ಕನ್ನಡ

ಐ – ಐಕ್ಯತೆಯ ಮೂಲ ಭಾಷೆ ಕನ್ನಡ

ಒ – ಒಲವಿನ ಭಾವನೆಗಳ ಭಾಷೆ ಕನ್ನಡ

ಓ – ಓಲೈಸುವ ಮಧುರ ಭಾಷೆ ಕನ್ನಡ

ಔ – ಔದಾರ್ಯಕೆ ಹೆಸರಾದ ಭಾಷೆ ಕನ್ನಡ

ಅಂ – ಅಂಧಕಾರವ ತೊರೆವ ಭಾಷೆ ಕನ್ನಡ

ಅಃ – ಅಹಂ ಅಡಗಿಸೋ ಭಾಷೆ ಕನ್ನಡ

ಕ – ಕನಸಲ್ಲೂ ಕನವರಿಸೋ ಭಾಷೆ ಕನ್ನಡ

ಖ – ಖಗಮೃಗಗಳಿಗೂ ಅರಿಯೋ ಭಾಷೆ ಕನ್ನಡ

ಗ – ಗಾನಗಾರುಡಿಗರ ಭಾಷೆ ಕನ್ನಡ

ಘ – ಘನವೆತ್ತ ಗಂಭೀರ ಭಾಷೆ ಕನ್ನಡ

ಙ – ನ್ಯಾಸ ವಿನ್ಯಾಸದ ಭಾಷೆ ಕನ್ನಡ

ಚ – ಚರಿತ್ರೆಯ ಪುಟಗಳಲ್ಲಿರುವ ಭಾಷೆ ಕನ್ನಡ

ಛ – ಛಿದ್ರಿತ ಮನಗಳ ಬೆಸೆಯೋ ಭಾಷೆ ಕನ್ನಡ

ಜ – ಜಗದಗಲದ ಮೊದಲ ಭಾಷೆ ಕನ್ನಡ

ಝು – ಝುರಿತೊರೆಯಲ್ಲಿ ಬೆರೆತ ಭಾಷೆ ಕನ್ನಡ

ಇ – ಜ್ಞಾನ ಸಂಪತ್ತಿನ ಭಾಷೆ ಕನ್ನಡ

ಟ – ಟಗರ ಪ್ಹೊಗರಿನ ಭಾಷೆ ಕನ್ನಡ

ಠ – ಠಂಕಸಾಲೆಯಲೂ ಸೇರಿದ ಭಾಷೆ ಕನ್ನಡ

ಡ – ಡಮರುಗ ಸದ್ದಲ್ಲೂ ಕೇಳುವ ಭಾಷೆ ಕನ್ನಡ

ಢ – ಢಂಗೂರ ಸಾರಿ ಹೇಳುವ ಭಾಷೆ ಕನ್ನಡ

ಣ – ಮರಣದಲ್ಲೂ ಜೊತೆಯಾಗೋ ಭಾಷೆ ಕನ್ನಡ

ತ – ತನುವಿನೊಳಗಡಗಿರುವ ಭಾಷೆ ಕನ್ನಡ

ಥ – ಥಕಥ್ಥೈ ಎಂದು ಕುಣಿಸುವ ಭಾಷೆ ಕನ್ನಡ

ದ – ಧಾರಾಳ ಮನಸಿನ ಭಾಷೆ ಕನ್ನಡ

ಧ – ಧರೆಯಿರೊವರೆಗೂ ಉಳಿಯೋ ಭಾಷೆ ಕನ್ನಡ

ನ – ನೈದಿಲೆಯೂ ನಾಚುವಂತ ಭಾಷೆ ಕನ್ನಡ

ಪ – ಪರಿಪರಿಯಾಗಿ ಮುದ್ರಿತ ಭಾಷೆ ಕನ್ನಡ

ಫ – ಫಲವೆತ್ತ ಸಮೃದ್ಧ ಭಾಷೆ ಕನ್ನಡ

ಬ – ಬಣ್ಣಿಸಲಸದಳ ಭಾಷೆ ಕನ್ನಡ

ಭ – ಭರ್ಜರಿ ಗಾಂಭೀರ್ಯ ಭಾಷೆ ಕನ್ನಡ

ಮ – ಮನಮನೆಗಳ ತಣಿಸೋ ಭಾಷೆ ಕನ್ನಡ

ಯ – ಯಮನಿಂದಲೂ ಕಾಪಾಡಬಲ್ಲ ಭಾಷೆ ಕನ್ನಡ

ರ – ರತ್ನಸೌಕೆಯಲಿ ಸಾಗಿಬಂದ ಭಾಷೆ ಕನ್ನಡ

ಲ – ಲವಲವಿಕೆಗೆ ಮೂಲಭಾಷೆ ಕನ್ನಡ

ವ – ವಚನಾಮೃತಸಾರ ತಿಳಿಸೋ ಭಾಷೆ ಕನ್ನಡ

ಶ – ಶಯ್ಯೆಯಲ್ಲೂ ನೆನೆಯೋ ಭಾಷೆ ಕನ್ನಡ

ಷ – ಷಡ್ವರ್ಗಗಳ ಪಳಗಿಸೋ ಭಾಷೆ ಕನ್ನಡ

ಸ – ಸರಿಗಮಗಳ ಸೆಲೆಯ ಭಾಷೆ ಕನ್ನಡ

ಹ – ಹಳತು ಹೊಸತಿನ ಸಂಗಮ ಭಾಷೆ ಕನ್ನಡ

ಳ – ನಳನಳಿಸೋ ದೀಪಭಾಷೆ ಕನ್ನಡ

"ಕನ್ನಡವೇ ಸತ್ಯ, ಕನ್ನಡವೇ ನಿತ್ಯ, ಕನ್ನಡವೇ ಶಾಸ್ವತ
ಸಿರಿಗನ್ನಡಂ ಗೆಲ್ಗೆ, ಸಿರಿಗನ್ನಡಂ ಬಾಳ್ಗೆ, ಸಿರಿಗನ್ನಡ ನಮ್ಮೆಲ್ಲರ್ಗೆ"

✍ – ಭೋವಿ ವಿಜಯಕುಮಾರ್
ದ್ವಿತೀಯ ವರ್ಷ ಪ್ರಶಿಕ್ಷಣಾರ್ಥಿ

ಪುಸ್ತಕ, ಅದೊಂದಿದ್ದರೆ ಸಾಕು!.,,

ಪುಸ್ತಕಗಳಿಲ್ಲದ ಕೊಠಡಿಯನ್ನ ಆತ್ಮವಿಲ್ಲದ ಶರೀರಕ್ಕೆ ಹೋಲಿಸಲಾಗುವುದು. "ಪುಸ್ತಕಂ ಹಸ್ತ ಭೂಷಣಂ" ಎನ್ನುವಂತೆ, ಅಮೇರಿಕಾದ ಒಬ್ಬ ಕಾದಂಬರಿಕಾರ ಹೇಳುತ್ತಾರೆ 'ಒಬ್ಬ ಓದುಗ ಸಾಯುವ ಮುನ್ನ ಸಾವಿರ ಬಾರಿ ಜೀವಿಸುತ್ತಾನೆ. ಓದದವ ಒಮ್ಮೆ ಮಾತ್ರ ಜೀವಿಸುತ್ತಾನೆ' ಎನ್ನುತ್ತಾರೆ. ಪುಸ್ತಕವನ್ನ ಓದದೆ ಇಡುವುದು ಅದನ್ನು ಸುಡುವುದಕ್ಕಿಂತಲೂ ಹೀನ ಕೃತ್ಯ ಎನ್ನಬಹುದು.

ಮೊಬೈಲ್‌ನಲ್ಲಿ ನಾವು ನಮ್ಮನ್ನು ಇತರರೊಂದಿಗೆ ಹೋಲಿಸಿಕೊಳ್ಳುವುದು ಹೆಚ್ಚು. ಇದರ ಫಲವಾಗಿ ಸಲ್ಲದ ಕೀಳರಿಮೆ. ಆದರೆ ಒಂದು ಒಳ್ಳೆಯ ಕೃತಿಯನ್ನ ಓದಿದಾಗ ನಮ್ಮ ಬಗ್ಗೆ ನಮಗೆ ಹೆಮ್ಮೆ ಎನಿಸುವುದು. ನಾವು ಸಂಪನ್ನರ ಮೂಲಕ ಜಗತ್ತನ್ನ ಕಾಣುವುದೇ ಇದಕ್ಕೆ ಕಾರಣ. ಈ ಮನಸ್ಸುಗಳು ಸಮೂಹ ಮಾಧ್ಯಮದಲ್ಲಿ ಎಗ್ಗಿಲ್ಲದೆ ಮುಳುಗಿ ಹೋಗಿವೆ. 'ಡಿಜಿಟಲ್ ಡಿಸ್ಟ್ರಾಕ್ಷನ್' ನಮ್ಮನ್ನು ಆಕ್ರಮಿಸದಂತೆ ಮಾಡುವ ಶಕ್ತಿ ಒಂದು ಪುಸ್ತಕಕ್ಕಿದೆ. ವಾಟ್ಸಪ್‌ನಲ್ಲಿ ಇಷ್ಟೊಂದು ಕಾಲಹರಣ ಮಾಡಿದೆನಲ್ಲ ಎಂಬ ಪ್ರಮಾದ ಪ್ರಜ್ಞೆ ಕಾಡಬಹುದು. ಆದರೆ ಎಂತಹ ಪುಸ್ತಕವಾಗಲಿ ಓದಿದೆನಲ್ಲ ಎನ್ನುವ ಅಪರಾಧ ಭಾವಕ್ಕೆ ಅವಕಾಶವಿರದು. ಓದು ನಮ್ಮ ದಿನಚರಿಯ ಪ್ರತ್ಯೇಕಿಸಲಾಗದ ಭಾಗವಾಗಬೇಕಿದೆ.

ಪ್ರತಿ ವರ್ಷ ಆಗಸ್ಟ್ 9ರಂದು ರಾಷ್ಟ್ರೀಯ ಪುಸ್ತಕ ಪ್ರೇಮಿಗಳ ದಿನವೆಂದು ಆಚರಿಸಲಾಗುತ್ತಿದೆ. ಓದಲು ತಕ್ಕ ತಾಣವು ಉತ್ತಮ ಗ್ರಂಥದ ಆಯ್ಕೆಗೆ ಪ್ರೇರಿಸುತ್ತದೆ. ಗ್ರಂಥ ಕರ್ತರನ್ನು ಮೆಚ್ಚಲು, ನೆನೆಯಲು ಮತ್ತು ಕಥೆ ಹೇಳುವ, ಕೇಳುವ ಕಲೆಯನ್ನು ಉತ್ತೇಜಿಸಲು ಈ ಸಂದರ್ಭ ಸೂಕ್ತವಾಗಿದೆ. ಗ್ರಂಥಗಳ ಮತ್ತು ನಮ್ಮೊಳಗಿನ ಓದುವ ಶಕ್ತಿಯನ್ನು ಗುರುತಿಸುವ ದಿನವಿದು. ಈ ಪುಸ್ತಕಗಳು ಹತಾಶನೊಬ್ಬನ ಜೀವನಕ್ಕೆ ಬೆಳಕಾಗಬಲ್ಲುವು. ಪುಸ್ತಕವನ್ನ ತಲೆತಗ್ಗಿಸಿ ಓದಿದರೆ ಸಾಕು ಜೀವನದಲ್ಲಿ ಯಾರಿಗೂ ತಲೆತಗ್ಗಿಸುವ ಅವಶ್ಯಕತೆ ಬರಲಾರದು.

ಹಾಗಾಗಿ ಪುಸ್ತಕ, ಅದೊಂದಿದ್ದರೆ ಸಾಕು!.,,

✍ – ಪರಮೇಶ್ ಉಪ್ಪರ್
ದ್ವಿತೀಯ ವರ್ಷ ಪ್ರಶಿಕ್ಷಣಾರ್ಥಿ

*****

87ನೇ ಕನ್ನಡ ಸಾಹಿತ್ಯ ಸಮ್ಮೇಳನದಲ್ಲಿ ವಿವಿಧ ಸಾಧಕರಿಗೆ ಸನ್ಮಾನ

ಮಂಡ್ಯದಲ್ಲಿ ದಿನಾಂಕ 22–12–24ರಂದು ಕೊನೆದಿನ ನಡೆದ 87ನೇ ಸಾಹಿತ್ಯ ಸಮ್ಮೇಳನದ ಅಂಗವಾಗಿ ಹಾಗೂ ಸುವರ್ಣ ಮಹೋತ್ಸವದ ನೆನಪಿನಲ್ಲಿ ಸಾಧಕರಿಗೆ ಸನ್ಮಾನ ಕಾರ್ಯಕ್ರಮವನ್ನು ಆಯೋಜಿಸಲಾಗಿತ್ತು. ಈ ಕಾರ್ಯಕ್ರಮದಲ್ಲಿ ಶ್ರೀ ಕ್ಷೇತ್ರ ಆದಿಚುಂಚನಗಿರಿ ಮಹಾಸಂಸ್ಥಾನ ಮಠದ ಪೀಠಾಧ್ಯಕ್ಷ ಪರಮಪೂಜ್ಯ ಜಗದ್ಗುರು ಶ್ರೀ ಶ್ರೀ ಶ್ರೀ ಡಾ ನಿರ್ಮಲಾನಂದನಾಥ ಮಹಾಸ್ವಾಮೀಜಿರವರು ದಿವ್ಯ ಸಾನಿಧ್ಯ ವಹಿಸಲಿದ್ದರು. ತುಮಕೂರು ಶ್ರೀ ಸಿದ್ದಗಂಗಾ ಮಠದ ಅಧ್ಯಕ್ಷ ಪರಮಪೂಜ್ಯ ಶ್ರೀ ಶ್ರೀ ಸಿದ್ದಲಿಂಗ ಮಹಾಸ್ವಾಮೀಜಿರವರ ಸನ್ನಿಧಾನದಲ್ಲಿ, ಮತ್ತು ನವದೆಹಲಿಯ ಭಾರತ ಲೋಕಪಾಲ್‌ನ ನ್ಯಾಯಾಂಗ ಸದಸ್ಯ ನ್ಯಾಯಮೂರ್ತಿ ಎಲ್ ನಾರಾಯಣ ಸ್ವಾಮಿಯವರು ಸನ್ಮಾನಿಸಿದರು.

ಸನ್ಮಾನ ಸ್ವೀಕರಿಸಿದವರು:–

ಸಂದೇಶ ಸಾಂಸ್ಕೃತಿಕ ಮತ್ತು ಶಿಕ್ಷಣ ಪ್ರತಿಷ್ಠಾನ (ರಿ) (ಮಂಗಳೂರು) ಕನ್ನಡ ಸೇವೆ, ಫಾದರ್ ಸುದೀಪ್ ಪೌಲ್ ನಿರ್ದೇಶಕರು, ಲೆಫ್ಟಿನೆಂಟ್ ಜನರಲ್ ಬಗ್ಗವಳ್ಳಿ ಸೋಮಶೇಖರ ರಾಜು ಭಾರತೀಯ ಸೇನೆ, ಪರಮ ವಿಶಿಷ್ಟ ಸೇವಾ ಮೆಡಲ್ ಉತ್ತಮ ವಿಶಿಷ್ಟ ಸೇವಾ ಮೆಡಲ್, ಅತಿ ವಿಶಿಷ್ಟ ಸೇವಾ ಮೆಡಲ್ ಮತ್ತು ಯುದ್ಧ ಸೇವಾ ಮೆಡಲ್ ಪುರಸ್ಕೃತರು, ರವಿಶಂಕರ ಕೆ. ಭಟ್ (ಕನ್ನಡ ಮಾಧ್ಯಮ ಕ್ಷೇತ್ರ), ಕೆ.ಎಸ್. ಚನ್ನೇಗೌಡ (ಕನ್ನಡ ಮಾಧ್ಯಮ ಕ್ಷೇತ್ರ), ಸುದರ್ಶನ ಚನ್ನಂಗಿಹಳ್ಳಿ (ಕನ್ನಡ ಮಾಧ್ಯಮ ಕ್ಷೇತ್ರ), ಡಾ. ಎಂ.ಬಿ. ಬೋರಲಿಂಗಯ್ಯ ಆಡಳಿತ–(ಕನ್ನಡ), ಗಾಯತ್ರಿ ಕೆ.ಎಂ. ಆಡಳಿತ–(ಕನ್ನಡ), ಬಸವರಾಜು ಆಡಳಿತ–(ಕನ್ನಡ), ಕರಿಗೌಡ ಆಡಳಿತ–(ಕನ್ನಡ), ಪೃಥ್ವಿ ಶಂಕರ್ ಆಡಳಿತ–(ಕನ್ನಡ), ಡಾ.ಬಿ. ಪ್ರಭುದೇವ್ ಕೆ.ಪಿ.ಎಸ್.ಸಿ. ಸದಸ್ಯರು ಆಡಳಿತ (ಕನ್ನಡ), ಅನುಪಮಾ ಬಿ.ಎಸ್ (ಯುವ ಸಬಲೀಕರಣ), ಡಾ. ಪಿ.ಜಿ. ಕೆಂಪಣ್ಣನವರ್ (ಸಮಾಜ ಸೇವೆ), ಡಾ. ಯುವರಾಜ್ ಬಿ.ಆರ್. (ವೈದ್ಯಕೀಯ ಕ್ಷೇತ್ರ), ಅಂಜನಶೆಟ್ಟಿ (ಕನ್ನಡ ಮಾಧ್ಯಮ ಕ್ಷೇತ್ರ), ಗೋವಿಂದಹಳ್ಳಿ ಕೃಷ್ಣೇಗೌಡ (ಸಮಾಜ ಸೇವೆ), ಮುನಿರಾಜ ರೆಂಜಾಳ (ಶಿಕ್ಷಣ), ಡಾ. ವೆಂಕಟರಮಣ (ವೈದ್ಯಕೀಯ ಕ್ಷೇತ್ರ), ಡಾ. ತಲಕಾಡು ಚಿಕ್ಕರಂಗೇಗೌಡ (ಸಂಶೋಧನೆ), ಡಾ. ದಯಾನಂದ ಪಟೇಲ್ (ಪ್ರಾಚ್ಯವಸ್ತು ಶಾಸ್ತ್ರ), ಡಿ. ಕೆಂಪಣ್ಣ (ರಂಗಭೂಮಿ), ಅಮರನಾಥ ಗೌಡ ಮಿಷಿಗನ್, ಅಮೇರಿಕಾ, ಅಕ್ಕ ಸಂಸ್ಥೆ ಸಂಸ್ಥಾಪಕರು, ಕನ್ನಡ ಸಂಘಟನೆ, ಬಿ ಎ ನಾಗರಾಜು ಟೊರಾಂಟೊ, ಕೆನಡಾ, ಕನ್ನಡ ಸಂಘಟನೆ, ಜಗನ್ನಾಥ್ ಹೇಮಾದ್ರಿ (ಸಾಹಿತ್ಯ), ವಿ.ಪಿ. ರಮೇಶ್ ಆಡಳಿತ, (ಕನ್ನಡ ಸೇವೆ), ಭಾರತಿ ಶೇಷಗಿರಿ ರಾವ್ (ಸಾಹಿತ್ಯ), ಹೆಚ್.ಎಲ್.ಎನ್. ರಾವ್ (ಸಂಘಟನೆ), ಕೆ.ಎನ್. ಪರಮೇಶ್ವರನ್ (ಸಾಹಿತ್ಯ), ಕ್ಯಾತನಹಳ್ಳಿ ರಾಮಣ್ಣ (ಜಾನಪದ), ಕಾಗತಿ ವೆಂಕಟರತ್ನಂ (ಸಾಹಿತ್ಯ), ಕೆ.ಎಂ. ನಾಗರಾಜು (ಕನ್ನಡ ಸೇವೆ), ಸೊಂದಲಗೆರೆ ಲಕ್ಷ್ಮೀಪತಿ (ಸಾಹಿತ್ಯ), ಆರ್. ಮಲ್ಲಿಕಾರ್ಜುನಯ್ಯ (ಸಾಹಿತ್ಯ), ಜೆ.ಎಲ್. ಪದ್ಮನಾಭ (ಶಿಕ್ಷಣ), ಮೂಗೂರು ನಂಜುಂಡಸ್ವಾಮಿ (ಕನ್ನಡ ಸಂಘಟನೆ), ಚಾ.ರಂ. ಶ್ರೀನಿವಾಸಗೌಡ (ಕನ್ನಡ ಸೇವೆ), ಬಿ.ಜೆ. ಗೋಪಾಲಕೃಷ್ಣ (ಕನ್ನಡ ಸೇವೆ), ಸುಬ್ರಾಯ ಸಂಪಾಜೆ (ಸಾಹಿತ್ಯ), ಅರುಣ್ ವೆಂಕಟೇಶ ಸಿಡ್ನಿ, ಆಸ್ಟ್ರೇಲಿಯಾ, (ಕನ್ನಡ ಸಂಘಟನೆ), ಬಿ.ಆರ್. ಸುರೇಂದ್ರ ನ್ಯೂಯಾರ್ಕ್, ಅಮೇರಿಕಾ, (ಕನ್ನಡ ಸಂಘಟನೆ), ತೀರ್ಥಪ್ರಸಾದ್ ಎಸ್.ಡಿ. ಅರಬ್ ದೇಶ, (ಕನ್ನಡ ಸಂಘಟನೆ), ಶ್ರೀನಿವಾಸ ಕೃ ದೇಸಾಯಿ (ಸಾಹಿತ್ಯ), ನಾಗರತ್ನ ಹೆಮ್ಮಿಗೆ (ಶಿಕ್ಷಣ), ಬಿ.ಎಲ್. ಶಿವಕುಮಾರ್ (ಕನ್ನಡ ಸಂಘಟನೆ), ಬಿ. ಶಿವು (ಕ್ರೀಡಾ ಕ್ಷೇತ್ರ). ಹೀಗೆ ಕನ್ನಡ, ಕರ್ನಾಟಕದ ನಾಡು – ನುಡಿ ಮತ್ತು ಇತರೆ ಕ್ಷೇತ್ರಗಳಲ್ಲಿ ಅವಿರತ ಸೇವೆ ಸಲ್ಲಿಸಿದ ಹಲವಾರು ಮಹನೀಯರು ಸನ್ಮಾನ ಸ್ವೀಕರಿಸಿದರು.

✍ – ರಂಜಿತಾ ಎಂ ಅಣಜಿ
ಪ್ರಥಮ ವರ್ಷ ಪ್ರಶಿಕ್ಷಣಾರ್ಥಿ

ಅಕ್ಕಮಹಾದೇವಿಯವರ ವ್ಯಕ್ತಿತ್ವ

12ನೇ ಶತಮಾನದ ಕನ್ನಡ ವಚನ ಸಾಹಿತ್ಯ ಮತ್ತು ಮಹಿಳಾಪರ ಧ್ವನಿಯಾಗಿದ್ದ ಮಹಾದೇವಿಯಕ್ಕನವರು ಬರೀ ಹೆಣ್ಣು ಲೋಕದ ಧ್ವನಿಯಲ್ಲ, ಅವರು "ಅರ್ಧನಾರೀಶ್ವರ" ನಂತಿದ್ದಾರೆ. ಮಹಿಳಾ ಸಮಾಜಕ್ಕೆ ತಲೆ ಎತ್ತಿ ನಿಲ್ಲಲು ಬೇಕಾಗಬಲ್ಲ ಸಾಮರ್ಥ್ಯದ ಪರಿಕರಗಳು ಅಕ್ಕನಲ್ಲಿ ದೊರಕುವಂತೆ, ಪುರುಷ ಸಮಾಜವು ಸದಾಚಾರ–ಸದ್ವಿಚಾರದಿಂದ ಬದುಕುವುದಕ್ಕೆ ಬೇಕಾದ ಶಕ್ತಿಯ ಕಿರಣಗಳು ಅಲ್ಲಿ ಪ್ರಾಪ್ತವಾಗುತ್ತವೆ ಸ್ತ್ರೀಯಾಗಿ ಅಕ್ಕನವರು ಅನಾಚಾರಿಯಾದ ಪತಿಯನ್ನು ತೊರೆಯುವುದು ಒಟ್ಟು ಮಹಿಳಾ ಲೋಕಕ್ಕೊಂದು ಕಿವಿ ಮಾತು ಆಗಿರುವಂತೆ, ಅನಾಚಾರ ಅಧರ್ಮೀಯಾದ ಪ್ರಭುವನ್ನು ತೊರೆಯಬೇಕೆಂಬ ಸಂದೇಶವು ಅಕ್ಕನ ಜೀವನ ನಿಲುವಿನಲ್ಲಿ ಪತಿತ್ವ ನಿರಾಕರಣೆಯ ಸಂದರ್ಭದಲ್ಲಿಯೇ ಅಭಿವ್ಯಕ್ತವಾಗುತ್ತದೆ. ಅದು ಬರೀ ಸ್ತ್ರೀಯರಿಗಷ್ಟೇ ಅಲ್ಲ ಪುರುಷರಿಗೂ ಬೇಕಾಗುವಂತಹದ್ದಾಗಿದೆ. ಹೀಗೆ ಅಕ್ಕನವರು ಅಂದಿನ ಕಾಲ ಸಂದರ್ಭದಲ್ಲಿ ಪುರುಷರಿಗೆ ಸರಿ–ಮಿಗಿಲಾಗಿ ನಿಂತುಕೊಳ್ಳುತ್ತ : ವಿಶ್ವ & ಲೋಕದ ಪ್ರಥಮ ಧ್ವನಿಯಾಗಿ ಸಮಾಜದ ವೈರುಧ್ಯಗಳ ಬಗೆಗೆ ಪ್ರತಿಭಟಿಸಿದರು.

ಕನ್ನಡನಾಡಿನ ಹನ್ನೆರಡನೆಯ ಶತಮಾನದಲ್ಲಿ ಸಾಂಪ್ರದಾಯಿಕತೆಯ ಹಾಸು–ಹೊದಿಕೆಯೇ ಇದ್ದಿತು "ಮಹಿಳೆಯ ದೃಷ್ಟಿಯಲ್ಲಂತೂ ಯಾವ ಧರ್ಮ–ಯಾವ ಮಹಾಪುರುಷ, ಯಾವುದೇ ತತ್ತ ಸಿದ್ಧಾಂತಕ್ಕೆ ಉದಾರ ಭಾವನೆಯಿರಲಿಲ್ಲ. ಶೂದ್ರರಂತೆ ಅಸ್ಪೃಶ್ಯರಂತೆ ಮಹಿಳೆ ಇಡದ ಅತ್ಯಂತ ಕೆಳಸ್ತರದಲ್ಲಿಯೇ ಇದ್ದಳು. ಪುರುಷನ ಶೋಷಣೆಯ ಕಬಂಧ ಬಾಹುವಿನಲ್ಲಿಯೇ ನಲುಗಿ ಹೋಗಿದ್ದಳು. ಇಂತಹ ದುರ್ಧರ ಸಂದರ್ಭದಲ್ಲಿ ಬಸವಾದಿಶರಣರ ಅವತರಣವು ದೋಷಿತದ ಮಾನ–ನಿಮ್ಮ–ತಳದವರಿಗೆಲ್ಲ ಹೊಸಗಾಳಿ ಉಸಿರಾಡಿಸುವಂತೆ ಮಾಡಿ, ಅವರಲ್ಲಿ ಜೀವ ಚೈತನ್ಯವನ್ನು ತುಂಬಿತು. ಮಹಾದೇವಿ ಅಕ್ಕನಂತಹ ವ್ಯಕ್ತಿಶಕ್ತಿಗಳು ಈ ಕ್ರಿಯೆ ವಾಚಿಕೆಗೊಂದು ಸಾಕಾರ ರೋಷದಂತೆ ಕಾಣುತ್ತದೆ.

ಪ್ರಭುದೇವರಂತಹ ಶಕ್ತಿಗಳು ಮಹಾದೇವಿ ಅಕ್ಕನವರ ಮಹೋನ್ನತ ವ್ಯಕ್ತಿತ್ವ ನಮೊ ನಮೊ ಎನ್ನುತ್ತಾರೆ. ಮಹಾದೇವಿ ಅಕ್ಕನವರ ಪ್ರತಿಭಟನಾತಕ ಬದುಕು. ಅಂದಿನ ಕಾಲದ ಸ್ತ್ರೀಯರಿಗೆ ಪ್ರೇರಣೆ, ಆದುದರಿಂದಲೇ ಅಂದು ಶರಣರೊಂದಿಗೆ ಹಲವಾರು ಶರಣೆಯರು ವಚನಗೆದರಲ್ಲದೆ ಅನುಭಾವ ಮಂಟಪದಲ್ಲಿನ ಅನುಭಾವಗೋಷ್ಠಿಗೆ ಪಾಲುದಾರರಾದರು.

ಅಕ್ಕಮಹಾದೇವಿ – ವಚನ ಚಳವಳಿಯಲ್ಲಿ ಕಾಣಿಸಿಕೊಳ್ಳುವ ದೊಡ್ಡ ಹೆಸರು. ಕನ್ನಡದ ಮೊದಲ ಮಹತ್ವದ ಕವಯತ್ರಿ. ಇಹ ಮತ್ತು ಪರಗಳ ಬಗೆಗೆ ಆಧ್ಯಾತ್ಮ ಮತ್ತು ಅನುಭಾವ ಕುರಿತು ಹೊಸ ಸಾಧ್ಯತೆಗಳನ್ನು ಕಂಡುಕೊಂಡ ಶರಣೆ. ಎಲ್ಲರೂ ಮೂರ್ತದಿಂದ, ಅಮೂರ್ತ ಡೆಗೆ ಸಾಗಿದರೆ, ಲೌಕಿಕದಿಂದ ಅಲೌಕಿಕದೆಗೆ ಮುಖಮಾಡಿದರೆ; ಅಕ್ಕಮಹಾದೇವಿ ಅಮೂರ್ತದಲ್ಲಿ ಮೂರ್ತರೂಪ ಕಾಣುತ್ತಾಳೆ; ಅಲೌಕಿಕದಲ್ಲಿಯೇ ಲೌಕಿಕವನ್ನು ನೋಡುತ್ತಾಳೆ. ಹೀಗೆ ಇಹ–ಪರ, ಮೂರ್ತ–ಅಮೂರ್ತ, ಲೌಕಿಕ–ಅಲೌಕಿಕ ಇಂತಹ ಅನೇಕ ದ್ವಂದ್ವಗಳನ್ನು ಮೀರಿ ಬೆಳೆದ ಶರಣೆ ಅಕ್ಕಮಹಾದೇವಿ. ಅಕ್ಕನ ವಚನಗಳು ಕೇವಲ ಅನುಭಾವದಿಂದ ಮಾತ್ರವಲ್ಲ, ಪ್ರಸ್ತುತ ಸಂದರ್ಭದ ಆಧುನಿಕ ಕವಿಗಳಿಗೂ ಪ್ರೇರಣೆಯನ್ನು ನೀಡಿವೆ. ಹೀಗಾಗಿ ಅಕ್ಕನ ಬದುಕು–ಬರಹ ಇಂದಿಗೂ ಚರ್ಚೆಗೆ, ಹೊಸ ಚಿಂತನೆಗೆ ಕಾರಣವಾಗಿದೆ.

ಒಟ್ಟಿನಲ್ಲಿ ಅಕ್ಕನ ವಚನಗಳು ಭಾವಗೀತಾತ್ಮಕ ಶೈಲಿಯಲ್ಲಿದೆಯಾದರೂ ತಾತ್ವಿಕತೆಯ ಸೀಮೆಯನ್ನು ಮೀರಿ ನಿಲ್ಲುವುದಿಲ್ಲ, ಸರಳ– ಸಜ್ಜನಿಕೆಯ ತತ್ತ್ವವನ್ನು ಹೇಳುವುದು ಅಕ್ಕನವರ ವಚನಗಳ ಪರಿಯಾಗಿದೆ. ವೀರ ವೀರಾಗಿಣೆಯಾಗಿ ಭಕ್ತಿಯ ಪ್ರತೀಕವಾಗಿ ಬದುಕಿದ ಅಕ್ಕನವರು ವೈಚಾರಿಕ ಪ್ರಖರತೆಯಿಂದ ವಿಮುಖರಾದವರಲ್ಲ,

ಅಕ್ಕನ ಸಾಧನೆ ಸಿದ್ದಿಗಳು ಆವರೆಗೆ ಇದ್ದ ಹೆಣ್ಣಿನ ಬಗೆಗಿನ ಸಮಾಜದ ದೃಷ್ಟಿಕೋನವನ್ನೇ ಪಲ್ಲಟವಾಗಿಸಿತು. ಸಿದ್ದರಾಮ ಶಿವಯೋಗಿ ಹೇಳುವ ಹಾಗೆ "ಹೆಣ್ಣು ಹೆಣ್ಣಲ್ಲ, ಹೆಣ್ಣು ರಾಕ್ಷಸಿಯಲ್ಲ, ಹೆಣ್ಣು ಸಾಕ್ಷಾತ್ ಕಪಿಲ ಸಿದ್ದಮಲ್ಲಿಕಾರ್ಜುನ' ಎಂಬುದು ಒಟ್ಟು ಲೋಕ ತಳೆದ ನಿಲುವುವಾಗಿದೆ.

✍ – ಯಲ್ಲೇಶ್ವರಿ
ಪ್ರಥಮ ವರ್ಷ ಪ್ರಶಿಕ್ಷಣಾರ್ಥಿ

*****

ಅಪ್ಪನೆಂಬ ಆಪ್ತಸಖ

ಕಂಗಳಲ್ಲೇ ಪ್ರೀತಿಯ ಅಡಗಿಸಿಟ್ಟು
ಜವಾಬ್ದಾರಿಯ ಸರಪಳಿಯಲ್ಲಿ
ಬಂಧಿಯಾದ ಜೀವವೇ   ಅಪ್ಪ

ತಾಯ್ತನ. ಬಂಧುತ್ವ ಹೀಗೆ ಸಂಬಂಧಗಳ ಮಾತು ಬಂದಾಗೆಲ್ಲ ತಾಯಿಗೇ ಆಗ್ರಸ್ತನ. ಆದರೆ, ಮೇಲ್ನೋಟಕ್ಕೆ ಕಠಿಣತೆಯ ಮುಸುಕು ಹೊದ್ದು ಹೃದಯದಲ್ಲಿ ಹೂವಿಗಿಂತ ಕೋಮಲವಾಗಿ ಯೋಚಿಸುವ ಅಪ್ಪನಿಗೆ ಅಮ್ಮನ ನಂತರದ ಸ್ಥಾನ, ಅಮ್ಮನದು ಜೈವಿಕತೆಯ ಸಂಬಂಧವಾದರೆ. ಅಪ್ಪನದು ಭಾವುಕತೆಯ ಬೆಸುಗೆ ಎನ್ನುವ ಆಲಿಖಿತ ನಿಯಮಾವಳಿಗಳು ಸದ್ದಿಲ್ಲದೆ ಅಪ್ಪನ ಹೆಗಲೇರಿವೆ. ತಾಯಿ, ಮಗಳಿಗೆ ಮನೆ – ಮನಗಳನ್ನು ನಿಭಾಯಿಸುವ ಕಲೆ ಹೇಳಿಕೊಟ್ಟರೆ ಅಪ್ಪ, ಜೀವನ ಕಲಿ ಹೇಳಿಕೊಡುವ ಮೇಷ್ಟ್ರು. ಅಮ್ಮನದು ಭಾವುಕ ಲೋಕವಾದರೆ ಅಪ್ಪನದು ವಾಸ್ತವ ಲೋಕ.

ಒಂದು ವೇಳೆ ಜೀವನದ ಲೆಕ್ಕಾಚಾರ ಒಂಟಿಯಾಗಿದ್ದರು ಸ್ವಾಭಿಮಾನಿಯಾಗಿ ಬದುಕುವ ಛಲ ಕಲಿಸಿಕೊಡುವಾತ. ಮಗಳ ಇಷ್ಟ ನಿಷ್ಟಗಳ ಅರಿತು ನಡೆಯುತ್ತಲೇ ಅವಳ ದೌರ್ಬಲ್ಯಗಳನ್ನು ನಿರ್ಧಾಕ್ಷಿಣ್ಯವಾಗಿ ಹೇಳುವ ಕಟೋರಿಯು ಹೌದು. ಬಾಲ್ಯದಲ್ಲಿ ಇಂಥವರ ಮಗಳೆಂದು ಗುರುತಿಸಿಕೊಳ್ಳುವ ಮಗಳು ಬೆಳೆದು ಉನ್ನತ ಸ್ಥಾನಕ್ಕೆ ಕೇಳುತ್ತಿದ್ದಂತೆಯೇ ಇಂಥವರ ಅಪ್ಪ ಎಂದು ಗುರುತಾದಾಗ ಅವನಿಗೆ ಹೇಳಿಕೊಳ್ಳಲಾಗದ ಸಂತಸ. ಮಗಳು ತುಸುವೇ ಮಂಕಾದರೂ ಅವಳಿಗೆ ಸುತ್ತಲು ಜಗದ ನೂರಾರು ಸೋಲು ಗೆಲುವಿನ ಕಥೆ ಹೇಳಿ ಧೈರ್ಯ ತುಂಬುವ ಸ್ಫೂರ್ತಿ ಚೇತನ ಅಪ್ಪ. ಮಲ್ಟಿ ನ್ಯಾಷನಲ್ ಕಂಪನಿಯಲ್ಲಿ ಕೆಲಸ ಮಾಡುವ ಅಪ್ಪನಿಂದ ಹಿಡಿದು ಕಟ್ಟಡದ ಕೆಲಸಕ್ಕೆ ಕೂಲಿ ಹೋಗುವ ಅಪ್ಪನ ತನಕ ಹೆಗಲೇರಿ ಕೋರುವ ಮಗಳ ಸ್ಥಾನಕ್ಕೆ ಕಿಂಚಿತ್ತು ಧಕ್ಕೆ ಯಾಗದಂತೆ ತನ್ನೊಂದು ಬಿಂದುವಿನಿಂದ ಸಿಂಧುವಿನಂತೆ ಬೆಳೆದು ನಿಂತ ಮಗಳೆಂದರೆ ಅಪ್ಪನಿಗೂ ಹೇಳಿಕೊಳ್ಳಲಾಗದ ಸಂತಸ ಹೆಣ್ಣನದ ಸೊಬಗು ತಾಯ್ತನದ ಕಳ್ಳು –ಬಳ್ಳಿಯನ್ನು ಹೊತ್ತ ಮಗಳೆಂದರೆ ಅಪ್ಪನ ಅಪ್ಯಾಯಮಾನ ಪ್ರೀತಿ. ಮಗಳ ಆಸೆ ಕನಸುಗಳನ್ನು ಎಲ್ಲಾ ಪೂರೈಸುವ ನಿಜವಾದ ಆಪ್ತಸಖ ಅಪ್ಪ! ಅಲ್ವಾ?

✍ – ಜವೇರಿಯಾ ಬಾನು
ದ್ವಿತೀಯ ವರ್ಷ ಪ್ರಶಿಕ್ಷಣಾರ್ಥಿ

ನನ್ನೂರ ನೆನಪು

ಒಂದ್ಕಾಲದಲ್ಲಿ ನಮ್ಮೂರು ಬೇಸರ ಆಗ್ಬಿಟ್ಟಿತ್ತು.

ಯಾವಾಗ ಊರು ಬಿಟ್ಟು, ಬೇರೆ ಊರಿಗೆ ಹೋಗ್ತಿವ್ರೋ,

ಊರು ಬಿತ್ರೆ ಸಾಕಪ್ಪ ಅಂತ ಅನ್ನಿಬಿಟ್ಟಿತ್ತು.

ಹಂಗೆ ಅನ್ನಿದಾಗ್ಲೆ ಆ ದೇವ್ರು ಅಸ್ತು ಅಂತ ಹೇಳಿಬಿಟ್ಟೆನೋ ಕಾಣೆ.

ಮನೆ, ಊರು, ಸ್ನೇಹ, ಎಲ್ಲಾ ಬಿಡೋ ದಿನ ಬಂದೇ ಬಿಟ್ಟು.

ಹಂಗೆ ಊರು ಬಿಟ್ಟು, ಚುರ್ಚಿಗುಂಡಿ ಅನ್ನೋ ಊರಿಗೆ ಬಂದೂ ಆಯ್ತು.

ಬಂದ್ಮೇಲೆ, ದೂರದ ಬೆಟ್ಟ ಕಣ್ಣಿಗೆ ನುಣ್ಣಗೆ ಅನ್ನೋ ಮಾತಿನ ಮರ್ಮ ಅರಿತೆಬಿಟ್ಟೆ ನಾ.

ಒಂದಿನ ಸಮಯ ಸಿಕ್ರೆ ಸಾಕಪ್ಪ, ನಮ್ಮೂರಿಗೆ ಹೋಗ್ಬೇಕು ಅಂತ ತುದಿಗಾಲಲ್ಲಿ ನಿಂತಿರ್ತಿದ್ದೆ.

ಯಾಕಂದ್ರೆ ನನ್ನೂರೇ ನನಗೆ ಚೆಂದ.

ಊರಿಗೆ ಬಂದ್ಮೇಲೆ ಗೊತ್ತಲ್ಲ ಹಾಳಾದ ಈ ಗಡಿಯಾರ ರೇಸ್ ಕುದುರೆ ವೇಗದಲ್ಲಿ ಓಡುತ್ತೆ.

ಅದು ಹೇಗೆ ಅಂದ್ರೆ ಓಡಲೇ, ಓಡಲೇ, ಅಂತ ಕೊಡ್ತಾನೆ ಇರ್ತದೆ

ನೋಡ್ತಾ ನೋಡ್ತಾ ಇದ್ದಂಗೆ ದಿನ ಕಳೆದೆ ಹೋಗಿಬಿಡ್ತಿತ್ತು.

ಊರಿಗೆ ಅಪ್ಪನ ಬೈಕ್ ಹತ್ತಿ ಬರುವಾಗ ಇದ್ದ ಆ ನಗು, ಆ ಹರ್ಷ ಆ ತುಡಿತ

ವಾಪಸ್ ಹಾಸ್ಟೆಲ್ಗೆ ಹೋಗುವಾಗ ಕಾಣೆ ಆಯ್ತು ..

ಭಾರವಾದ ಹೃದಯ ಹೊತ್ತು ನಾ ನಡೆಯುತ್ತಾ,

ಊರು, ಮನೆಯಲ್ಲಾ ಕಣ್ತುಂಬಿ, ಕಣ್ಣಂಚಲ್ಲಿ ನೀರ್ ತುಂಬಿಕೊಳ್ತಾ,

ಮತ್ತೆ ಮತ್ತೆ ಊರಿಗೆ ಬರುವಂತಹ ಯೋಚನೆಯೇ, ಮನದೊಡಲ ತುಂಬೆಲ್ಲಾ.

ನನ್ನ ಬಿಟ್ಟು ಅಪ್ಪ ಬೈಕ್ ಹತ್ತಿ ನಡದೇ ಬಿಟ್ರು!!

ಮತ್ತದೇ ನನ್ನೂರು ನೆನಪು ...

✍ – ಶಾಲಿನಿ. ಆರ್. ಎಸ್.
ದ್ವಿತೀಯ ವರ್ಷ ಪ್ರಶಿಕ್ಷಣಾರ್ಥಿ

ಕನ್ನಡ ರಂಗಭೂಮಿ

ಕನ್ನಡ ರಂಗಭೂಮಿಯ ಪರಂಪರೆ ಅತಿ ಪ್ರಾಚೀನವಾದದ್ದೆಂಬುದರಲ್ಲಿ ಸಂದೇಹವಿಲ್ಲ. ಕನ್ನಡ ರಂಗಭೂಮಿಯ ಪ್ರಕಾರಗಳಲ್ಲಿ ಗೊಂಬೆಯಾಟ, ತೊಗಲು ಗೊಂಬೆಯಾಟ, ಬಯಲಾಟ ದಶಾವತಾರ ಎಂದು ಕರೆಯುವ ಯಕ್ಷಗಾನದ ಆಟಗಳು (ಅದರ ತೆಂಕು ಬಡಗು ಎಂಬ ಪ್ರಭೇದ), ದೊಡ್ಡಾಟ(ಮೂಡಲಪಾಯ ಎನ್ನುವುದು ಅಧ್ಯಯನಕ್ಕೆ ಇಟ್ಟ ಹೆಸರು), ಘಟ್ಟದಕೋರೆ, ಶನಿಕಥೆ ಆಟ, ಕೃಷ್ಣಪಾರಿಜಾತ ಎನ್ನುವ ದೊಡ್ಡಾಟದ ಪ್ರಕಾರಗಳು ಮತ್ತು ನಾಟಕಗಳು ಪ್ರಮುಖವಾಗಿವೆ. ಪಾರ್ತಿಸುಬ್ಬನ ರಾಮಾಯಣದ ಯಕ್ಷಗಾನದ ಪ್ರಸಂಗಗಳು (ಸೀತಾಪಹಾರ, ವಾಲೀ ವಧಾ, ರಾವಣಾ ವಧಾ) ಸುಮಾರು 16ನೇ ಶತಮಾನದವು. ಪ್ರಾಯಶಃ ಇವು ಕನ್ನಡ ರಂಗಭೂಮಿಯ ಪ್ರಾಚೀನ ಕೃತಿಗಳು. ಪುರಂದರದಾಸರು ಬರೆದ ಅನಸೂಯಾ ಚರಿತ್ರೆ ಯಕ್ಷಗಾನವು ಸುಮಾರು ಅದೇ ಕಾಲದ್ದು ಎನ್ನಲಾಗಿದೆ. ಕನ್ನಡ ನಾಟಕಗಳಲ್ಲಿ ತುಂಬ ಹಳೆಯದು ಚಿಕ್ಕದೇವರಾಜರ ಆಸ್ಥಾನದಲ್ಲಿದ್ದ ಸಿಂಗರಾರ್ಯ ರಚಿಸಿದ 'ಮಿತ್ರವಿಂದಾ ಗೋವಿಂದ'. ಇದು 17ನೆಯ ಶತಮಾನದ ಅಂತ್ಯಭಾಗದಲ್ಲಿ ರಚಿತವಾದ ಕೃತಿ; ಶ್ರೀಹರ್ಷನ ರತ್ನಾವಳೀ ನಾಟಕದ ಕನ್ನಡ ರೂಪ. ಒಂದು ದೃಷ್ಟಿಯಿಂದ, ಇದು ಮೂಲಕೃತಿಯಷ್ಟೂ ತೃಪ್ತಿಕೊಡಲಾರದ ಕನ್ನಡರೂಪವೆಂದು ಹೇಳಬಹುದು. ಇದಕ್ಕಿಂತ ಪ್ರಾಚೀನವಾದ ಕನ್ನಡ ನಾಟಕ ದೊರೆತಿಲ್ಲ ಎನ್ನುವುದರಿಂದಲೇ ಇದಕ್ಕೆ ಹಿರಿಮೆ ಪ್ರಾಪ್ತವಾಗಿದೆ.

ಯಕ್ಷಗಾನಗಳು:

ಸುಮಾರು ಮೂರು ಸಾವಿರಕ್ಕು ಹೆಚ್ಚು ಯಕ್ಷಗಾನ ಪ್ರಸಂಗಗಳಿದ್ದು, ಸುಮಾರು 12ನೇ ಶತಮಾನದಿಂದಲೇ ಯಕ್ಷಗಾನ ಕನ್ನಡ ರಂಗಭೂಮಿ ಬೆರೆದು ಬಂದಿದೆ ಎಂದು ಊಹಿಸಲಾಗಿದೆ.

ಪ್ರಾಚೀನ ನಾಟಕಶಾಲೆಗಳು:

ಕನ್ನಡ ನಾಡಿನಲ್ಲಿ ಹಿಂದೆ ಅನೇಕ ನಾಟಕ ಶಾಲೆಗಳಿದ್ದುವೆಂದು ತಿಳಿಯಲು ಆಧಾರಗಳಿವೆ. ಮೈಸೂರಿನ ಕಂಠೀರವ ನರಸರಾಜರ (1638–59) ಅರಮನೆಯಲ್ಲಿ ಮನೋಹರವಾದ ನಾಟಕಶಾಲೆ ಇತ್ತೆಂದು ಆ ರಾಜರ ಚರಿತ್ರೆಯನ್ನು ರಚಿಸಿದ ಗೋವಿಂದವೈದ್ಯ ತನ್ನ ಕಾವ್ಯದಲ್ಲಿ ಹೇಳಿದ್ದಾನೆ. ಕೆಳದಿಯ ವೆಂಕಟಪ್ಪ ನಾಯಕ (1582–1620) ತನ್ನ ಇಕ್ಕೇರಿಯರಮನೆಯೊಳ್ ಚಿತ್ರಕರ ರಚನಾಕೌಶಲ್ಯದಿಂ ನಾಟಕಶಾಲೆಯಂ ನಿರ್ಮಿಸಿದನ್' ಎಂದು ಲಿಂಗಣ್ಣ ಕವಿಯ ಕೆಳದಿನೃಪವಿಜಯದಲ್ಲಿ ಖಿಚಿತವಾದ ಮಾತಿದೆ. ಅದಕ್ಕಿಂತ ನೂರು ವರ್ಷಗಳ ಹಿಂದೆ, ಕವಿ ರತ್ನಾಕರವರ್ಣಿ ತನ್ನ ಭರತೇಶವೈಭವ ಕಾವ್ಯದ ಪೂರ್ವನಾಟಕ ಸಂಧಿ, ಉತ್ತರನಾಟಕ ಸಂಧಿಗಳಲ್ಲಿ ಶೃಂಗಾರಮಯವಾದ ನಾಟಕಶಾಲೆಯ ವರ್ಣನೆಯನ್ನು ಕೊಡುತ್ತಾನೆ. ವಿಜಯನಗರ ಸಾಮ್ರಾಜ್ಯದ ಸಂಪತ್ಸಮೃದ್ಧಿಯ ಕಾಲದಲ್ಲಿಯಂತೂ ಕೃಷ್ಣದೇವರಾಯನ ರಾಜಧಾನಿಯಲ್ಲಿದ್ದ ಪಟ್ಟದ ನಾಟಕಶಾಲೆಯಲ್ಲದೆ ಇಕ್ಕೇರಿ, ತಂಜಾವೂರು ಮೊದಲಾದ ಪ್ರಾದೇಶಿಕ ಕೇಂದ್ರಗಳಲ್ಲೂ ರತ್ನಖಿಚಿತವಾದ ಅಲಂಕಾರಗಳನ್ನು ಹೊಂದಿದ್ದ ನಾಟಕಶಾಲೆಗಳಿದ್ದುವೆಂದು ಬಿ.ಎ. ಸಾಲೆತೊರೆಯವರು ಹೇಳಿದ್ದಾರೆ. ಇದೆಲ್ಲಕ್ಕಿಂತ ಹಿಂದೆ 1045ರಲ್ಲಿ ಧಾರವಾಡದ ಸಮೀಪದ ಮುಳಗುಂದದಲ್ಲಿ (ಇಂದು ಮುಗದ ಎಂಬ ಹಳ್ಳಿ) ನಿಲ್ಲಿಸಿ ಇಂದಿಗೂ ಬಿಸಿಲು ಮಳೆಗಾಳಿಗಳಿಗೆ ಮೈಯೊಡ್ಡಿ ನಿಂತಿರುವ ದೊಡ್ಡದೊಂದು ಶಿಲಾಫಲಕ – ಶ್ರೀಮನ್ಮಹಾಸಾಮಂತಂ ಮಾರ್ತಾನ್ದಯ್ಯಂ ತಮ್ಮ ಮುತ್ತಯ್ಯಂ ಮಾಡಿಸಿದ ಬಸದಿಯಂ ಪಡಿಸಲಿಸಿ ನಾಟಕಶಾಲೆಯಂ ಮಾಡಿಸಿ, ತನ್ನ ಕೀರ್ತಿಶಿಲಾಸ್ತಂಭಮಂ ಆಚಂದ್ರಾರ್ಕತಾರಂಬರಂ ನಿಲಿಸಿದಂ ಎಂದು 11ನೆಯ ಶತಮಾನದ ಕನ್ನಡ ನಾಟಕಶಾಲೆಯ ಕತೆಯನ್ನು ಹೇಳುತ್ತಿದೆ.

✍ – ಸುಮ ಜಿ ಎಂ.
ದ್ವಿತೀಯ ವರ್ಷ ಪ್ರಶಿಕ್ಷಣಾರ್ಥಿ

ಕಾಲಹರಣವೇ ಮರಣ

ಹಿರಿಯರ ಪ್ರಕಾರ ಕಾಲವನ್ನು ವ್ಯರ್ಥವಾಗಿ ಕಳೆಯುವುದೆಂದರೆ ನಮ್ಮನ್ನು ನಾವು ಮೋಸ ಮಾಡಿಕೊಳ್ಳುವುದೇ ಆಗಿದೆ. ಹಾಗಾಗಿ, ಸಮಯದ ಮಹತ್ತದ ಬಗ್ಗೆ ಬಹಳಷ್ಟು ಕತೆ. ದೃಷ್ಟಾಂತಗಳನ್ನು ನಾವು ಕೇಳಿದ್ದೇವೆ. ನಮ್ಮ ಹಿರಿಯರಂತೂ ಸುಮ್ಮನೆ ಕಾಲ ಕಳೆಯಬೇಡಿ ಎಂದು ಹೇಳುತ್ತಲೇ ಇರುತ್ತಾರೆ. ಇದೇ ಸಾಲಿನಲ್ಲಿ ಶಿಕ್ಷಕರು, ಆಫೀಸ್‌ನ ಬಾಸ್ ಕೂಡಾ ಇರುತ್ತಾರೆ. ಆದರೆ, ಸಮಯದ ಪರಿವೆಯಿಲ್ಲದೇ ಕಾಲ ಕಳೆಯುವವರಿಗೆ ಇದೊಂದು ಯಾತನಮಯ ಸಲಹೆ ಅನಿಸುತ್ತಿರುತ್ತದೆ. ಸಾಮಾಜಿಕ ಜಾಲತಾಣಗಳಾದ ಫೇಸ್‌ಬುಕ್, ವಾಟ್ಸಾಪ್‌ಗಳಂತೂ ಇಂದು ಅನುತ್ಪಾದಕತೆಯ ತಲೆಮಾರನ್ನೇ ಸೃಷ್ಟಿಸುತ್ತಿವೆ ಎಂದರೆ ತಪ್ಪಾಗಲಾರದು. ಉತ್ಪಾದಕತೆಗೆ ಬಳಕೆಯಾಗಬೇಕಾದ ತಂತ್ರಜ್ಞಾನ ಎಂದು ಚಿಕ್ಕವರು, ದೊಡ್ಡವರು ಎನ್ನದೇ ದೊಡ್ಡ ಪ್ರಮಾಣದ ಜನರನ್ನು ಸೋಮಾರಿಗಳನ್ನಾಗಿ, ಒಂದು ಬಗೆಯ ವ್ಯಸನಗ್ರಸ್ತರನ್ನಾಗಿ ಮಾಡಿದೆ. ಪರಿಣಾಮ, ಸಮಯವನ್ನು ವ್ಯರ್ಥವಾಗಿ ಕಳೆಯುವವರ ಸಂಖ್ಯೆ ಹೆಚ್ಚುತ್ತಲೇ ಇದೆ.

ಸಮಯದ ಮಹತ್ತ್ವವನ್ನು ನಾವೆಲ್ಲ ಅರ್ಥ ಮಾಡಿಕೊಳ್ಳದ ಹೊರತು ಒಳಿತಿನ 'ವಿಷ್ಟ ನಮಗೆ ಸಿಗಲಾರದು. ಏನೇ ಕೆಲಸ, ಉತ್ತ್ವನ್ನ ಮಾಡಬೇಕೆಂದರೂ ನಾವು ಎಲ್ಲದರ ಬಗ್ಗೆ ಯೋಚಿಸುತ್ತೇವೆ. ಆದರೆ, ಅದನ್ನು ಕಾರ್ಯರೂಪಕ್ಕೆ ತರಲು ಎಷ್ಟು ಸಮಯ ಬೇಕು ಎಂದು ಯೋಚಿಸುವುದೇ ಅಪರೂಪ. ವ್ಯಾಪಾರ ಮಾಡಲು ಏನು ಬೇಕು ಎಂದು ಕೇಳಿದರೆ ಬಂಡವಾಳ ಬೇಕು ಎಂಬುದಷ್ಟೇ ನಮ್ಮ ತಲೆಯೊಳಗೆ ಬರುತ್ತದೆ. ಸಮಯ ಎಷ್ಟು ಬೇಕು? ಎನ್ನುವ ಪ್ರಶ್ನೆ ನಮ್ಮನ್ನು ಕಾಡುವುದೇ ಇಲ್ಲ. ಯಾಕೆಂದರೆ, ನಾವ್ಯಾರೂ ಸಮಯಕ್ಕೆ ಬೆಲೆ ಕಟ್ಟುವುದೇ ಇಲ್ಲ.

ವ್ಯಕ್ತಿಯೊಬ್ಬನ ದಿನಚರಿಯಲ್ಲಿ ಉತ್ಪಾದಕತೆ ದಕ್ಷತೆಗೆ ಮೀಸಲಿರುವ ಸಮಯ ಎಷ್ಟು? ಕಾಲಹರಣಕ್ಕೆ ವ್ಯಯವಾಗುವ ಸಮಯ ಎಷ್ಟು? ಎಂದು ಯೋಚಿಸಿ ನೋಡಿದರೆ ಅಚ್ಚರಿ ಅನಿಸುತ್ತದೆ. ಬಹುತೇಕರು ಸಮಯವನ್ನು ಉತ್ಪಾದಕತೆಗಾಗಿ ಕಳೆಯುವುದಕ್ಕಿಂತ ಅನುತ್ಪಾದಕವಾಗಿ ವ್ಯಯಿಸುವುದರಲ್ಲೇ ಮಹದಾನಂದ ಕಾಣುತ್ತಾರೆ.

ಅಂತಹ ಆನಂದ ಅವರಿಗೆ ಬಹಳ ದಿನ ಇರುವುದಿಲ್ಲ. ಏಕೆಂದರೆ, ದಿನದಿಂದ ದಿನಕ್ಕೆ ಸಾಮಾಜಿಕವಾಗಿ ನಾವು ಕಷ್ಟದ ದಿನಗಳನ್ನು, ಅದು ಒಡ್ಡುವ ಸವಾಲುಗಳನ್ನು ಎದುರಿಸಲೇ ಬೇಕಿದೆ. ಅದರಿಂದ ಪಾರಾಗಲು ಸಾಧ್ಯವೇ ಇಲ್ಲ. ಬೇರೊಬ್ಬರಿಗಲ್ಲದಿದ್ದರೂ ನಮ್ಮ ಅಗತ್ಯಗಳಿಗಾಗಿ ದುಡಿಯಲೇಬೇಕಿದೆ. ಅದಕ್ಕೆ ಬೇಕಾದ ಸಮಯವನ್ನೂ ಹೊಂದಿಸಿಕೊಳ್ಳಬೇಕಿದೆ.

✍ – ಉಮಾ ಜೆ
ದ್ವಿತೀಯ ವರ್ಷ ಪ್ರಶಿಕ್ಷಣಾರ್ಥಿ

ಸ್ನೇಹದ ನೆನೆಪಿನಲ್ಲಿ

ಸ್ನೇಹ... ಪ್ರತಿಯೊಬ್ಬರ ಬದುಕಿನಲ್ಲೂ ಬೆಲೆಯೇ ಕಟ್ಟಲಾಗದ ಸಂಬಂಧ. ಸ್ನೇಹವನ್ನು ಬಯಸದೇ ಇರುವ ಜೀವಿ, ಜೀವವನ್ನು ಈ ಜಗತ್ತಿನಲ್ಲಿ ನೋಡಲು ಸಾಧ್ಯವೇ ಇಲ್ಲ. ಯಾಕೆಂದರೆ, ಸ್ನೇಹಕ್ಕಿರುವ ತಾಕತ್ತೇ ಅಂತಹದ್ದು. ಸ್ನೇಹ ಎಲ್ಲರ ಬದುಕಿಗೊಂದು ಚೈತನ್ಯ ತುಂಬುತ್ತದೆ, ಬಲ ತರುತ್ತದೆ. ಪ್ರತಿಯೊಬ್ಬರ ಜೀವನದಲ್ಲೂ ಫ್ರೆಂಡ್ಸ್ ಬಲು ಮುಖ್ಯ ನಿರ್ಮಲ ಹೃದಯದ ಫ್ರೆಂಡ್ಸ್ ನಮ್ಮ ಬದುಕಿನ ಪ್ರತಿ ಹಂತದಲ್ಲೂ ನಮ್ಮೊಂದಿಗಿರುತ್ತಾರೆ. ಸ್ನೇಹಿತರು ಜತೆಗಿದ್ದಾಗ ಆ ಖುಷಿಯೇ ಬೇರೆ. ಸುಂದರ ಸ್ನೇಹದಲ್ಲಿ ಸ್ವಾರ್ಥ ಇರದು. ಅಲ್ಲಿರುವುದು ಬರೀ ಪ್ರೀತಿ, ವಿಶ್ವಾಸ, ನಂಬಿಕೆ ಮಾತ್ರ. ಈ ಬಾಂಧವ್ಯವೇ ಸುಂದರ. ಪ್ರತಿಯೊಬ್ಬರ ಬದುಕಿನಲ್ಲೂ ಬೆಲೆಯೇ ಕಟ್ಟಲಾಗದ ಸಂಬಂಧಗಳಲ್ಲಿ ಸ್ನೇಹವೂ ಒಂದು. ಹೀಗೆ ಹೃದಯ ಹೃದಯವನ್ನು ಬೆಸೆಯುವ ಈ ಸುಂದರ ಸ್ನೇಹಕ್ಕಾಗಿಯೂ ಒಂದು ದಿನ ಮೀಸಲಾಗಿದೆ. ಭಾರತದಲ್ಲಿ ಪ್ರತಿವರ್ಷ ಆಗಸ್ಟ್ ಮೊದಲ ಭಾನುವಾರವನ್ನು ಫ್ರೆಂಡ್‍ಶಿಪ್ ಡೇ ಎಂದು ಆಚರಿಸಲಾಗುತ್ತದೆ.

ಸ್ನೇಹ ಒಂದು ಸುಂದರ ಕವನ, ನೂರಂದು ಭಾವನೆಗಳ ಮಿಲನ, ಬದುಕಿನ ಜಂಜಾಟದಲ್ಲಿ ಬೇಸತ್ತ, ಮುಗ್ಧ ಮನಸ್ಸಿನಗೆ ಸಂಚಲನ ಈ ಸ್ನೇಹ, ತಂದೆ – ತಾಯಿ ನಂತರದ ಸಂಬಂಧವೆ ಸ್ನೇಹ, ಹಾಲು ಜೇನು ಬೆರೆತ ಹಾಗೆ ಈ ಸ್ನೇಹ, ಸ್ನೇಹವೆಂಬುದು ಒಂದು ಸುಂದರ ಸಂಬಂಧ, ಬಾಲ್ಯದಲ್ಲಿ ಆಟವಾಡಿ ಜಗಳ ಮಾಡಿದ ಸ್ನೇಹ, ಸ್ನೇಹದಲ್ಲಿ ಬರುವುದು ಕೋಪ–ತಾಪ ಸಾಮಾನ್ಯ, ಮನಸ್ಸು ನೊಂದಾಗ ಚೈತನ್ಯ ಕೊಡುವುದು ಈ ಸ್ನೇಹ, ಸ್ನೇಹದಲ್ಲಿ ಬರಬಾರದು ಮನಸ್ತಾಪ, ಸ್ನೇಹದಲ್ಲಿ ಇರಬಾರದು ಸಿರಿವಂತಿಕೆಯ ತಾರತಮ್ಯತೆ, ಸಾಗರದಂತೆ ಸದಾ ಸಾಗುತಿರಲಿ ಈ ಸ್ನೇಹ, ಆಕಾಶದಂತೆ ವಿಶಾಲವಾಗಿರಲಿ ಈ ಸ್ನೇಹ, ಜೀವನದ ಕೊನೆಯವರಿಗೂಸದಾ ಇರಲಿ ಈ ಸ್ನೇಹ, ನಿಮ್ಮ ಸ್ನೇಹವೇ ನನಗೆ ವಜ್ರ ಕವಚ, ಆಯದಲ್ಲಿ ಅಮರವಾಗಲಿ ಈ ಸ್ನೇಹ, ಸಾಗುತ್ತಿರಲಿ ಆಕಾಶದ ನಕ್ಷತ್ರದಂತೆ ನಮ್ಮ ಈ ಸ್ನೇಹ.

– ರಶೀದಾಬೇಗಂ ದೊಡ್ಮನಿ
ದ್ವಿತೀಯ ವರ್ಷ ಪ್ರಶಿಕ್ಷಣಾರ್ಥಿ

ಅಪ್ಪಾ ಎಂಬ ಸಾಲಗಾರ

ಜಗತ್ತಿನಲ್ಲಿ ಎಲ್ಲ ಅಪ್ಪಂದಿರು ಬಹುತೇಕ ಸಾಲಗಾರರೇ ಆತ ಸಾಲ ಮಾಡುತ್ತಾನೆ. ಮಗನ ಓದಿಗಾಗಿ, ಅಮ್ಮನ ಓಲೆಗಾಗಿ, ತನ್ನ ರೋಗಕ್ಕಾಗಿ, ಗೆಳೆತನ ಕಷ್ಟಕ್ಕಾಗಿ, ಮಗ ಅಥವಾ ಮಗಳ ಬರ್ತಡೆ ಗಿಫ್ಟಾಗಿ, ಪೋಸ್ಟ್ ಆಫೀಸ್ನ ಆರ್ ಡಿ ಅಕೌಂಟ್ಗಾಗಿ, ಲೈಫ್ ಇನ್ಶೂರೆನ್ಸ್ ಪ್ರೀಮಿಯಂ ಹಣಕ್ಕಾಗಿ, ನಿಮ್ಮ ಕೋರ್ಸ್ಗೆ ಬೇಕೆ ಬೇಕು ಎಂದು ನೀವು ಹಠ ಹಿಡಿದು ಕೊಡಿಸಿಕೊಳ್ಳುವ ಕಂಪ್ಯೂಟರ್ಗಾಗಿ, ಗೆಳೆಯರೆಲ್ಲರ ಬಳಿ ಇರುವ ದುಬಾರಿ ಬೈಕು ಬೇಕೆಂದಾಗ, ಸೆಕೆಂಡ್ ಇನ್ಸ್ಟಾಲ್ಮೆಂಟ್, ಕಾಲೇಜಿನಿಂದ ಲೆಟರ್ ಬಂದಾಗ, ಹಾಸ್ಟೆಲ್ನಿಂದ ಫೋನ್ ಮಾಡಿದ ಮಗಳು ಪ್ರಾಜೆಕ್ಟ್ ಮಾಡಲು ಇಂಟರ್ನೆಟ್ ಬೇಕೆಂದಾಗ, ಸಂಬಂಧಿಕರ ಮದುವೆಗೆ ಹೋಗಲು ಮೈಸೂರು ಸಿಲ್ಕ್ ಸ್ಯಾರಿ ಬೇಕೆಂದಾಗ, ಅಮ್ಮ ಕೋಪದಿಂದ ಕೋಣೆ

ಸೇರಿ ಕೂತಾಗ, ಅಜ್ಜ, ಅಜ್ಜಿಯ ಅನಾರೋಗ್ಯ ಕಂಗಡಿಸಿದಾಗ, ದೂರ ದೂರದಿಂದ ಮಗ ಕಾಲ್ ಮಾಡಿ ನಾನು ಗೆಳೆಯರೊಡನೆ ಉತ್ತರ ಭಾರತ ಪ್ರವಾಸ ಹೋಗಬೇಕೆಂದಾಗ, ಹೀಗೆ ಅದೆಷ್ಟೋ ಬಾರಿ ಸಾಲಗಾರನಾಗುವ ಈ ಅಪ್ಪ ಅದರಲ್ಲಿ ಎಷ್ಟೋ ಸಾಲದ ಬಗ್ಗೆ ಮನೆಯವರಿಗೆ ಗಮನಕ್ಕೆ ಬಾರದಂತೆ ನೋಡಿಕೊಳ್ಳುತ್ತಾನೆ. ಕೆಲವೊಮ್ಮೆ ಸಾಯುವ ತನಕ ಸಾಲದಲ್ಲಿ ಮುಳುಗಿ ಮಕ್ಕಳಿಂದ ಭೀಮಾರಿ ಹಾಕಿಸಿಕೊಳ್ಳುವುದು ಉಂಟು. ಯಾವೊಬ್ಬ ಸಾಲಗಾರನು ಮನೆಯವರಿಗೆ ಬರದಂತೆ ನೋಡಿಕೊಳ್ಳಲು ಆತ ಮಾಡುವ ಹರಸಾಹಸಗಳು ಅಷ್ಟಿಷ್ಟಲ್ಲ. ಇಷ್ಟೆಲ್ಲಾ ಸಾಲ ಮಾಡಿದ ಅಪ್ಪನ ಋಣಭಾರ ನಮ್ಮ ಮೇಲಿದೆ ಎಂಬುವುದನ್ನು ನಾವು ಮರೆಯದಿದ್ದರೆ ಸಾಕು.

ಮಹತ್ತರವಾದುದೊಂದು ಓದಿ ಬಿಡುತ್ತೇನೆ. ಏನು ಸಾಧಿಸಿ ಬಿಡುತ್ತೇನೆಂದು ನೀವು ಲಗೇಜ್ ರೆಡಿ ಮಾಡಿಕೊಂಡು ದೂರದ ಪಟ್ಟಣಕ್ಕೆ ಹೊರಟು ನಿಂತು ಇರುತ್ತೀರಿ, ಆಗ ತನ್ನ ಪಂಚೆಯೊಳಗಿನ ನಿಕ್ಕರ್ ನಿಂದ ಹಣ ತೆಗೆದುಕೊಟ್ಟು ಬಸ್ಟಾಪ್ ತನಕ ಬಂದು ಒಂದಷ್ಟು ಮಾತ್ರೆ, ಒಂದು ಬಿಸ್ಕೆಟ್ ಪ್ಯಾಕ್ ಕೊಟ್ಟು ತನ್ನ ಅಂಗೀ ಕೀಸೆಯಲ್ಲಿದ್ದ ಕೊನೆಯ ನೂರು ರೂಪಾಯಿಯನ್ನು ನಿಮ್ಮ ಕಿಸೆಗೆ ತುರುಕಿ ಅದು ಪಟ್ಟಣ ಅಲ್ಲಿ ಖರ್ಚು ಬಹಳ ಇರುತ್ತೆ, ಇಟ್ಟುಕೋ ಅಂತ ಹೇಳಿ ತನ್ನ ಕಣ್ಣಂಚಿನಲ್ಲಿ ಸಣ್ಣಗೆ ಸನ್ನಿ ಮಾಡಿಕೊಂಡು ಮರೆಯಾಗುತ್ತಾನಲ್ಲ, ಅದಕ್ಕೆ ಅಪ್ಪನೇ ಬೇಕು. ತನ್ನ ಕಷ್ಟಗಳನ್ನು ಅಮ್ಮ ಕೂಗಾಡಿಕೊಳ್ಳಬಹುದು ಆದರೆ ಅಪ್ಪ ಎಂದು ಅವನ್ನು ಬಿಚ್ಚಿಡಲಾರ. ಮಕ್ಕಳನ್ನು ಪರಿಪೂರ್ಣವಾಗಿಸಲು ತಾನು ಪೂರ್ತಿ ಖಾಲಿಯಾಗಲು ಸಿದ್ದನಾಗುತ್ತಾನಲ್ಲ, ಅದಕ್ಕೆ ಈ ಅಪ್ಪನ ಕುರಿತು ಬರೆಯಬೇಕೆಂದು ಅನಿಸಿತು ನಮ್ಮ ಎಲ್ಲಾ ಬೇಕುಗಳನ್ನು ಅಪ್ಪನೆ ಪೂರೈಸುತ್ತಾನಾದರೂ ಅವು ಅಮ್ಮನ ಶಿಫಾರಸ್ಸಿನಿಂದಲೇ ಆಗುವುದರಿಂದಾಗಿ ಅಮ್ಮ ನಮ್ಮನ್ನು ಸಂವೇದನೆ ಗೋಳಪಡಿಸಿದಷ್ಟು ಈ ಅಪ್ಪ ಮಾಡಲಾರ.

ಅಪ್ಪನೇ ಹಾಗೆ, ಅಪ್ಪನೆಂದರೆ ಜವಾಬ್ದಾರಿ, ಅಪ್ಪನೆಂದರೆ ಕಾಳಜಿ, ಅಪ್ಪನೆಂದರೆ ಭವಿಷ್ಯದ ರುವಾರಿ. ಅದಕ್ಕೆ ನಾನು ಸದಾ ಚಿರರುಣಿ.

– ಪ್ರಶಾಂತ್ ಭಂಗಿ
ದ್ವಿತೀಯ ವರ್ಷ ಪ್ರಶಿಕ್ಷಣಾರ್ಥಿ

ಹಳ್ಳಿ ಜೀವನ

ಹಳ್ಳಿ ಜೀವನವೆಂದರೆ ಬಲು ಸೊಗಸು, ನೀಲಿ ಆಕಾಶ. ಆಗಸದ ತುಂಬೆಲ್ಲ ನಲಿಯುತ್ತ ಉಲಿಯುತ್ತ ಹಾರುವ ಹಕ್ಕಿಗಳು, ಎಲ್ಲೆಂದರಲ್ಲಿ ಕಾಣುವ ಕೆರೆ ತೊರೆಗಳು, ಹಸುರಿನಿಂದ ಕಂಗೊಳಿಸುವ ಬೆಟ್ಟ ಗುಡ್ಡಗಳು, ಜೀವಕ್ಕೆ ಜೀವ ಕೊಡುವ ನೆರೆಹೊರೆಯವರು. ಕಣ್ಣಾಡಿಸಿದಲ್ಲೆಲ್ಲ ಹಸುರು, ಸೂಕ್ಷ್ಮವಾಗಿ ಆಲಿಸಿದಾಗ ಕೇಳುವ ನದಿ ಹರಿಯುವ ಸದ್ದು, ದೂರದಲ್ಲೆಲ್ಲೋ ಇರೋ ಬೆಟ್ಟ ಕಾಣುವಷ್ಟು ಸ್ವಚ್ಛಂದ ಆಕಾಶ. ಹಕ್ಕಿಗಳ ಕಲರವ, ಕೆಲವೊಮ್ಮೆ ರಾತ್ರಿಯಾದಾಗ ಆಕಾಶವಾಣಿಯಂತೆ ಕೇಳುವ ಗೂಬೆಯ ಕೂಗು, ಆ ಶಬ್ದಕ್ಕೆ ತಾಳ ಹಾಕುವಂತೆ ಕೇಳುವ ಪುಟ್ಟ ಹುಳದ ದನಿ, ಕತ್ತಲಾದಾಗಲೆಲ್ಲ ಮಿಂಚುವ ಮಿಂಚು

ಹುಳಗಳು, ಮಳೆ ಮುನ್ಸೂಚನೆ ನೀಡುವ ಹಕ್ಕಿಯ ಕೂಗು, ದಪ್ಪ ಕಂಬಳಿಯಂತೆ ಆವರಿಸುವ ಕಾರ್ಮೋಡ, ಮಳೆ ಬಂದಾಗ ಪಸರಿಸುವ ಮಣ್ಣಿನ ಘಮ, ಹೂಗಳ ಪರಿಮಳ ಬೆರೆತು ಬೀಸುವ ತಂಪುಗಾಳಿ. ಒಂದೇ ಸಮನೆ ಸುರಿಯುವ ಮಳೆ. ಇವುಗಳ ನಡುವೆ ತನಗೇನು ತಿಳಿಯದೆ ಗದ್ದೆ ಕಾಯುವ ಬೆದರುಗೊಂಬೆ. ಒಂದೇ ಎರಡೇ ವರ್ಣಿಸುತ್ತ ಹೋದರೆ ಪುಟಗಳೆ ಸಾಲದು.

ಪಟ್ಟಣಗಳಿಗೆ ಹೋಲಿಸಿದರೆ ಹಳ್ಳಿಯಲ್ಲಿ ತುಸು ನೆಮ್ಮದಿಯ ಜೀವನ ಕಾಣಬಹುದು. ರೈತನ ಬದುಕು ಮತ್ತು ಸಂಪಾದನೆ ಸಂಪೂರ್ಣವಾಗಿ ಪ್ರಕೃತಿ ನಿಯಮಕ್ಕೆ ಬದ್ಧವಾಗಿರುತ್ತೆ. ಬೆಳಗ್ಗೆ ಎದ್ದಾಗ ಕೇಳುವ ಕೋಳಿಯ ಕೂಗಿನ ಸುಪ್ರಭಾತದಿಂದ ಹಿಡಿದು ಹಳ್ಳಿಯ ಬದುಕಿನಲ್ಲಿ ಎಲ್ಲ ಕೆಲಸಗಳು ಸುತ್ತ ಮುತ್ತಲಿನ ಪರಿಸರಕ್ಕೆ ಅವಲಂಬಿತವಾಗಿರುತ್ತೆ. ಪಟ್ಟಣಕ್ಕಿಂತಲೂ ಹಲವು ಪಟ್ಟು ಹೆಚ್ಚಿನ ಶುದ್ಧ ಗಾಳಿ, ತಾಜಾ ತರಕಾರಿ. ಒಳ್ಳೆಯ ಮನಸ್ಸುಗಳು ಸಿಗುವುದಂತೂ ಸತ್ಯ. ಹಬ್ಬ ಹರಿದಿನಗಳನ್ನು ವಿಶೇಷವಾಗಿ ಆಚರಿಸುವ ರೂಢಿ ಇಂದಿಗೂ ಜೀವಂತವಾಗಿವೆ. ಮನೆಗಳ ಮುಂದೆ ರಂಗೋಲಿ, ದೇವರ ಮುಂದೆ ನೈವೇದ್ಯ ತಟ್ಟೆ, ಬಾಗಿಲಲ್ಲಿ ತೋರಣಗಳು ಈಗಲೂ ರಾರಾಜಿಸುತ್ತವೆ. ಜಾನಪದ ಕಲೆಗಳಿಗೆ ಹಳ್ಳಿಯೇ ತವರೂರು. ಒಗಟುಗಳು, ಅನುಭವದಿಂದ ಹೊರಹೊಮ್ಮಿದ ಗಾದೆಗಳು ಜೀವನದ ಪಥದಲ್ಲಿ ಸಾಗಲು ಮಾರ್ಗದರ್ಶಿಗಳು, ಹಳ್ಳಿಗರಲ್ಲಿಯ ವಿಶೇಷ ಗುಣವೆಂದರೆ ಒಗ್ಗಟ್ಟು.

ನಮ್ಮ ದೇಸಿಯತೆ ಇರುವುದು ಹಳ್ಳಿ ವಾತಾವರಣದಲ್ಲಿ ಹಳ್ಳಿಯ ಜೀವನ ಮನಸ್ಸಿಗೆ ನೆಮ್ಮದಿ, ಸಂತೋಷ ನೀಡುತ್ತದೆ. ಖ್ಯಾತ ಕಲಾವಿದರು ಅವರು ತಮ್ಮ ಕಲಾಕೃತಿಗಳಲ್ಲಿ ಹಳ್ಳಿಯ ಸಂಸ್ಕೃತಿಯನ್ನು ಅನಾವರಣಗೊಳಿಸಿದ್ದಾರೆ.ಇವರು ಹಳ್ಳಿಗಾಡಿನ ಅನೇಕ ಸನ್ನಿವೇಶಗಳನ್ನು ತಮ್ಮ ಕಲಾಕೃತಿಗಳ ರಚನೆಗೆ ಆಯ್ಕೆ ಮಾಡಿಕೊಂಡಿದ್ದಾರೆ. ಹಳ್ಳಿಯಲ್ಲಿ ಕಾಣುವ ಪ್ರತಿಯೊಂದು ಸನ್ನಿವೇಶವೂ ದೃಶ್ಯಕಾವ್ಯವೇ ಸರಿ. ಜೀವನದ ಜಂಜಾಟವನ್ನು ಮರೆತು ರೈತ ತನ್ನ ಕಾಯಕದಲ್ಲಿ ತೊಡಗಿರುವುದು, ಮಹಿಳೆಯರ ನಿತ್ಯ ಕಾರ್ಯಗಳಾದ ನೀರು ತುಂಬುವುದು, ಹಾಲು ಕರೆಯುವುದು, ಎಮ್ಮೆ ಮೈ ತೊಳೆಯುವುದು ಮೊದಲಾದ ಹಳ್ಳಿಯ ಜೀವನವನ್ನು ಕಲಾಕೃತಿಗಳಲ್ಲಿ ಅನಾವರಣಗೊಳಿಸಿದ್ದಾರೆ.

ಒಬ್ಬರಿಗೊಬ್ಬರು ಸಹಾಯ ಸಹಕಾರ ಗುಣ. ಹೊಂದಿಕೊಂಡು ಬಾಳುವ ಸದ್ಗುಣ, ತಾಳ್ಮೆ, ಅವಿಭಕ್ತ ಕುಟುಂಬಗಳು, ಜಾನಪದ ಕ್ರೀಡೆಗಳಾದ ಕುಂಟೆಬಿಲ್ಲೆ. ಚಿನ್ನಿದಾಂಡು, ಲಗೋರಿ ಮರಕೋತಿಗಳು, ಅಜ್ಜ–ಅಜ್ಜಿ, ಮಾವ– ಅತ್ತೆ,ಅಕ್ಕ–ಭಾವ. ಅಣ್ಣ ತಮ್ಮ ತಂಗಿ ಚಿಕ್ಕಪ್ಪ ದೊಡ್ಡಪ್ಪ ಹೀಗೆ ಸಂಬಂಧಗಳ ಸವಿ ಕೂಡ ಹಳ್ಳಿ ಜೀವನದ ವಿಶೇಷತೆ ಹಾಗೆಯೇ ಸಂಜೆ ಕೆಲಸ ಮುಗಿಸಿ ಅಕ್ಕಪಕ್ಕ ಮನೆಯ ಹೆಂಗಸರು ಒಟ್ಟಿಗೆ ಸೇರಿ ಹರಟೆ ಹೊಡೆಯುತ್ತ ಇದ್ದರೆ ಇನ್ನು ಒಂದು ಕಡೆ ಗಂಡಸರು ಬೀಡಿ, ತಂಬಾಕು ಹಾಕುತ್ತ ಅಂಗಡಿಗಳ ಮುಂದೆ ಒಟ್ಟಾಗುವುದು ಸಾಮಾನ್ಯ. ಗದ್ದೆ

ತೋಟದಲ್ಲಿ ಮೈಬಗ್ಗಿಸಿ ಬೆವರು ಹರಿಸಿಯ ಹಳ್ಳಿಗರ ಪದ್ಧತಿ, ಆಚರಣೆ, ಆಡಂಬರವಿಲ್ಲದ ಜೀವನ ಸಾಕು ಪ್ರಾಣಿಗಳ ಒಡನಾಟ ಹೀಗೆ ಹತ್ತು ಹಲವಾರು ವಿಷಯಗಳು ವರ್ಣಿಸಲು ಅಸಾಧ್ಯ.

ನಮ್ಮ ಹಿಂದಿನ ಹಳ್ಳಿಗಳ ಜೀವನ ಸ್ಥಿತಿ ಇಂದಿನ ಹಳ್ಳಿಗಳಿಗಿಂತ ನೂರುಪಟ್ಟು ಉತ್ತಮವಾಗಿತ್ತು. ನಮ್ಮ ತಾತನ ತಲೆಮಾರಿನ ಹಳ್ಳಿಯ ಬದುಕನ್ನು ಒಂದು ಕ್ಷಣ ಅವಲೋಕಿಸಿದರೆ ನಮಗೆ ನಿಜವಾಗಿಯೂ ಇಂದಿನ ಹಳ್ಳಿಗಳ ಬಗ್ಗೆ ಬೇಸರ ತರಿಸುತ್ತದೆ ಎಂದರೆ ತಪ್ಪಾಗಲಾರದು.

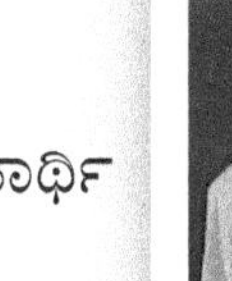

✍ – ನಟರಾಜ
ದ್ವಿತೀಯ ವರ್ಷ ಪ್ರಶಿಕ್ಷಣಾರ್ಥಿ

*****

ಕನ್ನಡ ಭಾಷೆಯನ್ನು ಉಳಿಸುವಲ್ಲಿ ಕನ್ನಡಿಗರ ಪಾತ್ರ

ಒಬ್ಬ ವ್ಯಕ್ತಿ ಪರಿಪೂರ್ಣತೆಯನ್ನು ಪಡೆಯಬೇಕಾದರೆ ಮಾತೃಭಾಷೆಯಿಂದ ಮಾತ್ರ ಸಾಧ್ಯ. ಮಾತೃಭಾಷೆಯನ್ನು ಕಡೆಗಣಿಸಿದ ವ್ಯಕ್ತಿ ಹೆತ್ತ ತಾಯಿಯನ್ನು ಕಡೆಗಣಿಸಿದಷ್ಟೇ ಸತ್ಯ. ಕನ್ನಡಿಗನಾಗಿ ಹುಟ್ಟಿ ಕೊನೆಗೆ ಮಣ್ಣಲ್ಲಿ ಮಣ್ಣಾಗುವ ವರೆಗೆ ಕನ್ನಡಿಗನಾಗಿ ಬದುಕಿ ಬಾಳುವುದು ಮನುಷ್ಯತ್ವ ಅಲ್ಲವೇ. ಕನ್ನಡಿಗರು ಯಾವುದೇ ಮುಜುಗರಕ್ಕೆ ಒಳಪಡದೆ ಪರಭಾಷಿಗರನ್ನು ಕನ್ನಡದಲ್ಲಿ ಮಾತನಾಡಿಸಬೇಕು.

ಆಂಗ್ಲಭಾಷೆ ಅಥವಾ ಹಿಂದಿ ಕಲಿತರೇ ಹೊಟ್ಟೆಗೆ ಅನ್ನ ಎಂಬ ಭಾವನೆಯನ್ನು ಬಿಡಬೇಕು. ನಮ್ಮ ಕನ್ನಡ ಭಾಷೆಯಲ್ಲಿಯೇ ಕಲಿತ ಉನ್ನತ ವಿದ್ಯಾಭ್ಯಾಸಕ್ಕೆ ಸೇರಿ ಇಂಗ್ಲಿಷ್ ಕಲಿತು, ಆನಂತರ ನಮಗೆ ಅನ್ನ ಕೊಟ್ಟ ಭಾಷೆ ಎಂದು ಎಲ್ಲವೂ ಇಂಗ್ಲಿಷ್ಮಯ ವಾಗಬಾರದು.

ಪರಭಾಷೆ ನಮಗೆ ಎಷ್ಟು ಅವಶ್ಯವೋ ಅಷ್ಟನ್ನು ಮಾತ್ರ ಬಳಸಬೇಕು ಅದು ಅತಿಯಾಗಬಾರದು. ಒಟ್ಟಿನಲ್ಲಿ ಭಾಷೆ ಮತ್ತು ಸಂಸ್ಕೃತಿ ಹೇಗೆ ನಿಧಾನವಾಗಿ ಮರೆಯಾಗುತ್ತಿದೆ. "ಭಾರತದಾದ್ಯಂತ ಜನರು ನಮ್ಮ ನಗರಕ್ಕೆ ಬರುತ್ತಿದ್ದಾರೆ ಆದರೆ ಅವರಿಗೆ ಕನ್ನಡ ತಿಳಿದಿಲ್ಲ ಮತ್ತು ಆದ್ದರಿಂದ ನಮ್ಮದೇ ರಾಜ್ಯದಲ್ಲಿ ಕನ್ನಡವನ್ನು 'ದ್ವಿತೀಯ' ಭಾಷೆಯಾಗಿ ಮಾಡಲಾಗುತ್ತಿದೆ!" ಕನ್ನಡ ಮಾತನಾಡುವುದು ಸಹ ಜೀವನದಲ್ಲಿ ಯಶಸ್ಸಿಗೆ ಕಾರಣವಾಗುತ್ತದೆ ಎಂಬ ಅರಿವನ್ನು ನಾವು ಹರಡಬೇಕು. ಈಗ ಹಲವರು ಇಂಗ್ಲಿಷ್ ಮಾತನಾಡುವುದು ಒಳ್ಳೆಯದು.

ಕನ್ನಡದ ಉಳಿವಿಗೆ ನಾವು ಕನ್ನಡಿಗರು ಮಾಡಬಹುದಾದ ಕರ್ತವ್ಯಗಳು

ಕನ್ನಡದ ವ್ಯಾಪ್ತಿ ಚಿಕ್ಕದು ಎಂಬ ಕೀಳರಿಮೆ ಇಂದ ಹೊರಬನ್ನಿ..ಕರ್ನಾಟಕ ಎಂಬುದು ಇಟಲಿ, ಜರ್ಮನಿ ಯಷ್ಟೇ ದೊಡ್ಡದು..ಅವರಿಗಿಂತ ಹೆಚ್ಚಿನ ಜನಸಂಖ್ಯೆ ಹೊಂದಿದ್ದೆವೆ. ಜಗತ್ತಿನ 23ನೇ ಅತಿ ಹೆಚ್ಚು ಜನರಾಡೋ ಭಾಷೆ ಇದು. ಕೀಳರಿಮೆ ತೊಡೆದ ನಂತರ, ಎಲ್ಲರೊಂದಿಗೆ ಪುಷ್ಟಳವಾದ ನೇರವಾದ ಕನ್ನಡದಲೇ ಮಾತಾಡಿ.ಎಷ್ಟೋ ಸಲ ನಾವು ಆಡುವ ಸುತ್ತಿ ಬಳಸಿದ ಸಪ್ಪೆ ಕನ್ನಡ ನಮಗೇ ಬೇಸರ ಉಂಟುಮಾಡುತ್ತದೆ.

- ✓ ನಿಮ್ಮ ಮಕ್ಕಳು ಡಿಸ್ಕವರಿ, ಕಾರ್ಟೂನ್, ನ್ಯಾಷನಲ್ ಜಿಯೋಗ್ರಾಫಿಕ್ ಚಾನೆಲ್ ಕನ್ನಡದಲ್ಲಿ ನೋಡುವಂತಾಗಲು ಟಿ.ವಿ.ಸಿಸ್ಟಮ್ ಲ್ಯಾಂಗ್ವೇಜ್ ಸೆಟ್ ಅಪ್ ನಲಿ ಕನ್ನಡ ಅಂತ ಆಯ್ಕೆ ಮಾಡಿ.

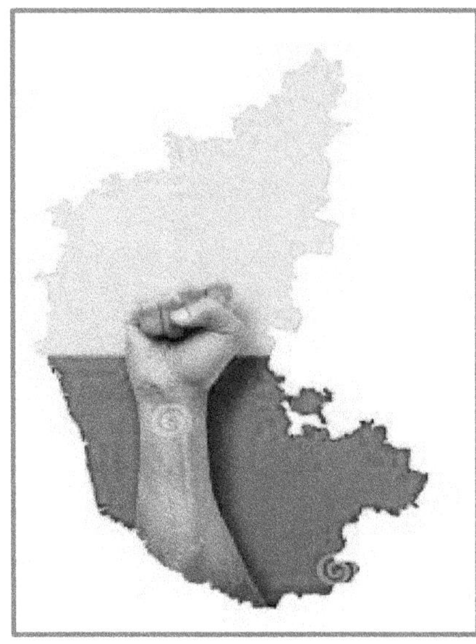

✓ ವೈಯಕ್ತಿಕವಾಗಿ ಕನ್ನಡಿಗನೊಂದಿಗೆ ಯಾವುದಾದರೂ ಭಾಷೆಲಿ ಮಾತನಾಡಿ. ಅದರೆ ಗುಂಪಿನಲಿ ಯಾರೇ ಇರಲಿ ನಿಮ್ಮ ಬಾಯಿಂದ ಕನ್ನಡವೇ ಬರಲಿ.

✓ ಕನ್ನಡಪರರೊಂದಿಗೆ ಮಾತ್ರ ನಿಮ್ಮ ವ್ಯಾಪಾರ ವ್ಯವಹಾರಗಳಿರಲಿ. ಅಗ ಮಾತ್ರ ಕನ್ನಡಕ್ಕೆ ಆನೆಬಲ ಬರುವುದು. ಇದು ಅತೀ ಮಹತ್ವದ್ದು. ಅಕನ್ನಡಿಗರ ಮಣಿಸಲು, ವಲಸೆ ತಡೆಯಲು ಇದೇ ಒಳರಣಸೂತ್ರ.

✓ ನಿಮ್ಮ ಯುಟ್ಯೂಬ್ ಚಾನೆಲ್ ನಲಿ ಆದಷ್ಟು ಕನ್ನಡದ ಚಾನೆಲ್‌ಗಳಿಗೆ ಚಂದಾದಾರರಾಗಿ. ಇದರಿಂದ ಹೆಚ್ಚಿನ ಕನ್ನಡ ಯುಟ್ಯೂಬರ್ಸ್‌ಗೆ ಹುರುಪು ಸಿಗುತ್ತೆ.

✓ ಕನ್ನಡಿಗರು ಅಲ್ಪತೃಪ್ತರು, ಅತೀ ಸಹಮತಿಗಳು ಎಂಬ ಹಣೆಪಟ್ಟಿ ಕಳಚುವಂತಾಗಲಿ. ಕನ್ನಡ ಸಿನಿಮಾನೇ ನೋಡಿ.

✓ ಜಾಹಿರಾತುಗಳಲ್ಲಿ ಪರಭಾಷಾ ನಟರು ಕಂಡೊಡನೆ ಆ ಕಂಪನಿಗೆ ಫೋನ್ ಮಾಡಿ ತರಾಟೆಗೆ ತೆಗೆದುಕೊಳ್ಳಿ. ಕನ್ನಡ ನಟರನು ಜಾಹಿರಾತಲಿ ಬಳಸಿಕೊಳ್ಳಲು ಒತ್ತಾಯಿಸಿ. ಕನ್ನಡ ಮೂಲದ ಕಂಪನಿಗಳ ಉತ್ಪನ್ನಗಳನೆ ಬಳಸಿ.

✓ ಕಸ್ಟಮರ್ ಕೇರ್‌ನಲ್ಲಂತೂ ಕನ್ನಡ ಬಿಟ್ಟು ಬೇರೆ ಭಾಷೆ ಮಾತಾಡಲೆಬಾರದು. ಎಕೆಂದರೆ ಇದರಲ್ಲಿ ಸಿಗುವ ದತ್ತಾಂಶಗಳಿಂದಲೆ ಕಂಪನಿಗಳು ಕನ್ನಡಿಗರ ಮಾರ್ಕೆಟ್, ಅವರಿಗೆ ಸೇವೆ ಒದಗಿಸುವ ಭಾಷೆ, ಕನ್ನಡಿಗರ ಪುರೋಗಾಮಿತ್ವವನ್ನು ಲೆಕ್ಕ ಹಾಕುತ್ತಿರುತ್ತವೆ ಆದ್ದರಿಂದ ಇಲ್ಲಿ ಮಾತ್ರ ಕನ್ನಡ ರಾರಾಜಿಸಲೆಬೇಕು.

✓ ಕನ್ನಡಿಗ ಉಳಿದರೆ ಮಾತ್ರ ಕನ್ನಡ ಉಳಿಯುತ್ತದೆ ಕನ್ನಡ ಬೆಳೆದರೆ ಮಾತ್ರ ಕನ್ನಡಿಗ ಬೆಳೆಯುತ್ತಾನೆ ಎಂಬ ಸತ್ಯವನ್ನು ಅರಿತುಕೊಳ್ಳಬೇಕು.

ಒಟ್ಟಾರೆಯಾಗಿ ಕನ್ನಡವನ್ನು ಉಳಿಸುವುದು ಹೇಗೆ ಎಂಬಂತಹ ಪ್ರಶ್ನೆಗಳೇಕೆ ಉದ್ಭವಿಸುತ್ತದ್ದೋ ಗೊತಿಲ್ಲ! ಕನ್ನಡ ವಿನಾಶದ ಅಂಚಿನಲ್ಲಿರುವ ಭಾಷೆ ಎಂದು ನೀವು ಭಾವಿಸಿರಬೇಕು. ಕನ್ನಡದ ಉಳಿವು, ಕನ್ನಡವನ್ನು ಉಳಿಸೋಣ, ಕನ್ನಡವನ್ನು ರಕ್ಷಿಸೋಣ ನಮ್ಮವರೇ ನಮಗಾಗಿ ನಿಲ್ಲದಾಗ, ಇತರರಾದರೂ, ಏನು ಮಾಡಲು ಸಾಧ್ಯ.

✍ – ಭಾಗ್ಯಶ್ರೀ ಮರಿಗೌಡ್ರ
ಪ್ರಥಮ ವರ್ಷ ಪ್ರಶಿಕ್ಷಣಾರ್ಥಿ

ಕನ್ನಡ ಎಂಬುದು ನೆಲದ ಗುಣ

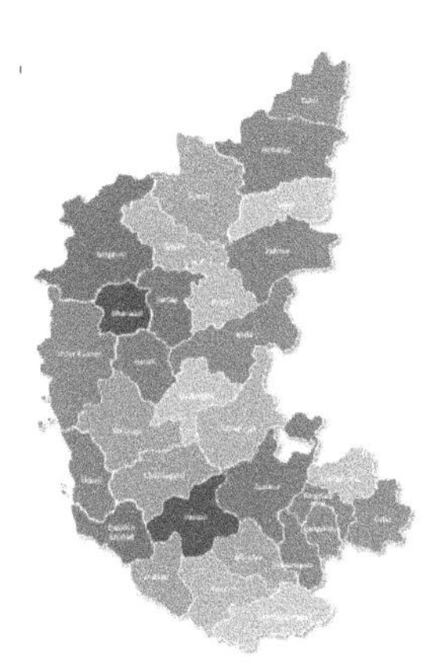

ಸಂಸ್ಕೃಯೆಂದರೆ ಜೀವನವನ್ನು ಹದ ಮಾಡಿಕೊಳ್ಳುವಂಥದ್ದು. ಭಾರತೀಯ ಸಂಸ್ಕೃತಿ ಎನ್ನುವುದು ಹಲವು ಸಂಸ್ಕೃತಿಗಳ ಸಂಗಮವಷ್ಟೇ! ಆದರೆ, ಕನ್ನಡ ಸಂಸ್ಕೃತಿಯೆಂದರೆ ಹಲವು ಸಂಸ್ಕೃತಿಗಳ ಸಂಗಮವಲ್ಲ, ಅದು ಕನ್ನಡ ಭಾಷೆಯ ಸಂಸ್ಕೃತಿ. ಅಷ್ಟಕ್ಕೂ ಕನ್ನಡ ಸಂಸ್ಕೃತಿಯನ್ನು ದಕ್ಷಿಣ ಭಾರತದ ಸಂಸ್ಕೃತಿಯೆಂದೇ ಹೆಚ್ಚು ಗುರುತಿಸಲಾಗುತ್ತಿದೆ. ನಮ್ಮ ಸಂಸ್ಕೃತಿಯ ಮೂಲವನ್ನು ಸಿಂಧೂ ಸಂಸ್ಕೃತಿಯಲ್ಲಿ ಕಾಣಬಹುದು. ಕನ್ನಡ ಭಾಷೆ ದ್ರಾವಿಡ ಕುಲದ್ದು. ಈ ದ್ರಾವಿಡರೇ ಸಿಂಧು ನಾಗರಿಕತೆ ಕಟ್ಟಿದವರು ಎಂದು ಹೇಳುತ್ತಿರುವಾಗೆ ನಮ್ಮ ಸಂಸ್ಕೃತಿಯ ಬೇರುಗಳನ್ನು ನಾವು ಅಲ್ಲಿ ಹುಡುಕಿಕೊಳ್ಳಬಹುದದು

ರಾಘವಾಂಕನ ಹರಿಶ್ಚಂದ್ರ ಕಾವ್ಯದಲ್ಲೊಂದು ಮಾತು ಬರುತ್ತದೆ: 'ಬಂದ ಕಾಲದ ಗುಣವೋ, ನಿಂದ ನೆಲದ ಗುಣವೋ'. ನೆಲದ ಗುಣವು ಅಲ್ಲಿನ ಸಂಸ್ಕೃತಿಯನ್ನು ಕಟ್ಟುತ್ತದೆ. ಈ ಕಪ್ಪು ಮಣ್ಣಿನ ನಾಡು ಇಲ್ಲಿನ ಸಂಸ್ಕೃತಿಯನ್ನು ರೂಪಿಸಿತ್ತು.

ಸ್ವಾಭಿಮಾನದ ಮಯೂರವರ್ಮ, ಮಹಾಸಾಮ್ರಾಟ ಪುಲಿಕೇಶಿ, ಕಲ್ಲಿನಲ್ಲಿ ಕಲೆ ಅರಳಿಸಿದ ವಿಷ್ಣುವರ್ಧನ, ಮನೆಗೊಬ್ಬ ಸೈನಿಕರಿದ್ದ ವಿಜಯನಗರ ಸಾಮ್ರಾಜ್ಯ, ರಸ್ತೆಯಲ್ಲೇ ಸಿರಿಯನ್ನು ಹರಿಸಿದ ಶ್ರೀ ಕೃಷ್ಣದೇವರಾಯ, ಸಾಮಾಜಿಕ ನ್ಯಾಯದ ಮೈಸೂರು ದೊರೆ ನಾಲ್ವಡಿ, ಮಹೆಂಜೋದಾರ್ಗೆ ಚಿನ್ನ ಕಳುಹಿಸುತ್ತಿದ್ದ ಕೋಲಾರ, ಧರ್ಮ ಸಮನ್ವಯತೆಗಳ ಸ್ವಚ್ಚ ಆಡಳಿತ, ಜಾತಿ ಬಗೆಗೆ ಜಗತ್ತಿನಲ್ಲಿ ಮೊದಲು ದನಿ ಎತ್ತಿದ ವಚನ ಸಾಹಿತ್ಯ, ಹೆಣ್ಣು ಕೂಡ ಗಂಡಿಗೆ ಸಮ ಎಂದು ತೋರಿಸಿದ ವಚನಗಾರ್ತಿಯರು, ನರ್ತಕಿ ಶಾಂತಲೆ, ರಾಣಿ ದಾನಚಿಂತಾಮಣಿ ಅತ್ತಿಮಬ್ಬೆ, ಕನ್ನಡ ದಿಂದ ಆರಂಭಿಸಿ ವಿವಿಧ ಭಾಷೆಗಳಲ್ಲಿ ಸಾಹಿತ್ಯ ಅರಳಿಸಿದ. ಕನ್ನಡದ ಕವಿಗಳು. ಅಕ್ಷರ ಬಾರದಿದ್ದರೂ ಕಾವ್ಯ ಪ್ರಯೋಗ ದಲ್ಲಿ ಪರಿಣತ ಪಡೆದಿದ್ದ ಶ್ರೀಸಾಮಾನ್ಯ, ಮಲ್ಲಿಗೆಯುಂತಿದ್ದ ಜಾನಪದ, ದನಗಳಿಂದ ಹೆಣ್ಣು ಮಕ್ಕಳವರೆಗೆ ರಕ್ಷಣೆಗೆ ಪ್ರಾಣಕೊಟ್ಟ ಸಾಮಾನ್ಯರು, ಭವ್ಯತೆಯಲ್ಲಿ ಒಂದಕ್ಕೊಂದು ಸ್ಪರ್ಧೆಗೆ ಬಿದ್ದಿರುವಂತೆ ಕಾಣುವ ದೇವಾಲಯಗಳು, ಗುಹೆಗಳಲ್ಲಿ ಕಂಡುಬರುವ ಚಿತ್ರಕಲೆಗಳು, ಪ್ರಪಂಚಕ್ಕೆ ಕಾಣಿಕೆಯಾಗಿ ನೀಡಿದ ಕರ್ನಾಟಕ ಸಂಗೀತವೆಂಬ ಸಂಗೀತ ಪ್ರಕಾರ, ಯಕ್ಷಗಾನ, ಬಯಲಾಟ, ದೊಡ್ಡಾಟ, ಹೇಳುತ್ತಾ ಹೋದರೆ ಒಂದಾ ಎರಡಾ? ಇದೆಲ್ಲವನ್ನು ರೂಪಿಸಿದ್ದು ಈ ಮಣ್ಣು ಈ ಭಾಷೆ, ಈ ಸಂಸ್ಕೃತಿ. ಮೆಕಾಲೆ ಹೇಳುತ್ತಾನೆ, "ಒಂದು ಸಂಸ್ಕೃತಿಯನ್ನು ನಾಶ ಮಾಡಬೇಕೆಂದಿದ್ದರೆ ಮೊದಲು ಅಲ್ಲಿನ ಭಾಷೆಯನ್ನು ನಾಶಮಾಡಿ, ಜನರನ್ನಲ್ಲ!". ಇಂಗ್ಲಿಷ್ ಕವಿ ಕೀಟ್ಸ್ ಹೇಳುವಂತೆ, "ಭಾಷೆಯ ನಾಶವೆಂದರೆ ಅದು ಸಂಸ್ಕೃತಿಯ ನಾಶವೇ ಆಗಿರುತ್ತದೆ". ಕನ್ನಡ ಭಾಷೆ. ನಾಶವಾಗುತ್ತಿದೆ ಎಂದರೆ ಅದು ಕೇವಲ ಅಕ್ಷರಗಳ ನಾಶ, ಮಾತುಗಳ ನಾಶ ಎಂಬ ಅರ್ಥವಲ್ಲ, ಅದರೊಂದಿಗೆ ಸಂಸ್ಕಾರವೂ ನಾಶ, ಸಂಗೀತವೂ ನಾಶ, ಆಚಾರ– ವಿಚಾರಗಳು ನಾಶ, ಲಲಿತಕಲೆಗಳ ನಾಶ, ಒಂದು ಜೀವಂತ ನಾಗರೀಕತೆಯ ಅವಸಾನ! ನಿಜಕ್ಕೂ ನಾವು ಭಯಪಡಬೇಕಾಗಿರುವುದು ಇದಕ್ಕೆ. ಇಂಗ್ಲೀಷ್ ಭಾಷೆಯಿಂದ ಇಂದು ನಾವು ನಮ್ಮ ಸಂಸ್ಕೃತಿಯನ್ನು ಮರೆಯುತ್ತಿರುವುದು ನಿಮ್ಮ ಅರಿವೆಗೆ ಬಂದಿರಬಹುದು. ನಮ್ಮ ಮಕ್ಕಳು ಏಕೆ ದಾರಿ ತಪ್ಪುತ್ತಿವೆ ಎಂಬುದಕ್ಕೆ ಉತ್ತರ ಇಲ್ಲಿದೆ. ಭಾಷೆ ಮಗುವಿಗೆ ಏನು ಕಟ್ಟಿಕೊಡಬೇಕೋ ಅದನ್ನು ಇಂದು ಕಟ್ಟಿಕೊಡಲಾಗುತ್ತಿಲ್ಲ. ಮಾತೃ ಭಾಷೆಯಿಂದಾದ ಕಲಿಕೆ, ಕೇವಲ ಕಲಿಕೆಯನ್ನಲ್ಲದೇ ಭಾವನೆಗಳನ್ನು ತುಂಬಿಕೊಡುತ್ತದೆ.

ವಿಜಯನಗರದ ಪ್ರೌಢದೇವರಾಯನ ಮಂತ್ರಿ ಲಕ್ಷ್ಮೀಧರನ ತಾಯಿ ತನ್ಮಗುವಿಗೆ ಮೊಲೆಯುಣಿಸುವಾಗ ಹೇಳಿದ ಮಾತುಗಳು: "ಕೆರೆಯಂ ಕಟ್ಟಿಸು, ಬಾವಿಯಂ ಸವೆಸು, ದೇವಾಗಾರಂ ಮಾಡಿಸು". ಒಬ್ಬ ತಾಯಿ ಮಗುವಿಗೆ ನೀಡಬಹುದಾದ ಸಂಸ್ಕಾರದ ಮಾತುಗಳವು. ಇನ್ನೂ ಹಿಂದೆ ಹೋದರೆ ಇದೇ ಕನ್ನಡ ಜನಪದ ತಾಯಿಯಂದಿರ ಮಾತುಗಳನ್ನು ಕೇಳಿಸಿಕೊಳ್ಳಿ: "ಆಚಾರಕರಸಾಗು ನೀತಿಗೆ ಪ್ರಭುವಾಗು, ಮಾತಿನಲ್ಲಿ ಚೂಡಾಮಣಿಯಾಗು ನನಕಂದ,

ಜ್ಯೋತಿಯೇ ಆಗು ಜಗಕ್ಕೆಲ್ಲ". ಈಗ ಮಗುವಿಗೆ ಕಣ್ಣು ಬಿಡುವ ಹೊತ್ತಿಗೆ ಮನೆಯಲ್ಲಿ ಎ ಫಾರ್ ಆಪಲ್, ಬಿ ಫಾರ್ ಬಾಲ್ ಸಿದ್ದವಾಗುತ್ತದೆ. ಅಂಕಗಳ ಜಪ ಶುರುವಾಗುತ್ತದೆ.

ಭಾಷೆ ಉಳಿದರೆ ಎಲ್ಲವೂ ಕನ್ನಡ ಉಳಿದಂತೆ. ಭಾಷೆ ಉಳಿದರೆ ಇದೆಲ್ಲಾ ನಮ್ಮ ಸಂಸ್ಕೃತಿಗೆ ನಾವೇ ಕನ್ನಡ ಸಂಸ್ಕೃತಿ ಉಳಿದಂತೆ. ಸಂಸ್ಕೃತಿ ಕಳೆದುಕೊಂಡ ಭಾಷೆ ಬಿಟ್ಟವರನ್ನು ಸಂಸ್ಕೃತಿಯೂ ಕೈ ಬಿಟ್ಟು ನಡೆಯುತ್ತದೆ. ಇಂದಿನ ಮಕ್ಕಳು ತಂದೆತಾಯಿಯರ ಮೇಲೆ ಕೈ ಮಾಡುತ್ತಾರೆ, ಹೆಣ್ಣನ್ನು ನೋಡುವ ದೃಷ್ಟಿಕೋನ ಬದಲಾಗಿದೆ. ಹಿರಿಯರ ಬಗ್ಗೆ ಗೌರವವಿಲ್ಲ ಮುಂತಾದವು ಗಳನ್ನು ಆಗಾಗ ಕೇಳುತ್ತಲೇ ಇರುತ್ತೇವೆ. ಇದು ನಮ್ಮ ನೆಲದ ಸಂಸ್ಕೃತಿಯ ನಾಶದ ಫಲ. ಮೊದಲು ಹಾಗೆ ಇತ್ತು, ಈಗ ಯಾಕೆ ಹಾಗೆ ಇಲ್ಲ ಅಂದರೆ ಸಂಸ್ಕೃತಿ ಮರೆಯಾಗುತ್ತಿದೆ. ಸಂಸ್ಕೃತಿಯ ಈ ಅಧಃಪತನಕ್ಕೆ ಕಾರಣವೇನೆಂದರೆ ಅದರೊಂದಿಗೆ ಬೆಳೆದು ಬರುವ ಭಾಷೆಯ ಅವನತಿ. ಒಂದು ನೆನಪಿರಲಿ, ಭಾಷೆಯೆಂದರೆ ಕೇವಲ ವರ್ಣಮಾಲೆಯಲ್ಲಿ, ಒಂದಿಷ್ಟು ಧ್ವನಿಗಳಲ್ಲ, ಪದ ಮತ್ತು ವಾಕ್ಯಗಳ ಸಮುಚ್ಚಯವೂ ಅಲ್ಲ. ಅದೊಂದು ಜನಾಂಗದ ಉಸಿರು. ಆ ಉಸಿರು ನಿಂತರೆ ಅದರೊಂದಿಗಿರುವ ಸಂಸ್ಕಾರ ಮತ್ತು ಸಂಸ್ಕೃತಿಯೂ ನಿಂತು ಹೋಗುತ್ತದೆ.

ಕನ್ನಡ ಉಳಿಸಿ ಅನ್ನೋದು ಒಂದು ಹೋರಾಟದಂತೆ ಕಾಣಿಸುತ್ತಿಲ್ಲ. ಅದು ಕನ್ನಡಿಗರು ಬದುಕಲಿಕ್ಕೆ ಮಾಡುವ ಹೋರಾಟದಂತೆಯೇ ಭಾಸವಾಗುತ್ತದೆ. ನಾವು ಉಳಿಯಬೇಕಾದರೆ ಭಾಷೆ ಉಳಿಸಬೇಕಿದೆ. ಅನ್ಯ ದಾರಿಯಿಲ್ಲ.

✍ – ನಾಗರಾಜ
ದ್ವಿತೀಯ ವರ್ಷ ಪ್ರಶಿಕ್ಷಣಾರ್ಥಿ

*****

ನಾವು ಮತ್ತು ನಮ್ಮ ಭವಿಷ್ಯ

"ಮಳೆ ಬಂದಂಗೆ ಭತ್ರಿಹಿಡಿ ಸಮಯಕ್ಕೆ ತಕ್ಕಂತೆ ದಾರಿಹಿಡಿ ಮುಂದಿನ ಹತ್ತು ವರ್ಷಗಳಲ್ಲಿ ಈ ಬದಲಾವಣೆ ಬರಲಿದೆ". 1998 ರಲ್ಲಿ, ಕೊಡಾಕ್‌ನಲ್ಲಿ 1,70,000 ಉದ್ಯೋಗಿಗಳು ಕೆಲಸ ಮಾಡುತ್ತಿದ್ದರು ಮತ್ತು ಅವರು ವಿಶ್ವದ 85% ಫೋಟೋ ಫಿಲಂಗಳನ್ನು ಮಾರಾಟ ಮಾಡುತ್ತಿದ್ದರು. ಕೆಲವೇ ವರ್ಷಗಳಲ್ಲಿ, ಡಿಜಿಟಲ್ ಫೋಟೋಗ್ರಫಿ ಅವರನ್ನು ಮಾರುಕಟ್ಟೆಯಿಂದ ಹೊರಹಾಕಿತು. ಕೊಡಾಕ್ ದಿವಾಳಿಯಾಯಿತು ಮತ್ತು ಅದರ ಎಲ್ಲಾ ಉದ್ಯೋಗಿಗಳು ರಸ್ತೆಗೆ ಬಂದರು.

HMT (ವಾಚ್), ಬಜಾಜ್ (ಸ್ಕೂಟರ್), ಡೈನೋರಾ (ಟಿವಿ), ಮರ್ಫಿ (ರೇಡಿಯೋ), ನೋಕಿಯಾ (ಮೊಬೈಲ್), ರಾಜ್ಜೂತ್ (ಬೈಕ್), ಅಂಬಾಸಿಡರ್ (ಕಾರು), ದಿನೇಶ್ (ಬಟ್ಟೆ), ಈ ಎಲ್ಲ ಕಮಪನಿಗಳ ಗುಣಮಟ್ಟದಲ್ಲಿ ಯಾವುದೇ ಕೊರತೆ ಇರಲಿಲ್ಲ, ಆದರೂ ಅವು ಮಾರುಕಟ್ಟೆಯಿಂದ ಹೊರಬಿದ್ದವು; ಕಾರಣ? ಕಾಲಕ್ಕೆ ತಕ್ಕಂತೆ ಅವು ಬದಲಾಗಲಿಲ್ಲ. ಮುಂಬರುವ 10 ವರ್ಷಗಳಲ್ಲಿ ಪ್ರಪಂಚವು ಸಂಪೂರ್ಣವಾಗಿ ಬದಲಾಗುತ್ತದೆ ಮತ್ತು ಇಂದು ನಡೆಯುತ್ತಿರುವ 70% ರಿಂದ 90% ಕೈಗಾರಿಕೆಗಳು ಸ್ಥಗಿತಗೊಳ್ಳುತ್ತವೆ.

ಉಬರ್ ಕೇವಲ ಸಾಫ್ಟ್‌ವೇರ್ ಆಗಿದೆ. ತನ್ನದೇ ಆದ ಒಂದು ಕಾರು ಹೊಂದಿಲ್ಲದಿದ್ದರೂ, ಅವರು ವಿಶ್ವದ ಅತಿದೊಡ್ಡ ಟ್ಯಾಕ್ಸಿ ಕಂಪನಿ. ಏರ್‌ಬ್ನ್ಬಿ ತಮ್ಮದೇ ಆದ ಹೋಟೆಲ್ ಹೊಂದಿಲ್ಲದಿದ್ದರೂ ವಿಶ್ವದ ಅತಿದೊಡ್ಡ ಹೋಟೆಲ್ ಕಂಪನಿಯಾಗಿದೆ. Paytm, ola cabs, oyo ಕೊಠಡಿಗಳಂತಹ ಅನೇಕ ಉದಾಹರಣೆಗಳಿವೆ. ಯುಎಸ್‌ನಲ್ಲಿ

ವಕೀಲರಿಗೆ ಈಗ ಯಾವುದೇ ಕೆಲಸ ಉಳಿದಿಲ್ಲ, ಏಕೆಂದರೆ ಐಬಿಎಂ ವ್ಯಾಟ್ಸನ್ ಸಾಫ್ಟ್‌ವೇರ್ ಒಂದು ಕ್ಷಣದಲ್ಲಿ ಉತ್ತಮ ಕಾನೂನು ಸಲಹೆಯನ್ನು ನೀಡುತ್ತದೆ. ಮುಂದಿನ 10 ವರ್ಷಗಳಲ್ಲಿ, 90% ಯುಎಸ್ ವಕೀಲರು ನಿರುದ್ಯೋಗಿಗಳಾಗುತ್ತಾರೆ; 10% ಉಳಿದಿರುವವರು. ಸೂಪರ್ ಸ್ಪೆಷಲಿಸ್ಟ್ ಆಗುತ್ತಾರೆ.

ವ್ಯಾಟ್ಸನ್ ಹೆಸರಿನ ಸಾಫ್ಟ್‌ವೇರ್ ಮಾನವರಿಗಿಂತ 4 ಪಟ್ಟು ಹೆಚ್ಚು ನಿಖಿರವಾಗಿ ಕ್ಯಾನ್ಸರ್ ರೋಗನಿರ್ಣಯವನ್ನು ಮಾಡುತ್ತದೆ. 2030ರ ವೇಳೆಗೆ ಕಂಪ್ಯೂಟರ್‌ಗಳು ಮನುಷ್ಯರಿಗಿಂತ ಹೆಚ್ಚು ಬುದ್ಧಿವಂತವಾಗಿರುತ್ತವೆ. ಮುಂದಿನ 10 ವರ್ಷಗಳಲ್ಲಿ, 90% ಕಾರುಗಳು ಪ್ರಪಂಚದಾದ್ಯಂತದ ರಸ್ತೆಗಳಿಂದ ಕಣ್ಮರೆಯಾಗುತ್ತವೆ ಉಳಿದಿರುವುವ ಎಲೆಕ್ಟ್ರಿಕ್ ಕಾರುಗಳು ಅಥವಾ ಹೈಬ್ರಿಡ್ ಆಗಿರುತ್ತವೆ; ರಸ್ತೆಗಳು ಖಾಲಿಯಾಗುತ್ತವೆ, ಪೆಟ್ರೋಲ್ ಬಳಕೆ 90% ರಷ್ಟು ಕಡಿಮೆಯಾಗುತ್ತದೆ, ಮತ್ತು ಅದರಿಂದ ಎಲ್ಲಾ ಅರಬ್ ರಾಷ್ಟ್ರಗಳು ದಿವಾಳಿಯಾಗುವ ಸಂಭವವಿದೆ.

ಉಬರ್ ನಂತಹ ಸಾಫ್ಟ್‌ವೇರ್‌ನಿಂದ ಕಾರನ್ನು ಪಡೆಯುತ್ತೀರಿ ಎಂದಾದರೆ ಕೆಲವೇ ಕ್ಷಣಗಳಲ್ಲಿ ಚಾಲಕರಹಿತ ಕಾರು ನಿಮ್ಮ ಬಾಗಿಲಲ್ಲಿ ನಿಲ್ಲುತ್ತದೆ; ನೀವು ಅದನ್ನು ಯಾರೊಂದಿಗಾದರೂ ಹಂಚಿಕೊಂಡರೆ, ಆ ಸವಾರಿ ನಿಮ್ಮ ಬೈಕ್‌ಗಳಿಗಿಂತ ಅಗ್ಗವಾಗಿರುತ್ತದೆ. ಮತ್ತು ಹಾರುವ ಎಲೆಕ್ಟ್ರಿಕ್ ಕಾರುಗಳು ಬರಲಿವೆ ಅದರಿಂದ ಪೆಟ್ರೋಲ್ ಡೀಸೆಲ್ ಕಾರುಗಳು ಗುಜುರಿ ಸೇರಲಿವೆ. ಕಾರುಗಳು ಚಾಲಕರಹಿತವಾಗಿರುವುದರಿಂದ 99% ಅಪಘಾತಗಳು ನಿಂತುಹೋಗುತ್ತವೆ.. ಇದು ಕಾರ್ ವಿಮೆ ಎಂಬ ವ್ಯವಹಾರವನ್ನು ನಿಲ್ಲಿಸುತ್ತದೆ.

ಚಾಲಕನಿಗೆ ಯಾವುದೇ ಉದ್ಯೋಗ ಇರುವುದಿಲ್ಲ. ನಗರಗಳು ಮತ್ತು ರಸ್ತೆಗಳಿಂದ 90% ಕಾರುಗಳು ಕಣ್ಮರೆಯಾದಾಗ, ಟ್ರಾಫಿಕ್ ಮತ್ತು ಪಾರ್ಕಿಂಗ್‌ಗಳಂತಹ ಸಮಸ್ಯೆಗಳು ಸ್ವಯಂಚಾಲಿತವಾಗಿ ಕಣ್ಮರೆಯಾಗುತ್ತವೆ; ಏಕೆಂದರೆ ಒಂದು ಕಾರು ಇಂದು 20 ಕಾರುಗಳಿಗೆ ಸಮಾನವಾಗಿರುತ್ತದೆ. 5 ಅಥವಾ 10 ವರ್ಷಗಳ ಹಿಂದೆ, ಪಿಸಿಬಿ ಇಲ್ಲದಂತಹ ಸ್ಥಳ ಇರಲಿಲ್ಲ. ನಂತರ ಎಲ್ಲರ ಜೇಬಿನಲ್ಲಿ ಮೊಬೈಲ್ ಫೋನ್ ಬಂದಾಗ, ನಂತರ ಪಿಸಿಬಿ ಸ್ಥಗಿತಗೊಳ್ಳಲು ಪ್ರಾರಂಭಿಸಿತು; ನಂತರ ಆ ಎಲ್ಲಾ ಪಿಸಿಬಿ ಜನರು ಫೋನ್ ರೀಚಾರ್ಜ್ ಮಾರಾಟ ಮಾಡಲು ಪ್ರಾರಂಭಿಸಿದರು. ಈಗ ಆನ್‌ಲೈನ್‌ನಲ್ಲಿ ರೀಚಾರ್ಜ್ ಕೂಡ ಪ್ರಾರಂಭಿಸಲಾಗಿದೆ.

ನಾವು ಪ್ರಸ್ತುತ ಗಮನಿಸುತ್ತಿರುವುದೇನೆಂದರೆ ಇತ್ತೀಚಿನ ದಿನಗಳಲ್ಲಿ, ಮಾರುಕಟ್ಟೆಯಲ್ಲಿನ ಪ್ರತಿ ಮೂರು ಅಂಗಡಿಗಳಲ್ಲಿ ಒಂದು ಅಂಗಡಿಯಲ್ಲಿ ಮೊಬೈಲ್ ಫೋನ್ ಮಾರಾಟ, ಸೇವೆ, ರೀಚಾರ್ಜ್, ಪರಿಕರಗಳು, ದುರಸ್ತಿ, ನಿರ್ವಹಣೆ ಮಾಡಲಾಗುತ್ತಿದೆ ಅಲ್ಲವೆ?.

ಈಗ ಎಲ್ಲವನ್ನೂ ಪೇಟಿಎಂ ಮೂಲಕ ಮಾಡಲಾಗುತ್ತದೆ. ಜನರು ತಮ್ಮ ಫೋನ್‌ಗಳಿಂದಲೂ ರೈಲ್ವೆ ಟಿಕೆಟ್‌ಗಳನ್ನು ಕಾಯ್ದಿರಿಸುತ್ತಿದ್ದಾರೆ. ಹಣದ ವಹಿವಾಟುಗಳು ಸಹ ಬದಲಾಗುತ್ತಿವೆ ಕರೆನ್ಸಿ ನೋಟ್ ಅನ್ನು ಮೊದಲು ಪ್ಲಾಸ್ಟಿಕ್ ಮನಿ ಮೂಲಕ ಬದಲಾಯಿಸಲಾಗಿತ್ತು. ಈಗ ಅದು ಡಿಜಿಟಲ್ ಆಗಿ ಮಾರ್ಪಟ್ಟಿದೆ.

ಒಟ್ಟಾರೆಯಾಗಿ ಜಗತ್ತು ಬಹಳ ವೇಗವಾಗಿ ಬದಲಾಗುತ್ತಿದೆ. ಕಣ್ಣು ಮತ್ತು ಕಿವಿಗಳನ್ನು ತೆರೆದಿಡುವ ಅಗತ್ಯವಿದೆ ಎಂದೆನಿಸುತ್ತಿಲ್ಲವೇ?, ಇಲ್ಲದಿದ್ದರೆ ನಾವು ಹಿಂದೆ ಉಳಿದು ಬಿಡುತ್ತೇವೆ. ಆದ್ದರಿಂದ, ಪ್ರತಿಯೊಬ್ಬ ವ್ಯಕ್ತಿಯ ಸಮಯಕ್ಕೆ ತಕ್ಕಂತೆ ತನ್ನ ವ್ಯವಹಾರ ಮತ್ತು ಸ್ವಭಾವವನ್ನು ಬದಲಾಯಿಸುತ್ತಲೇ ಇರಬೇಕಾಗಬಹುದು. ಅದಕ್ಕಾಗಿ ನಾವು ಸಮಯದೊಂದಿಗೆ ಸಾಗಿ ಮತ್ತು ಯಶಸ್ಸನ್ನು ಸಾಧಿಸಬೇಕು.

✍ – ಪ್ರಿಯಾ ಎನ್
ಪ್ರಥಮ ವರ್ಷ ಪ್ರಶಿಕ್ಷಣಾರ್ಥಿ

ಕಾವ್ಯ ಎಂದರೇನು?

ಕಾವ್ಯ ಎಂದರೆ ಒಂದು ವಿಶೇಷ ಪ್ರಕಾರ ಇದು ಭಾವನೆ ಕಲ್ಪನೆ ಹಾಗೂ ಅನುಭವವನ್ನು ಚಂದ ಭಾಷೆಯಲ್ಲಿ ಮನಸಿಗೆ ಮುದ ನೀಡುವ ರೀತಿ ಅಭಿವ್ಯಕ್ತಿಸುತ್ತದೆ. ಕಾವ್ಯ ಎಂದರೇನು ಎಂಬ ಎಂಬ ಪ್ರಶ್ನೆಗೆಬೇರೆ ಬೇರೆ ಮಾದರಿಯ ವಾಗ್ವಾದಗಳಿವೆ. ಕಾವ್ಯವೆಂಬುದು ಅದೊಂದು ಭಾಷಿಕ ವ್ಯಾಪಾರ ಆದರೆ ಆದಷ್ಟು ಮೂಲವೇ ಅಲ್ಲ. ಕಾವ್ಯ ಬೆಂದರೆ ಕಾವ್ಯವೇ ಅದು ಬೇರೆ ಏನು ಅಲ್ಲವೆಂಬ ಚರ್ಚೆಯಿಂದ ಪ್ರಾರಂಭವಾಗಿ ಕಾವ್ಯಕ್ಕೂ ಸಮಾಜಕ್ಕೂ ನಿರ್ಣಾಯಕವಾದ ನೆಂಟಿದೆ ಎಂಬಲ್ಲಿಯವರೆಗೆ ಚರ್ಚೆಗಳು ಸಾಗಿ ಬಂದಿದೆ.

ಭಾರತೀಯ ಕಾವ್ಯಮೀಮಾಂಸೆಯಲ್ಲಿ ಕಾವ್ಯ ಎಂದರೇನು ಎಂಬುದಕ್ಕೆ ಬೇರೆ ಬೇರೆ ಅಲಂಕಾರಿಕರು ಬೇರೆ ಬೇರೆ ರೀತಿಯ ವಾಕ್ಯ ನಿಲುವುಗಳನ್ನು ಹೇಳಿದ್ದಾರೆ.

➤ ಭರತನ ತನ್ನ ಕೃತಿ "ನಾಟ್ಯ ಶಾಸ್ತ" ದಲ್ಲಿ ಕಾವ್ಯವೆಂದರೆ ಒಂದು ರೀತಿಯ "ಭಾವಾನು ಕೇತ ಕೌನ"ಎಂದು ಹೇಳಿದ್ದಾರೆ ಅರಿಸ್ಟಾಟಲ್ ಹೇಳುವ ಅನುಕರಣೆಯ ತತ್ತ್ವಕ್ಕೆ ಇದು ಹತ್ತಿರದಲ್ಲಿದೆ ಅರಿಸ್ಟಾಟಲ್ ಪ್ರಕಾರ ಕಾವ್ಯವೆಂದರೆ ಒಂದು ಕ್ರಿಯೆಯ ಅನುಕರಣೆ ಎಂದಿದ್ದಾರೆ.

➤ ಭಾಮಹನು ತನ್ನ ಕೃತಿ "ಕಾವ್ಯಲಂಕಾರದಲ್ಲಿ" "ಶಬ್ದಾರ್ಥ ಸಹಿತೌಕಾವ್ಯಂ" ಅಂದರೆ ಶಬ್ದ ಮತ್ತು ಅರ್ಥ ಸಹಿತವಾದದ್ದೆ ಕಾವ್ಯವೆಂದು ಹೇಳಿದ್ದಾರೆ ಕಾವ್ಯದಲ್ಲಿಎರಡು ಬಗ್ಗೆ ಇದೆ ಎಂದು ಗುರುತಿಸುತ್ತಾನೆ. ಅದುವೇ ಗದ್ಯ ಕಾವ್ಯ ಪದ್ಯ ಕಾವ್ಯ.

➤ ದಂಡಿಯ ಇಷ್ಟಾರ್ಥದೊಡನೆ ಕೂಡಿಬರುವ ಪದ ಸಮೂಹವೇ ಕಾವ್ಯ ಎನ್ನುತ್ತಾನೆ

➤ ವಾಮನನು "ರೀತಿರಾತ್ಮ ಕಾವಸ್ಯ" ಅಂದರೆ ರೀತಿಯ ಕಾವ್ಯದ ಆತ್ಮವೆಂದು ಕಾವ್ಯವನ್ನು ಬಣ್ಣಿಸುತ್ತಾನೆ ಈತನ ಪ್ರಕಾರ ಪ್ರೀತಿಯನ್ನು ಹೊರತುಪಡಿಸಿದರೆ ಕಾವ್ಯವಿಲ್ಲ ರೀತಿ ಎಂದರೆ ವಿಶಿಷ್ಟವಾದ ಪದ ರಚನೆಯ ಅರ್ಥ.

➤ ಆನಂದ ವರ್ಧನ ತನ್ನಕೃತಿ ಯಾದ " ಧ್ವನ್ಯಾಲೋಕ"ದಲ್ಲಿ "ಕಾವ್ಯಸ್ಯಾತ್ಮಾ ಧ್ವನಿ "ಅಂದರೆ ಧ್ವನಿಗೆ ಕಾವ್ಯವೊಂದರ ಆತ್ಮ ಎಂದು ಕರೆಯಲಾಗುತ್ತದೆ. ಎಂದಿದ್ದಾನೆ.

ಒಟ್ಟಿನಲ್ಲಿ ಇಡೀ ಭಾರತೀಯಕಾವ್ಯಮೀಮಾಂಸೆ ಹುಡುಕಹೊರಟಿದ್ದು ಕಾವ್ಯ ವಂದರ ಒಳಮ್ಮೆ ಮತ್ತು ಹೊರಮ್ಮೆ ರಚನೆ ಇಡಿ ಮೀಮಾಂಸೆಯ ಹುಡುಕಾಟದ ಕೇಂದ್ರವೇ ಕಾವ್ಯ ಎನ್ನಬಹುದು.

✍ – ಚಿನ್ಮಯ್ ಎಚ್ ಎಸ್
ಪ್ರಥಮ ವರ್ಷ ಪ್ರಶಿಕ್ಷಣಾರ್ಥಿ

ಕುವೆಂಪುರವರ 120ನೇ ಜಯಂತಿ ಸವಿನೆನಪಿಗೆ

ಕುವೆಂಪು, ಕುಪ್ಪಳಿ ವೆಂಕಟಪ್ಪ ಪುಟ್ಟಪ್ಪ (ಡಿಸೆಂಬರ್ 29, 1904 – ನವೆಂಬರ್ 11, 1994), ಕನ್ನಡದ ಅಗ್ರಮಾನ್ಯ ಕವಿ, ಕಾದಂಬರಿಕಾರ, ನಾಟಕಕಾರ, ವಿಮರ್ಶಕ ಮತ್ತು ಚಿಂತಕರಾಗಿದ್ದರು. ಇಪ್ಪತ್ತನೆಯ ಶತಮಾನ ಕಂಡ ದೈತ್ಯ ಪ್ರತಿಭೆ. ವರಕವಿ ಬೇಂದ್ರೆಯವರಿಂದ 'ಯುಗದ ಕವಿ ಜಗದ ಕವಿ' ಎನಿಸಿಕೊಂಡವರು.

ಇವರ ಬಾಲ್ಯ :

ವಿಶ್ವಮಾನವ ಸಂದೇಶ ನೀಡಿದವರು. ಕನ್ನಡದ ಎರಡನೆಯ 'ರಾಷ್ಟಕವಿ. ಜ್ಞಾನಪೀಠ ಪ್ರಶಸ್ತಿಯನ್ನೂ, ಕೇಂದ್ರ ಸಾಹಿತ್ಯ ಅಕಾಡೆಮಿ ಪ್ರಶಸ್ತಿಯನ್ನೂ ಮೊದಲ ಬಾರಿಗೆ ಕನ್ನಡಕ್ಕೆ ತಂದುಕೊಟ್ಟವರು. ಕರ್ನಾಟಕ ಸರ್ಕಾರ ಕೊಡಮಾಡುವ ಕರ್ನಾಟಕ ರತ್ನ ಪ್ರಶಸ್ತಿ ಹಾಗೂ ಪಂಪ ಪ್ರಶಸ್ತಿಗಳನ್ನು ಮೊದಲ ಬಾರಿಗೆ ಪಡೆದವರುಕುವೆಂಪು ಅವರು ತಮ್ಮ ತಾಯಿಯ ತವರೂರಾದ ಚಿಕ್ಕಮಗಳೂರು ಜಿಲ್ಲೆಯ ಕೊಪ್ಪ ತಾಲ್ಲೂಕಿನ ಹಿರೇಕೊಡಿಗೆ ಎಂಬಲ್ಲಿ ಡಿಸೆಂಬರ್ 29, 1904 ರಲ್ಲಿ ಜನಿಸಿದರು. ತಂದೆ ವೆಂಕಟಪ್ಪ; ತಾಯಿ ಸೀತಮ್ಮ. ಅವರ ಬಾಲ್ಯ ತಮ್ಮ ತಂದೆಯ ಊರಾದ ಶಿವಮೊಗ್ಗ ಜಿಲ್ಲೆಯ ತೀರ್ಥಹಳ್ಳಿ ತಾಲ್ಲೂಕಿನ ಕುಪ್ಪಳಿಯಲ್ಲಿ ಕಳೆಯಿತು.

ಇವರ ಶಿಕ್ಷಣ :

ಕುವೆಂಪು ಅವರ ಆರಂಭಿಕ ವಿದ್ಯಾಭ್ಯಾಸ ಕೂಲಿಮಠದಲ್ಲಿ ಆಯಿತು. ಮಾಧ್ಯಮಿಕ ಶಿಕ್ಷಣ ತೀರ್ಥಹಳ್ಳಿಯಲ್ಲಿ ನಡೆಯಿತು. ನಂತರ ಮೈಸೂರಿನ ವೆಸ್ಲಿಯನ್ ಮಿಷನ್ ಹೈಸ್ಕೂಲಿನಲ್ಲಿ ತಮ್ಮ ಶಿಕ್ಷಣ ಮುಂದುವರಿಸಿದರು. ಮೈಸೂರಿನ ಮಹಾರಾಜ ಕಾಲೇಜಿನಿಂದ ಬಿ.ಎ. ಪದವಿಯನ್ನೂ, ಕನ್ನಡದಲ್ಲಿ ಎಂ. ಎ. ಪದವಿಯನ್ನೂ ಪಡೆದರು. ಟಿ. ಎಸ್. ವೆಂಕಣ್ಣಯ್ಯನವರು ಇವರಿಗೆ ಗುರುಗಳಾಗಿದ್ದರು.

ವೃತ್ತಿಜೀವನ :

ಕುವೆಂಪು ಅವರು ಮೈಸೂರಿನ ಮಹಾರಾಜ ಕಾಲೇಜಿನ ಪ್ರಾಧ್ಯಾಪಕರೂ, ಪ್ರಾಂಶುಪಾಲರೂ ಆಗಿದ್ದರು. ನಂತರ ಉಪಕುಲಪತಿಗಳಾದರು. ತಮ್ಮ ಕಲ್ಪನೆಯ ಕೂಸಾದ ಮಾನಸ ಗಂಗೋತ್ರಿಯನ್ನು ಕಟ್ಟಿ ಬೆಳೆಸಿದರು. ವಿಶ್ವವಿದ್ಯಾನಿಲಯವನ್ನು ಅಧ್ಯಯನಾಂಗ, ಸಂಶೋಧನಾಂಗ ಹಾಗೂ ಪ್ರಸಾರಾಂಗ ಎಂಬುದಾಗಿ ವಿಭಾಗಿಸಿದರು. ಕಡಿಮೆ ಅವಧಿಯಲ್ಲಿ ಕನ್ನಡದಲ್ಲಿ ಪಠ್ಯಪುಸ್ತಕಗಳನ್ನು ಬರೆಸಿ ಕನ್ನಡ ಮಾಧ್ಯಮದ ತರಗತಿಗಳನ್ನು ಆರಂಭಿಸಿದರು.

ವೈವಾಹಿಕ ಜೀವನ :

ಕುವೆಂಪು ಅವರು ಹೇಮಾವತಿ ಅವರನ್ನು ವಿವಾಹವಾದರು. ಪೂರ್ಣಚಂದ್ರ ತೇಜಸ್ವಿ, ಕೋಕಿಲೋದಯ ಚೈತ್ರ, ಇಂದುಕಲಾ ಹಾಗೂ ತಾರಿಣಿ ಅವರ ಮಕ್ಕಳು. ಪೂರ್ಣಚಂದ್ರ ತೇಜಸ್ವಿ ಅವರು ಕನ್ನಡದ ಅಗ್ರಮಾನ್ಯ ಸಾಹಿತಿಗಳಲ್ಲಿ ಒಬ್ಬರಾಗಿದ್ದರೆ. ಕೋಕಿಲೋದಯ ಚೈತ್ರ ಅವರು ಇಂಜಿನಿಯರ್ ಆಗಿ ಆಸ್ಟ್ರೇಲಿಯಾದಲ್ಲಿ ನೆಲೆಸಿದ್ದಾರೆ. ಕುವೆಂಪು ವಿಶ್ವವಿದ್ಯಾಲಯದ ಉಪಕುಲಪತಿಗಳಾಗಿದ್ದ ಶ್ರೀ ಚಿದಾನಂದಗೌಡ ಅವರು ಕುವೆಂಪು ಅವರ ಅಳಿಯ.

ಇವರ ಕೃತಿಗಳು :

ಮಹಾಕಾವ್ಯ : ಶ್ರೀ ರಾಮಾಯಣ ದರ್ಶನಂ (1949)

ಖಂಡಕಾವ್ಯ : ಚಿತ್ರಾಂಗದಾ (1936)

ಕವನ ಸಂಕಲನಗಳು : ಕೊಳಲು (1930), ಪಾಂಚಜನ್ಯ (1933), ನವಿಲು (1934) ಮತ್ತು ಕಲಾಸುಂದರಿ (1934) ಇತ್ಯಾದಿಗಳು

ಇವರ ನಿಧನ :

    ಕುವೆಂಪು ಅವರು ನವೆಂಬರ್ 11, 1994ರಂದು ಮೈಸೂರಿನಲ್ಲಿ ನಿಧನರಾದರು. ತಮ್ಮ ಹುಟ್ಟೂರಾದ ಕುಪ್ಪಳಿಯಲ್ಲಿ ಅವರ ಅಂತ್ಯಸಂಸ್ಕಾರವನ್ನು ನೆರವೇರಿಸಲಾಯಿತು. ಕುಪ್ಪಳಿಯಲ್ಲಿರುವ ಅವರ ಸಮಾಧಿ ಒಂದು ಸ್ಮಾರಕವಾಗಿದೆ. ಅದನ್ನು ಕವಿಶೈಲವೆಂದು ಕರೆಯಲಾಗಿದೆ.

        ✍ – ನಾಗರತ್ನ
        ಪ್ರಥಮ ವರ್ಷ ಪ್ರಶಿಕ್ಷಣಾರ್ಥಿ

*****

ಹೋಳಿ ಹಬ್ಬದ ಮಹತ್ವ

    ಫಾಲ್ಗುಣ ಮಾಸದ ಶುಕ್ಲ ಪಕ್ಷದ ಪೂರ್ಣಿಮೆಯಿಂದು ಹೋಳಿಹಬ್ಬ ಅಥವಾ ಕಾಮನಹಬ್ಬವನ್ನು ಆಚರಿಸುತ್ತೇವೆ. ಉತ್ತರ ಪ್ರದೇಶದಲ್ಲಿ ಈ ದಿನದಂದು ಅಕ್ಕಿಹಿಟ್ಟು ಮತ್ತು ಅರಿಶಿನ ಬೆರೆಸಿದ ಗುಲಾಲು ತಯಾರಿಸಿ, ಬಿದಿರಿನಿಂದ ಪಿಚಕಾರಿ ತಯಾರಿಸಿ ಬಣ್ಣದಾಟ ಆಡುವರು ನಂತರ ಅಭ್ಯಂಜನ ಸ್ನಾನ ಮಾಡಿ ದೇವರಲ್ಲಿ ಪ್ರಾರ್ಥಿಸಿ ಮನೆಗಳಲ್ಲಿ ವಿಶೇಷ ಅಡಿಗೆಗಳನ್ನು ತಯಾರಿಸುವರು. ಉತ್ತರ ಪ್ರದೇಶದಲ್ಲಿ ಜೋಳದ ಹಿಟ್ಟಿನ ಗುಜಿಯಾ ಹಾಗೂ ಪಾಪ್ಡಿ ಜನಪ್ರಿಯವಾಗಿದೆ.ದೆಹಲಿಯಲ್ಲಿ ಈ ದಿನದಂದು ಹತ್ತು ತಲೆಯ ರಾವಣನ ಮೂರ್ತಿಯನ್ನು ಬಿದಿರಿನಿಂದ ತಯಾರಿಸಿ, ಅದಕ್ಕೆ ಹಳೇ ಬಟ್ಟೆಗಳನ್ನೆಲ್ಲ ಧರಿಸಿ ಗಣ್ಯರನ್ನೆಲ್ಲ ಕರೆದು, ಅವರ ಸಮ್ಮುಖದಲ್ಲಿ ಲಂಕೇಶನನ್ನು ಸುಡುವುದು ವಾಡಿಕೆ.

    ಗ್ರಾಮೀಣ ಪ್ರದೇಶಗಳಲ್ಲಿ ಆ ದಿನ ಊರಿನವರ ಮನೆಯಲ್ಲಿ ಸಿಗುವ ಬೇಡದ ವಸ್ತುಗಳನ್ನೆಲ್ಲ ತಂದು ಒಂದೆಡೆ ಗುಡ್ಡೆ ಮಾಡಿ, ರಾತ್ರಿ ಹುಡುಗನೊಬ್ಬನಿಗೆ ಶಿಖಂಡಿಯ ವೇಷ ಹಾಕಿಸಿ, ಅವನಿಂದ ಊರಿನ ಐದು ಮನೆಗಳಲ್ಲಿ ಭಿಕ್ಷೆ ಬೇಡಿಸಿ ಕರೆತಂದು ಅವನಿಂದ ಆ ಬೇಡದ ವಸ್ತುಗಳ ಗುಡ್ಡೆಗೆ ಬೆಂಕಿ ಇಡಿಸುತ್ತಾರೆ. ಅದೇ ಅವರ ಕಾಮದಹನದ ಹಬ್ಬ.ಭಾರತದಲ್ಲಿ ಈ ಹಪುರಾಣ ಕಾರಣ

    ಪುರಾಣದಲ್ಲಿ ಉಲ್ಲೇಖವಿರುವ ಕಾಮದಹನದಲ್ಲಿ– ತಾರಕಾಸುರನೆಂಬ ರಾಕ್ಷಸ ರಾಜ ಬ್ರಹ್ಮನ ವರಬಲದ ಸೊಕ್ಕಿನಿಂದ ಲೋಕದಲ್ಲಿ ಮೆರೆಯತೊಡಗಿದಾಗ, ಆತನ ಉಪಟಳ ತಾಳಲಾರದೆ, ಅವನ ಸಂಹಾರಕ್ಕೆ ದೇವತೆಗಳು ಉಪಾಯ ಹೂಡುತ್ತಾರೆ. ಶಿವನಿಗೆ ಜನಿಸಿದ ಏಳು ದಿನದ ಮಗುವಿನಿಂದ ಮಾತ್ರವೇ ತನಗೆ ಸಾವು ಎಂಬ ವರಬಲವೇ ಆತನ ಮದಕ್ಕೆ ಕಾರಣ. ಆದರೆ ಆ ಸಂದರ್ಭದಲ್ಲಿ ಶಿವನು ದಕ್ಷ ಯಜ್ಞದಲ್ಲಿ ದಾಕ್ಷಾಯಿಣಿಯನ್ನು ಕಳೆದುಕೊಂಡು ಭೋಗಸಮಾಧಿಯಲ್ಲಿದ್ದ ಕಾರಣ, ಮತ್ತೊಂದೆಡೆ ಶಿವೆಯೊ ಶಿವನಿಗಾಗಿ ತಪಸ್ಸು ಮಾಡುತ್ತಿದ್ದ ಕಾರಣ, ಅವರಿಬ್ಬರೂ ಒಂದುಗೂಡುವಂತಿರಲಿಲ್ಲ. ದೇವತೆಗಳು ಕಾಮ (ಮನ್ಮಥ)ನ ಮೊರೆ ಹೋದರು. ತತ್ಫಲವಾಗಿ ತನ್ನ ನಿರ್ಮಾಮದ

ಅರಿವಿದ್ದೂ, ಲೋಕಕಲ್ಯಾಣವೆಂಬ ಅತಿಶಯವಾದ ಪರೋಪಕಾರಾರ್ಥವಾಗಿ ಕಾಮನು ತನ್ನ ಹೂಬಾಣಗಳಿಂದ ಶಿವನನ್ನು ಬಡಿದೆಬ್ಬಿಸಿ, ತಪ್ಪೋಭಂಗ ಮಾಡುತ್ತಾನೆ. ಕೆರಳಿ ಮೂರನೇ ಚಕ್ಷುವನ್ನು ತೆರೆದ ಈಶ್ವರನ ಕ್ರೋಧಾಗ್ನಿಗೆ ಕಾಮನು ಸುಟ್ಟು ಭಸ್ಮವಾಗುತ್ತಾನೆ. ಕಾಮನರಸಿ ರತಿದೇವಿಯು ಪರಿಪರಿಯಾಗಿ ಶಿವನಲ್ಲಿ ಪತಿಭಿಕ್ಷೆ ಯಾಚಿಸಲು, ಕಾಮನು ಅನಂಗನಾಗಿಯೇ ಇರುತ್ತಾನೆ. ಆದರೆ ಪತ್ನಿಗೆ ಮಾತ್ರ ಶರೀರಿಯಾಗಿ ಕಾಣಿಸುತ್ತಾನೆ ಎಂದು ಶಿವನು ಅಭಯ ನೀಡಿದನೆಂಬುದು ಪುರಾಣ ಕಥನ.ಮತ್ತೊಂದು ಪುರಾತನ ಕಥೆಯ ಪ್ರಕಾರ– ಪೂರ್ವದಲ್ಲಿ ತಾರಕಾಸುರನೆಂಬ ರಾಕ್ಷಸನಿದ್ದ. ದುರಹಂಕಾರಿಯೂ ಕ್ರೂರಿಯೂ ಆದ ತಾರಕಾಸುರನು ಲೋಕಕಂಟಕನಾಗಿ ಮೆರೆಯುತ್ತಿದ್ದ. ತನಗೆ ಮರಣವು ಬಾರದಿರಲಿ, ಬಂದರೂ ಅದು ಶಿವನಿಗೆ ಜನಿಸಿದ ಏಳು ದಿನದ ಶಿಶುವಿನಿಂದ ಬರಲಿ ಅಂದು ಬ್ರಹ್ಮನಲ್ಲಿ ವರವನ್ನು ಬೇಡಿದ್ದ. ಭೋಗಸಮಾಧಿಯಲ್ಲಿದ್ದ ಶಿವ, ಪಾರ್ವತಿಯ ಜೊತೆ ಸಮಾಗಮ ಹೊಂದಲು ಸಾಧ್ಯವಿರಲಿಲ್ಲ. ದೇವತೆಗಳು ನಿರುಪಾಯರಾಗಿ ಪಾರ್ವತಿಯಲ್ಲಿ ಮೋಹ ಹೊಂದುವಂತೆ ಮಾಡಲು ಕಾಮನಲ್ಲಿ ಬೇಡಿದರು. ಕಾಮ (ಮನ್ಮಥ) ಮತ್ತು ಅವನ ಪತ್ನಿ ರತಿದೇವಿ ಈ ಸತ್ಕಾರ್ಯಕ್ಕೆ ಒಪ್ಪಿದರು. ಭೋಗಸಮಾಧಿಯಲ್ಲಿದ್ದ ಶಿವನಿಗೆ ಹೂ ಬಾಣಗಳಿಂದ ಹೊಡೆದು ಸಮಾಧಿಯಿಂದ ಎಚ್ಚರಿಸಿದರು. ಇದರಿಂದ ಕುಪಿತಗೊಂಡ ಶಿವನು ತನ್ನ ಮೂರನೇ ಕಣ್ಣಿಂದ ಕಾಮನನ್ನು ಸುಟ್ಟು ಭಸ್ಮ ಮಾಡಿದನು. ರತಿದೇವಿ ದುಃಖದಿಂದ ಶಿವನಲ್ಲಿ ಪತಿಭಿಕ್ಷೆಯನ್ನು ಬೇಡಿದಳು. ಶಾಂತಗೊಂಡ ಶಿವನು ಪತ್ನಿಯೊಡನೆ ಮಾತ್ರ ಶರೀರಿಯಾಗುವಂತೆ ಕಾಮನಿಗೆ ವರ ಕೊಟ್ಟನು. ಲೋಕಕಲ್ಯಾಣಕ್ಕಾಗಿ ಮನ್ಮಥನು ಅನಂಗನಾದ. ಈ ಘಟನೆ ನಡೆದದ್ದು ಫಾಲ್ಗುಣ ಶುದ್ಧ ಪೂರ್ಣಿಮೆಯಂದು. ಆದ್ದರಿಂದ ಈ ದಿನವನ್ನು "ಕಾಮನ ಹುಣ್ಣಿಮೆ"ಯಾಗಿ ಆಚರಿಸಲ್ಪಡುತ್ತದೆ.

ನಾರದ ಪುರಾಣದಲ್ಲಿ ಮತ್ತೊಂದು ಕಥೆ ಬರುತ್ತದೆ. ತಾನೇ ದೇವರು ಎಂದು ಒಪ್ಪಿಕೊಳ್ಳದೆ ಶ್ರೀಹರಿಯನ್ನೇ ಜಗನ್ನಿಯಾಮಕನೆಂದು ಪರಿಭಾವಿಸುವ ತನ್ನದೇ ಕರುಳ ಕುಡಿ ಪ್ರಹ್ಲಾದನನ್ನು ಕೊಲ್ಲಲು, ದೈತ್ಯರಾಜ ಹಿರಣ್ಯಕಶ್ಯಪು ನಾನಾ ವಿಧದ ಪ್ರಯತ್ನಗಳನ್ನು ಮಾಡಿಯೂ ವಿಫಲನಾಗಿ, ಕೊನೆಗೆ, ಬೆಂಕಿಯಿಂದ ರಕ್ಷಣೆ ನೀಡುವ ವಸ್ತ್ರ ಹೊಂದಿರುವ ತಂಗಿ ಹೋಳಿಕಾ (ಹೋಲಿಕಾ)ಳ ಮೊರೆ ಹೋಗುತ್ತಾನೆ. ಅಣ್ಣನ ಅನುಜ್ಞೆಯಂತೆ ಬಾಲ ಪ್ರಹ್ಲಾದನನ್ನು ಹೊತ್ತುಕೊಂಡ ಹೋಳಿಕಾ, ಅಗ್ನಿಕುಂಡ ಪ್ರವೇಶಿಸುತ್ತಾಳೆ. ಆಗ ವಸ್ತ್ರವು ಹಾರಿಹೋಗುತ್ತದೆ, ಹೋಳಿಕಾಳ ದಹನವಾಗುತ್ತದೆ. ವಿಷ್ಣು ಭಕ್ತಾಗ್ರೇಸರ ಪ್ರಹ್ಲಾದ ಬದುಕುಳಿಯುತ್ತಾನೆ.

ಮೇಲೆ ಹೇಳಿದ ಎರಡೂ ಪುರಾಣ ಕಥೆಗಳ ಸಂದೇಶ ಒಂದೇ. ಕೆಟ್ಟದ್ದನ್ನು ಸುಟ್ಟು ಬಿಡುವುದು; ಕಾಮಕ್ರೋಧಾದಿ ಅರಿಷಡ್ವರ್ಗಗಳನ್ನು ಅಗ್ನಿಕುಂಡದಲ್ಲಿ ಸುಟ್ಟು, ಸದಾಚಾರವನ್ನು ರೂಢಿಸಿಕೊಳ್ಳುವುದು. ಆಸುರೀ ಶಕ್ತಿಗಳ ನಿರ್ನಾಮದ ದ್ಯೋತಕವಾಗಿ ಹೋಳಿ ಅಂದರೆ ಉತ್ಸವಾಗ್ನಿ ಹಾಕುವ ಪದ್ಧತಿ ಉತ್ತರ ಭಾರತದಲ್ಲಿ ಹೆಚ್ಚಾಗಿ ಆಚರಣೆಯಲ್ಲಿದೆ. ಇಂಥದ್ದೊಂದು ಅಮೂಲ್ಯ ಸಂದೇಶ ಸಾರುವ ಮತ್ತು ಆ ಮೂಲಕ ಕೆಡುಕಿಗೆ ಯಾವತ್ತೂ ಸೋಲು ಕಾದಿದೆ ಎಂಬ ಸಂದೇಶ ಸಾರುವ ಹೋಳಿ ಹಬ್ಬ ಅಥವಾ ಕಾಮನ ಹಬ್ಬದ ಆಚರಣೆಯಲ್ಲಿ ಸದುದ್ದೇಶವಿದೆ.ಹಬ್ಬಕ್ಕೆ ಹೆಚ್ಚು ಮಹತ್ವವಿದೆ.

✍ – ರಂಜಿತಾ ವಿ ಸಮ್ಮಸಗಿ
ಪ್ರಥಮ ವರ್ಷ ಪ್ರಶಿಕ್ಷಣಾರ್ಥಿ

ಕನ್ನಡದ ಆದಿಕವಿ ಪಂಪನ ನೆನಪು

ಪಂಪ (10 ನೇ ಶತಮಾನ), ಗೌರವಾನ್ವಿತ ಆದಿಕವಿ ಎಂದು ಕರೆಯಲ್ಪಟ್ಟ ಕನ್ನಡ ಭಾಷೆಯ ಜೈನ ಕವಿಯಾಗಿದ್ದು, ಅವರ ಕೃತಿಗಳು ಅವರ ತಾತ್ವಿಕ ನಂಬಿಕೆಗಳನ್ನು ಪ್ರತಿಬಿಂಬಿಸುತ್ತವೆ. ಅವರು ರಾಷ್ಟ್ರಕೂಟ ಚಕ್ರವರ್ತಿ 3ನೇ ಕೃಷ್ಣನ ಸಾಮಂತರಾಗಿದ್ದ ವೇಮುಲವಾಡ ಚಾಲುಕ್ಯ ರಾಜ 2ನೇ ಅರಿಕೇಸರಿಯ ಆಸ್ಥಾನ ಕವಿಯಾಗಿದ್ದರು. ಪಂಪ ತನ್ನ ಮಹಾಕಾವ್ಯಗಳಾದ ವಿಕ್ರಮಾರ್ಜುನ ವಿಜಯ ಅಥವಾ ಪಂಪ ಭಾರತ ಮತ್ತು ಆದಿ ಪುರಾಣ, ಇವೆರಡನ್ನೂ ಚಂಪೂ ಶೈಲಿಯಲ್ಲಿ ಬರೆಯಲಾಗಿದೆ. ಈ ಕೃತಿಗಳು ಕನ್ನಡದಲ್ಲಿ ಮುಂದಿನ ಎಲ್ಲಾ ಚಂಪೂ ಕೃತಿಗಳಿಗೆ ಮಾದರಿಯಾಗಿವೆ.

ಪಂಪನ ಆರಂಭಿಕ ಜೀವನ ಮತ್ತು ಸ್ಥಳೀಯ ಭಾಷೆಯ ಬಗ್ಗೆ ವಿವಿಧ ಅಭಿಪ್ರಾಯಗಳಿವೆ. ಪಂಪಾ ಜೈನ ಧರ್ಮವನ್ನು ಸ್ವೀಕರಿಸಿದ ಬ್ರಾಹ್ಮಣ ಕುಟುಂಬಕ್ಕೆ ಸೇರಿದವನು ಎಂದು ಸಾಮಾನ್ಯವಾಗಿ ನಂಬಲಾಗಿದೆ, ಅವರ ನಿಜವಾದ ಮೂಲ ಮತ್ತು ಸ್ಥಳೀಯ ಸ್ಥಳವನ್ನು ಚರ್ಚಿಸಲಾಗಿದೆ. ಗಂಗಾಧರಮ್ ಮಂಡಲದ (ಆಧುನಿಕ ತೆಲಂಗಾಣದ) ಕುರಿಕಿಯಾಲ ಗ್ರಾಮದ ಬೊಮ್ಮಲಮ್ಮ ಗುಟ್ಟದಲ್ಲಿ ಪಂಪನ ಕಿರಿಯ ಸಹೋದರ ಜಿನವಲ್ಲಭ ಸ್ಥಾಪಿಸಿದ ತ್ರಿಭಾಷಾ ಶಾಸನದ ಪ್ರಕಾರ (ಸಂಸ್ಕೃತ, ಕನ್ನಡ ಮತ್ತು ತೆಲುಗು) ಅವರ ತಂದೆ ಅಭಿಮಾನದೇವರಾಯ (ಭೀಮಪ್ಪಯ್ಯ ಎಂದೂ ಕರೆಯುತ್ತಾರೆ) ಮತ್ತು ತಾಯಿ ಅಬ್ಬನಬ್ಬೆ.

ಆದಿಪುರಾಣ – ಮೊದಲನೆಯ ತೀರ್ಥಂಕರನಾದ ಪುರದೇವ/ವೃಷಭದೇವನ ಬಗ್ಗೆ ರಚಿತವಾದ ಜೈನಕಾವ್ಯ, ಜಿನಸೇನಾಚಾರ್ಯರ ಸಂಸ್ಕೃತ ಕಾವ್ಯ, ಪೂರ್ವಪುರಾಣ ಇದರ ಆಕರ ಗ್ರಂಥ. ಇದರಲ್ಲಿ 16 ಆಶ್ವಾಸಗಳು ಮತ್ತು 1555 ಪದ್ಯಗಳೂ ಇವೆ. ಇದರಲ್ಲಿ ಪ್ರಮುಖವಾಗಿ ಆದಿತೀರ್ಥಂಕರನಾದ ವೃಷಭದೇವ ಮತ್ತು ಅವನ ಮಕ್ಕಳಾದ ಭರತ ಮತ್ತು ಬಾಹುಬಲಿಗಳ ಪ್ರಸಂಗವು ಚಿತ್ರಿತವಾಗಿದೆ ಹಾಗೂ ಜೈನಧರ್ಮದ ವರ್ಣನೆಯ ಜೊತೆಗೆ ಸರ್ವಧರ್ಮದ ಸಮನ್ವಯವನ್ನು ಮೆರೆದಿದ್ದಾನೆ.

ವಿಕ್ರಮಾರ್ಜುನ ವಿಜಯ – ಪಂಪಭಾರತವೆಂದೇ ಪ್ರಸಿದ್ಧಿ. ಇದರಲ್ಲಿ ವ್ಯಾಸ ರಚಿತವಾದ ಮಹಾಭಾರತವನ್ನು ಕನ್ನಡಕ್ಕೆ ತಂದ ಕೀರ್ತಿ ಪಂಪನಿಗೆ ಸಲ್ಲುತ್ತದೆ. ಪಂಪ ಭಾರತದಲ್ಲಿ ಅರ್ಜುನನನ್ನು ಪ್ರಧಾನ ಭೂಮಿಕೆಯಲ್ಲಿ ನಿಲ್ಲಿಸಿ ತನ್ನ ದೊರೆ ಅರಿಕೇಸರಿಗೆ ಹೋಲಿಸಿದ್ದಾನೆ. ಮಹಾಭಾರತದ ಕಾವ್ಯದ ವರ್ಣನೆಯ ಜೊತೆಗೆ ಪಂಪ ತನ್ನ ಕಾಲದ ಸಮಾಜದ ನಾಗರೀಕತೆ, ಸಂಪ್ರದಾಯ, ಸಂಸ್ಕೃತಿ ಹಾಗೂ ಜನ ಸಾಮನ್ಯರ ಜೀವನದ ಪೂರ್ಣ ಚಿತ್ರಣನೀಡಿದ್ದಾನೆ. ಅಂದಿನ ಕಾಲದ ಆಟಗಳು, ವಿದ್ಯಾಭ್ಯಾಸ ಪದ್ಧತಿ, ಜನರ ವಿಲಾಸಿಜೀವನ, ಪ್ರಕೃತಿ ಸೌಂದರ್ಯವನ್ನು ಸೊಗಸಾಗಿ ಚಿತ್ರಿಸಿದ್ದಾನೆ. ಆದಿಕವಿ ಎಂದು ಹೆಸರು ಪಡೆದ ಪಂಪನು ಕನ್ನಡದ ರತ್ನತ್ರಯರಲ್ಲಿ (ಪಂಪ, ಪೊನ್ನ ಮತ್ತು ರನ್ನ) ಒಬ್ಬನು. ಪಂಪನನ್ನು ಯುಗ ಪ್ರವರ್ತಕನೆಂದು ಕನ್ನಡಿಗರು ಗೌರವಿಸಿ ಅವನ ಕಾಲವನ್ನು 'ಪಂಪಯುಗ'ವೆಂದು ಕರೆದಿದ್ದಾರೆ. ಜಿನವಲ್ಲಭ ಪಂಪನ ತಮ್ಮ. ಪಂಪನ ತಂದೆ ಭೀಮಪ್ಪಯ್ಯ ಯಜ್ಞಯಾಗಾದಿಗಳಲ್ಲಿನ ಹಿಂಸೆಯನ್ನು ವಿರೋಧಿಸಿದ ಜೈನ ಮತವನ್ನು ಸ್ವೀಕರಿಸಿದನು. ದೇವೇಂದ್ರಮುನಿ ಎಂಬಾತ ಪಂಪನ ಗುರುವಾಗಿದ್ದರು.

✍ – ಸಂಗೀತ ಪಿ
ಪ್ರಥಮ ವರ್ಷ ಪ್ರಶಿಕ್ಷಣಾರ್ಥಿ

ಆನೆ ಮತ್ತು ಗೆಳೆಯರ ಕಥೆ

ಒಂಟಿ ಆನೆಯು ಸ್ನೇಹಿತರನ್ನು ಹುಡುಕುತ್ತಾ ಕಾಡಿನಲ್ಲಿ ನಡೆದಾಡಿತು. ಆಗ ಅದು ಮರದ ಮೇಲೆ ಕುಳಿತಿದ್ದ ಕೋತಿಯನ್ನು ಗಮನಿಸಿತು ಮತ್ತು "ನಾವು ಸ್ನೇಹಿತರಾಗಬಹುದೇ, ಕೋತಿ?" ಎಂದು ಕೇಳಿತು.

ಕೋತಿ, "ನೀನು ದೊಡ್ಡವನು ಮತ್ತು ನನ್ನಂತೆ ಮರದಿಂದ ಮರಕ್ಕೆ ಜಿಗಿಯಲು ಸಾಧ್ಯವಿಲ್ಲ, ಹಾಗಾಗಿ ನಾನು ನಿನ್ನ ಸ್ನೇಹಿತನಾಗಲು ಸಾಧ್ಯವಿಲ್ಲ" ಎಂದು ಉತ್ತರಿಸಿತು. ಸಾಧ್ಯವಿಲ್ಲ, ಹಾಬೇಸರಗೊಂಡ ಆನೆಯು ಮುಂದೆ ಸಾಗಿದಾಗ ದಾರಿಯಲ್ಲಿ ಸಾಗುತ್ತಿದ್ದ ಮೊಲವನ್ನು ಕಂಡಿತು.. ಆನೆಯು ಮೊಲವನ್ನು, "ನಾವು ಸ್ನೇಹಿತರಾಗಬಹುದೇ, ಮೊಲ?" ಎಂದು ಕೇಳಿತು.

ಮೊಲವು ಆನೆಗೆ, "ನೀವು ನನ್ನ ಬಿಲದೊಳಗೆ ಪ್ರವೇಶಿಸಲು ಸಾಧ್ಯವಾಗುವುದಿಲ್ಲ. ಆದ್ದರಿಂದ ನೀವು ನನ್ನ ಸ್ನೇಹಿತರಾಗಲು ಸಾಧ್ಯವಿಲ್ಲ" ಎಂದು ಉತ್ತರಿಸಿತು. ನಂತರ, ಆನೆಯು ಕಪ್ಪೆಯನ್ನು ಭೇಟಿಯಾಗುವವರೆಗೂ ಮುಂದುವರೆಯಿತು. ಮತ್ತು ಆನೆಯು ಕಪ್ಪೆಯನ್ನು ಅದೇ ಿುವವರೆಗೆ ಪ್ರಶ್ನೆ ಪ್ರಶ್ನಿಸಿತು, "ಕಪ್ಪೆ, ,ನೀನು ನನ್ನ ಸ್ನೇಹಿತನಾಗುತ್ತೀಯಾ?" ಕಪ್ಪೆ ಉತ್ತರಿಸಿತು, "ನೀವು ತುಂಬಾ ದೊಡ್ಡವರು ಮತ್ತು ಭಾರವಾಗಿದ್ದೀರಿ. ನೀವು ನನ್ನಂತೆ ನೆಗೆಯಲು ಸಾಧ್ಯವಿಲ್ಲ. ಕ್ಷಮಿಸಿ, ಆದ್ದರಿಂದ ನೀವ ನನ್ನ ಸ್ನೇಹಿತರಾಗಲು ಸಾಧ್ಯವಿಲ್ಲ ಎಂದು ಉತ್ತರಿಸಿತು.

ಆನೆಯು ತನ್ನ ದಾರಿಯಲ್ಲಿ ಸಿಗುವ ಎಲ್ಲ ಪ್ರಾಣಿಗಳನ್ನು ಕೇಳುವುದನ್ನು ಮುಂದುವರೆಸಿತು, ಆದರೆ ಎಲ್ಲರಿಂದಲೂ "ಇಲ್ಲ" ಎಂಬ ಉತ್ತರ ದೊರೆಯಿತು. ಮರುದಿನ, ಆನೆ ಎಲ್ಲಾ ಕಾಡಿನ ಪ್ರಾಣಿಗಳು ಭಯದಿಂದ ಓಡುತ್ತಿರುವುದನ್ನು ಕಂಡಿತು. ಏನಾಗುತ್ತಿದೆ ಎಂದು ಕೇಳಲು ಆನೆಯು ಕರಡಿಯನ್ನು ನಿಲ್ಲಿಸಿತು ಹಾಗೂ ಕಾಡಿನಲ್ಲಿ ಏನಾಗುತ್ತಿದೆ ಏಕೆ ಎಲ್ಲರೂ ಓಡಿ ಹೋಗುತ್ತಿದ್ದಿರೆಂದು ಪ್ರಶ್ನಿಸಿತು. ಆಗ ಕರಡಿಯ ಹುಲಿ ಎಲ್ಲಾ ಸಣ್ಣ ಪ್ರಾಣಿಗಳ ಮೇಲೆ ದಾಳಿ ಮಾಡುತ್ತಿದೆ ಎಂದು ತಿಳಿಸಿತು .ಆನೆಯ ಇತರ ಪ್ರಾಣಿಗಳನ್ನು ಉಳಿಸಲು ಬಯಸಿತು, ಆದ್ದರಿಂದ ಅದು ಹುಲಿಯ ಬಳಿಗೆ ಹೋಗಿ, "ದಯವಿಟ್ಟು, ನನ್ನ ಸ್ನೇಹಿತರನ್ನು ಬಿಟ್ಟುಬಿಡಿ. ಅವುಗಳನ್ನು ತಿನ್ನಬೇಡ" ಎಂದು ವಿನಂತಿಸಿತು.

ಆದರೆ ಹುಲಿ ಆನೆಯ ಮಾತನ್ನು ಕೇಳಲಿಲ್ಲ. ಅದು ಆನೆಗೆ ತನ್ನ ಕೆಲಸವನ್ನು ನೋಡಿಕೊಳ್ಳಲು ಹೇಳಿತು.ಬೇರೆ ದಾರಿ ಕಾಣದೆ ಆನೆ ಹುಲಿಯನ್ನು ಒದ್ದು ಹೆದರಿಸಿ ಓಡಿಸಿತು. ಕೆಚ್ಚೆದೆಯ ಕಥೆಯನ್ನು ಕೇಳಿದ ನಂತರ, ಇತರ ಪ್ರಾಣಿಗಳು ಆನೆಯ ಬಳಿ ಬಂದು, ನಮ್ಮನ್ನು ಕ್ಷಮಿಸು ಹಾಗೂ ಇಂದಿನಿಂದಲೇ ನಾವೆಲ್ಲರೂ ನಿನ್ನ ಗೆಳೆಯರಾಗುತ್ತೇವೆಂದು ಆನೆಯ ಜೊತೆ ಗೆಳೆತನ ಮಾಡಿಕೊಂಡವು.

ಕಥೆಯ ನೀತಿ : ವ್ಯಕ್ತಿಯ ಬಾಹ್ಯ ಸೌಂದರ್ಯಕ್ಕಿಂತ ಆಂತರಿಕ ಸೌಂದರ್ಯ ಬಹಳ ಮುಖ್ಯ.

✍ – ಬಿ ಸುಹೀಲ್
ಪ್ರಥಮ ವರ್ಷ ಪ್ರಶಿಕ್ಷಣಾರ್ಥಿ

ಶಿವರಾಮ ಕಾರಂತರ ನೆನಪು

ಜ್ಞಾನಪೀಠ ಪುರಸ್ಕೃತ ಡಾ. ಶಿವರಾಮ ಕಾರಂತರು ಹುಟ್ಟಿದ್ದು ಉಡುಪಿ ಜಿಲ್ಲೆಯ ಕೋಟದಲ್ಲಿ 1902, ಅಕ್ಟೋಬರ್ 10ರಂದು. ಒಂದು ಶತಮಾನಕ್ಕೆ ನಾಲ್ಕು ವರ್ಷಗಳಷ್ಟೇ ಕಮ್ಮಿಯಾಗಿ ಬಾಳಿ, ತಮ್ಮ ಜೀವಿತಾವಧಿಯಲ್ಲಿ ಸುಮಾರು 427 ಪುಸ್ತಕಗಳನ್ನು ರಚಿಸಿದರು. ಅವುಗಳಲ್ಲಿ ಕಾದಂಬರಿಗಳು 47. ತಮ್ಮ 96ನೆಯ ವಯಸ್ಸಿನಲ್ಲೂ ಹಕ್ಕಿಗಳ ಕುರಿತು ಒಂದು ಪುಸ್ತಕವನ್ನು ಬರೆದಿದ್ದು, ಇದು ವಿಶ್ವ ದಾಖಲೆಗೆ ಅರ್ಹವಾಗಿರುವ ಒಂದು ಸಾಧನೆ ಎನ್ನಬಹುದು. ಸಾಹಿತಿಯಾಗಿ ಶಿವರಾಮ ಕಾರಂತರು ಪ್ರಸಿದ್ಧಿಯಾಗಿರುವಂತೆ, ಇತರ ಕ್ಷೇತ್ರಗಳಲ್ಲೂ ಅಪಾರ ಸಾಧನೆ ಮಾಡಿದವರು. ಕರ್ನಾಟಕದ ಪ್ರಮುಖ ಕಲೆಯಾದ ಯಕ್ಷಗಾನದ ಉಳಿವಿಗೆ ಪ್ರಯತ್ನಿಸಿ, ಅದರಲ್ಲಿ ಹಲವು ಪ್ರಯೋಗಗಳನ್ನು ಮಾಡಿದ್ದರು. ತಾವೇ ಸ್ವತಃ ನೃತ್ಯವನ್ನು ಕಲಿತು, ಬ್ಯಾಲೆಯಲ್ಲೂ ಗಂಭೀರ ಪ್ರಯೋಗ ಮತ್ತು ಪ್ರಯತ್ನ ಮಾಡಿದ್ದರು.

ಯುವಕರಾಗಿದ್ದಾಗ, ಸಮಾಜ ಸುಧಾರಣೆಗೂ ಕೈ ಹಾಕಿ, ವೇಶ್ಯಾ ವಿವಾಹಗಳನ್ನು ಮಾಡಿಸಿದ್ದರು! ಯಕ್ಷಗಾನ ತಂಡಗಳನ್ನು ಕಟ್ಟಿಕೊಂಡು ದೇಶ ವಿದೇಶಗಳಲ್ಲಿ ಈ ಕಲೆಯನ್ನು ಪ್ರಚುರಪಡಿಸಲು ಯತ್ನಿಸಿದರು. ಮಕ್ಕಳಲ್ಲಿದ್ದ ಪ್ರತಿಭೆ ಅರಳಿಸಲು ಪುತ್ತೂರಿನಲ್ಲಿ ಬಾಲವನ ಎಂಬ ಅಸಂಪ್ರದಾಯಿಕ ಶೈಕ್ಷಣಿಕ ಕೇಂದ್ರವನ್ನು ತೆರೆದಿದ್ದರು. ಪುತ್ತೂರಿನಲ್ಲಿ ಒಂದು ಮುದ್ರಣಾಲಯ ತೆರೆದು, ತಮ್ಮ ಪುಸ್ತಕಗಳನ್ನು ಮುದ್ರಿಸುತ್ತಿದ್ದರಲ್ಲದೆ, ತಮ್ಮ ಹಲವು ಕಾದಂಬರಿಗಳಿಗೆ ತಾವೇ ಮುಖಪುಟದ ಚಿತ್ರಗಳನ್ನೂ ಬರೆದು ಮುದ್ರಿಸಿದ ಬಹುಮುಖ ಪ್ರತಿಭೆ ಇವರದ್ದು! ಬಹುಶಃ ಮುಖಪುಟ ಚಿತ್ರ ಬರೆದು ಪ್ರಕಟಿಸಿದ ಕನ್ನಡದ ಪ್ರಥಮ ಪ್ರಮುಖ ಸಾಹಿತಿ ಇವರೊಬ್ಬರೇ.

ನಿರಂತರ ಪ್ರಯೋಗಶೀಲರಾಗಿದ್ದ ಕೋಟ ಶಿವರಾಮ ಕಾರಂತ ಅವರು ಕನ್ನಡ ಚಿತ್ರರಂಗದಲ್ಲಿ ಕೂಡ ತಮ್ಮ ಪ್ರಯೋಗವನ್ನು ಆರಂಭ ಮಾಡಿದ್ದು. ಮೂಕಿ ಚಿತ್ರ ನಿರ್ಮಾಣಕ್ಕೆ ಕೈಹಾಕುವ ಮೂಲಕ. ಹರಿಜನರ ಬದುಕನ್ನು ಆಧರಿಸಿದ ಡೊಮಿಂಗೋ (1930) ಚಿತ್ರವನ್ನು ತಾವೇ ಚಿತ್ರೀಕರಿಸಿ, ಅಭಿನಯಿಸಿ ನಿರ್ದೇಶಿಸಿದ್ದರು. ಅನಂತರ ಭೂತರಾಜ್ಯ (1931) ಎಂಬ ಮೂಕಿ ಚಿತ್ರಗಳನ್ನು ಸಹ ನಿರ್ಮಿಸಿದರು

ಇವರಿಗೆ ಸಂದ ಸಾಹಿತ್ಯ ಮತ್ತು ರಾಷ್ಟ್ರೀಯ ಗೌರವಗಳು

- ✓ ಜ್ಞಾನಪೀಠ ಪ್ರಶಸ್ತಿ – 1978
- ✓ ಸಾಹಿತ್ಯ ಅಕಾಡೆಮಿ ಫೆಲೋಶಿಪ್ (1985)
- ✓ ಸಂಗೀತ ನಾಟಕ ಅಕಾಡೆಮಿ ಫೆಲೋಶಿಪ್ (1973)
- ✓ ಪದ್ಮಭೂಷಣ (ಅವರು ಭಾರತದಲ್ಲಿ ಹೇರಲಾದ ತುರ್ತುಪರಿಸ್ಥಿತಿಯ ವಿರುದ್ಧ ಪ್ರತಿಭಟನೆಯಲ್ಲಿ ತಮ್ಮ ಪದ್ಮಭೂಷಣ ಗೌರವವನ್ನು ಹಿಂದಿರುಗಿಸಿದರು)
- ✓ ಸಾಹಿತ್ಯ ಅಕಾಡೆಮಿ ಪ್ರಶಸ್ತಿ – 1959
- ✓ ಕರ್ನಾಟಕ ರಾಜ್ಯ ಸಾಹಿತ್ಯ ಅಕಾಡೆಮಿ ಪ್ರಶಸ್ತಿ
- ✓ ಸಂಗೀತ ನಾಟಕ ಪ್ರಶಸ್ತಿ
- ✓ ಪಂಪ ಪ್ರಶಸ್ತಿ
- ✓ ಸ್ವೀಡಿಷ್ ಅಕಾಡೆಮಿ ಪ್ರಶಸ್ತಿ
- ✓ ತುಳಸಿ ಸಮ್ಮಾನ್ (1990)

- ✓ ದಾದಾಭಾಯಿ ನೌರೋಜಿ ಪ್ರಶಸ್ತಿ (1990)
- ✓ ಮೈಸೂರು ವಿಶ್ವವಿದ್ಯಾಲಯ, ಮೀರತ್ ವಿಶ್ವವಿದ್ಯಾಲಯ, ಕರ್ನಾಟಕ ವಿಶ್ವವಿದ್ಯಾಲಯ ಮತ್ತು ಇತರವುಗಳಿಂದ ಗೌರವ ಡಾಕ್ಟರೇಟ್

ಕಾರಂತರ ಪ್ರಮುಖ ಸಾಹಿತ್ಯಕೃತಿಗಳು :

ಅದೇ ಊರು, ಅದೆ ಮರ, ಅಳಿದ ಮೇಲೆ, ಅಂಟಿದ ಅಪರಂಜಿ, ಆಳ, ನಿರಾಳ, ಇದ್ದರೂ ಚಿಂತೆ, ಇನ್ನೊಂದೇ ದಾರಿ, ಇಳೆಯೆಂಬ, ಉಕ್ಕಿದ ನೊರೆ, ಒಡಹುಟ್ಟಿದವರು, ಒಂಟಿ ದನಿ, ಔದಾರ್ಯದ ಉರುಳಲ್ಲಿ, ಕಣ್ಣಿದ್ದೂ ಕಾಣರು, ಕನ್ನಡಿಯಲ್ಲಿ ಕಂಡಾತ, ಕನ್ಯಾಬಲಿ, ಕರುಳಿನ ಕರೆ, ವಿಚಿತ್ರ ಕೂಟ, ಮರಳಿ ಮಣ್ಣಿಗೆ, ಮೂಕಜ್ಜಿಯ ಕನಸುಗಳು, ಬೆಟ್ಟದ ಜೀವ, ಚೋಮನ ದುಡಿ, ಸರಸಮ್ಮನ ಸಮಾಧಿ, ಮೈ ಮನಗಳ ಸುಳಿಯಲಿ, ಬತ್ತದ ಹೊರೆ, ಗೆದ್ದವರ ದೊಡ್ಡಸ್ತಿಕೆ, ಸ್ವಪ್ನದ ಹೊಳೆ, ಒಂಟಿ ದನಿ, ಅಳಿದ ಮೇಲೆ, ಗೊಂಡಾರಣ್ಯ.

ಸಣ್ಣಕಥೆಗಳು: ತೆರೆಯ ಮರೆಯಲ್ಲಿ, ಹಸಿವು ಮತ್ತು ಹಾವು.

ಕಥನಕವನಗಳು: ಅದ್ಭುತ ಜಗತ್ತು, ಸಿರಿಗನ್ನಡ ಶಬ್ದಕೋಶ, ಕಿರಿಯರ ವಿಶ್ವಕೋಶ, ವಿಜ್ಞಾನ ಪ್ರಪಂಚ 4 ಸಂಪುಟಗಳು, ಬಾಲಪ್ರಪಂಚ, ಯಕ್ಷಗಾನ ಬಯಲಾಟ.

ಕವನ ಸಂಕಲನಗಳು: ರಾಷ್ಟ್ರಗೀತ ಸುಧಾಕರ ಇವರ ಮೊದಲ ಸಂಕಲನ. ಸೀಳ್ಗವನಗಳು

ನಾಟಕಗಳು: ಕಿಸಾಗೋತಾಮೀ, ಸೋಮಿಯ ಸೌಭಾಗ್ಯ, ಸಾವಿತ್ರಿ–ಸತ್ಯವಾನ–ಗೀತ ನಾಟಕ.ಗರ್ಭಗುಡಿ, ನಿಮ್ಮೊಟ್ಟು ಯಾರಿಗೆ, ಕಟ್ಟೆಪುರಾಣ, ಗೆದ್ದವರ ಸಂಖ್ಯೆ.

ಪ್ರವಾಸ ಕಥನ: ಅಬೂವಿನಿಂದ ಬರ್ಮಾಕ್ಕೆ, ಅಪೂರ್ವ ಪಶ್ಚಿಮ, ಪಾತಾಲಕ್ಕೆ ಪಯಣ, ದಕ್ಷಿಣ ಹಿಂದೂಸ್ಥಾನ

ಆತ್ಮಚರಿತ್ರೆ: ಹುಚ್ಚುಮನಸ್ಸಿನ ಹತ್ತು ಮುಖಿಗಳು.

ಪ್ರಬಂಧ: ಮೈಗಳ್ಳತನ ದಿನಚರಿಯಿಂದ, ಮೈಲಿಗಲ್ಲಿನೊಡನೆ ಮಾತುಕತೆ.

✍ – ನವನೀತಾ ಬಾಯಿ
ಪ್ರಥಮ ವರ್ಷ ಪ್ರಶಿಕ್ಷಣಾರ್ಥಿ

ಸದ್ಗುರು ಸಾಧಕ ಬಸವಣ್ಣ

'ಬಸವಣ್ಣ' ಎನ್ನುವ ಹೆಸರು ಕನ್ನಡಿಗರಿಗೆ ಚಿರಪರಿಚಿತ. ಸುಮಾರು 60 ವರ್ಷಗಳ ಹಿಂದೆ 'ಬಸವ ಜಯಂತಿ' ಎಂದರೆ ವ್ಯವಸಾಯಕ್ಕೆ ಬಳಸುವ 'ಎತ್ತುಗಳು' ಎನ್ನುವ ನಂಬಿಕೆ ಇತ್ತು. ಎತ್ತುಗಳ ಮೈ ತೊಳೆದು, ಕೊಂಬುಗಳಿಗೆ ಬಣ್ಣ ಹಚ್ಚಿ, ಕೊರಳಿಗೆ ಗಂಟೆ ಕಟ್ಟಿ, ಮೈಮೇಲೆ ಜೂಲ ಹಾಕಿ ಊರತುಂಬ ಅವುಗಳ ಉತ್ಸವ ಮಾಡಿದರೆ ಬಸವ ಜಯಂತಿ ಮುಗಿದಂತೆ ಎನ್ನುವುದು ರೂಢಿಯಲ್ಲಿತ್ತು. ಆಗ ತರಳಬಾಳು ಜಗದ್ಗುರು ಶ್ರೀ ಶಿವಕುಮಾರ ಶಿವಾಚಾರ್ಯ ಮಹಾಸ್ವಾಮಿಗಳವರು 'ಬಸವಣ್ಣ' ಎಂದರೆ ಎತ್ತಲ್ಲ; 12ನೆಯ ಶತಮಾನದಲ್ಲಿ ನಮ್ಮ ನಿಮ್ಮಂತೆ ಮನುಷ್ಯರಾಗಿ ಜನಿಸಿದ ವ್ಯಕ್ತಿ. ತಮ್ಮ ಸಾಧನೆಯ ಮೂಲಕ ಅಜ್ಞಾನ, ಮೌಢ್ಯ, ಶೋಷಣೆ ಇತ್ಯಾದಿಗಳ ಕೆಸರಲ್ಲಿ ಸಿಕ್ಕವರನ್ನು ಮೇಲೆತ್ತಿದ ಮಹಾಮಾನವ. ಎತ್ತುಗಳ ಹಾಗೆ ಲೋಕಕಲ್ಯಾಣಕ್ಕಾಗಿ ದುಡಿದ ಚೇತನ. ಬಸವ ಜಯಂತಿ ಆಚರಿಸುವುದು ಎಂದರೆ ಎತ್ತಿನ ಮೆರವಣಿಗೆ ಮಾಡುವುದಲ್ಲ. ಬದಲಾಗಿ ಭಕ್ತಭಂಡಾರಿ ಬಸವಣ್ಣನವರ ತತ್ತ್ವಸಿದ್ಧಾಂತಗಳ ಅರಿವಿನ ಮೆರವಣಿಗೆ ಮಾಡುವುದು ಎಂದು ಜನತೆಯನ್ನು ಜಾಗೃತಗೊಳಿಸುತ್ತ ಬಂದರು. ನಮ್ಮ ಗುರುಗಳಿಗೆ ಬಸವಣ್ಣನವರೇ ತಂದೆ, ತಾಯಿ, ಬಂಧು, ಬಳಗ, ಸರ್ವಸ್ವವೂ ಆಗಿದ್ದರು. ಮಡಿವಾಳ ಮಾಚಿದೇವರ ವಚನ ನಮ್ಮ ಗುರುಗಳಿಗೆ ತುಂಬಾ ಪ್ರಿಯವಾಗಿತ್ತೆನಿಸುವುದು.

ಸುಖವೊಂದು ಕೋಟ್ಯಾನುಕೋಟಿ ಬಂದಲ್ಲಿ ಬಸವಣ್ಣನ ನೆನೆವೆ.
ದುಃಖವೊಂದು ಕೋಟ್ಯಾನುಕೋಟಿ ಬಂದಲ್ಲಿ ಬಸವಣ್ಣನ ನೆನೆವೆ.
ಲಿಂಗಾರ್ಚನೆಯ ಮಾಡುವಲ್ಲಿ ಬಸವಣ್ಣನ ನೆನೆವೆ.
ಜಂಗಮಾರ್ಚನೆಯ ಮಾಡುವಲ್ಲಿ ಬಸವಣ್ಣನ ನೆನೆವೆ.
ಬಸವಣ್ಣನ ನೆನೆದಲ್ಲದೆ ಭಕ್ತಿಯಿಲ್ಲ. ಬಸವಣ್ಣನ ನೆನೆದಲ್ಲದೆ ಮುಕ್ತಿಯಿಲ್ಲ.
ಇದು ಕಾರಣ ಬಸವಣ್ಣ ಬಸವಣ್ಣ ಎನುತಿರ್ದೇನು ಕಾಣಾ, ಕಲಿದೇವಯ್ಯ.

ನಮ್ಮ ಎಲ್ಲ ಸಂಕಲ್ಪಗಳೂ ಈಡೇರಿರುವುದು ಬಸವಕೃಪೆಯಿಂದ ಎನ್ನುವ ಕೃತಜ್ಞತಾಭಾವ ನಮ್ಮ ಗುರುಗಳ ಮಾತುಗಳಲ್ಲಿರುತ್ತಿತ್ತು. ಅವರು ತಮ್ಮ ಬದುಕಿನ ಎಲ್ಲ ಸಂದರ್ಭದಲ್ಲೂ ಬಸವಣ್ಣನವರನ್ನು ಸ್ಮರಿಸುತ್ತಿದ್ದರು. ಅವರ ಕಾರ್ಯಕ್ರಮಗಳು ಪ್ರಾರಂಭವಾಗುತ್ತಿದ್ದುದೇ ವಚನಗೀತೆಗಳ ಮೂಲಕ. ಬಸವಣ್ಣನವರನ್ನು ನೆನೆವುದೇ ಅವರಿಗೆ ಭಕ್ತಿ, ಮುಕ್ತಿ ಆಗಿತ್ತು. ಬಸವಣ್ಣನವರು 12ನೆಯ ಶತಮಾನದಲ್ಲಿ ಮಾಡಿದ ಸಮಾಜಮುಖಿ ಕಾರ್ಯಗಳನ್ನು 21ನೆಯ ಶತಮಾನದಲ್ಲೂ ನೆನೆಸಿಕೊಳ್ಳುತ್ತೇವೆ ಎಂದರೆ ಅವರು ಎಷ್ಟು ಶತಮಾನಗಳ ಮುಂದೆ ಇದ್ದರು ಎನ್ನುವುದನ್ನು ಮನಗಾಣಬೇಕು. ಅವರು ಮುಖ್ಯವಾಗಿ ತಳಸಮುದಾಯದ ಕಾಯಕ ಜೀವಿಗಳ ಅಜ್ಞಾನವನ್ನು ಅನುಭವಮಂಟಪದ ಮೂಲಕ ಹೊಡೆದೋಡಿಸಿ ಅವರನ್ನು ಸುಜ್ಞಾನಿಗಳನ್ನಾಗಿ ಮಾಡಿದರು. ಅಸ್ಪೃಶ್ಯತೆ, ಲಿಂಗತಾರತಮ್ಯ, ಅಸಮಾನತೆ, ಹಲವು ದೇವರ ಆರಾಧನೆ, ಧಾರ್ಮಿಕ ಶೋಷಣೆ, ಪಟ್ಟಭದ್ರರ ಅಟ್ಟಹಾಸ, ವೇದ–ಪುರಾಣ–ಶಾಸ್ತ್ರ–ಆಗಮ–ಸ್ವರ್ಗ– ನರಕಗಳ ನಿರಾಕರಣೆ ಹೀಗೆ ಏನೆಲ್ಲ ಸಾಮಾಜಿಕ ಅನಿಷ್ಟಗಳ ವಿರುದ್ಧ ಹೋರಾಡಿ 'ಕಾಯವೇ ಕೈಲಾಸ', 'ಕಾಯಕವೇ ಕೈಲಾಸ', 'ಜೀವನೇ ಶಿವ', 'ದೇಹವೇ ದೇವಾಲಯ' ಎನ್ನುವ ವಿಚಾರಗಳನ್ನು ಎತ್ತಿಹಿಡಿದರು. ಆಗಿನ ಶರಣರೇ ಹೇಳುವಂತೆ ಬಸವಣ್ಣನ ಭಕ್ತಭಂಡಾರಿ, ಯುಗದ ಉತ್ಸಾಹ, ಸದಾಚಾರಿ, ಭೃತ್ಯಾಚಾರಿ, ಪೂರ್ವಾಚಾರಿ, ಸಕಲ ಜೀವಾತ್ಮರಿಗೆ ಒಳಿತನ್ನು ಬಯಸಿದವರು. ಮರ್ತ್ಯಲೋಕದ ಮಹಾಮನೆ ಹಾಳಾಗಿ ಹೋಗಬಾರದೆಂದು ಈ ಭೂಮಿಗೆ ಬಂದವರು. ಅವರ ಬದುಕು ಪಾರದರ್ಶಕವಾಗಿತ್ತು. ಅವರ ಪ್ರತಿಯೊಂದು ವಚನ 'ಜ್ಯೋತಿ' ಇದ್ದಂತೆ. ಆ ಜ್ಯೋತಿ

ಪುಂಜದ ಬೆಳಕಿನಲ್ಲಿ ವ್ಯಕ್ತಿಗತ ಬದುಕಿನ ಕತ್ತಲೆಯನ್ನು ಸುಲಭವಾಗಿ ಕಳೆದುಕೊಳ್ಳಬಹುದು. ಮುಂದಿನ ವಚನವನ್ನೇ ನೋಡಿ:

ತನಗೆ ಮುನಿವರಿಗೆ ತಾ ಮುನಿಯಲೇಕಯ್ಯಾ?
ತನಗಾದ ಆಗೇನು? ಅವರಿಗಾದ ಚೇಗೆಯೇನು?
ತನುವಿನ ಕೋಪ ತನ್ನ ಹಿರಿಯತನದ ಕೇಡು.
ಮನದ ಕೋಪ ತನ್ನ ಅರಿವಿನ ಕೇಡು,
ಮನೆಯೊಳಗಣ ಕಿಚ್ಚು ಮನೆಯ ಸುಟ್ಟಲ್ಲದೆ
ನೆರೆಮನೆಯ ಸುಡದು ಕೂಡಲಸಂಗಮದೇವಾ.

'ಸಿಟ್ಟು ತನ್ನ ವೈರಿ, ಶಾಂತಿ ಪರರ ವೈರಿ' ಎನ್ನುವ ಮಾತೇ ಇದೆ. ಅದನ್ನೇ ಬಸವಣ್ಣನವರ ಈ ವಚನದಲ್ಲಿ ಮನಗಾಣಬಹುದು. ಸಿಟ್ಟು ಅಥವಾ ಕೋಪದಷ್ಟು ಅಪಾಯಕಾರಿ ಮತ್ತೊಂದಿಲ್ಲ. ಹಾಗಾಗಿ ಹಿರಿಯರು 'ಸಿಟ್ಟಿನ ಕೈಯಲ್ಲಿ ಬುದ್ಧಿ ಕೊಡಬೇಡ', 'ಸಿಟ್ಟಿನಲ್ಲಿ ಕೊಯ್ದ ಮೂಗು ಮತ್ತೆ ಅಂಟಿಸಲು ಬರುವುದಿಲ್ಲ', 'ಸಿಟ್ಟು ಬಂದಾಗ ಹತ್ತು ಎಣಿಸು' ಎಂದು ಬುದ್ಧಿವಾದ ಹೇಳುವರು. ಒಂದು ಕ್ಷಣದ ಕೋಪ ಏನೆಲ್ಲ ಅನಾಹುತ ಮಾಡಬಲ್ಲುದು. ಸರ್ವನಾಶಕ್ಕೂ ಕಾರಣವಾಗಬಲ್ಲುದು. ಸಿಟ್ಟು ಮೊದಲಿಗೆ ಆ ವ್ಯಕ್ತಿಯನ್ನೇ ಬಲಿ ತೆಗೆದುಕೊಳ್ಳುವುದು. ಅದನ್ನೇ ಬಸವಣ್ಣನವರು ತುಂಬಾ ಪರಿಣಾಮಕಾರಿಯಾಗಿ ತಮ್ಮ ವಚನದಲ್ಲಿ ಹೇಳಿದ್ದಾರೆ. ಯಾರೋ ಅವಿವೇಕಿ ನಿಮ್ಮ ಮೇಲೆ ಕೋಪಿಸಿಕೊಂಡರೆ ನೀವೂ ಅವರ ಮೇಲೆ ಸೇಡು ತೀರಿಸಿಕೊಳ್ಳಬೇಕು ಎಂದು ಕೋಪೋದ್ರಿಕ್ತರಾದರೆ ಅದರಿಂದ ನಿಮಗೆ ಆದ ಲಾಭವೇನು, ಅವರಿಗೆ ಆದ ನಷ್ಟವೇನು ಎಂದು ಯೋಚನೆ ಮಾಡಬೇಕು. ಅಂದರೆ ಅವರಂತೆ ನೀವೂ ಸಿಟ್ಟಿನ ಕೈಯಲ್ಲಿ ಬುದ್ಧಿ ಕೊಡದೆ, ಉದ್ವಿಗ್ನತೆಗೆ ಒಳಗಾಗದೆ ಪ್ರಶಾಂತ ಮನದವರಾಗಿ ಬಾಳುವ ಕಲೆ ಕರಗತ ಮಾಡಿಕೊಳ್ಳಬೇಕು ಎನ್ನುವುದು ಬಸವಣ್ಣನವರ ಆಶಯ. ಏಕೆಂದರೆ ಸಿಟ್ಟಿನ ಫಲವಾಗಿ ಮತ್ತೊಬ್ಬರ ಮೇಲೆ ಕೈ ಮಾಡುವ ಪ್ರಸಂಗ ಬರುತ್ತದೆ. ಆಗ ಹಿರಿಯರಾಗಿ ಹೀಗೆ ಮಾಡಬಹುದೇ ಎಂದು ಜನ ಭೀಮಾರಿ ಹಾಕುವರು. ಅವನಿಗೇನೋ ಬುದ್ಧಿ ಇಲ್ಲ. ಅವನಂತೆ ಇವರೂ ಸಿಟ್ಟಾದರೆ ಅವನಿಗೂ ಇವರಿಗೂ ಏನು ವ್ಯತ್ಯಾಸ? ಕೋಪಿಸಿಕೊಂಡವನ ಮೇಲೆ ಕೆಲವರು ಕೈ ಮಾಡದಿದ್ದರೂ ಮನದಲ್ಲೇ ಏನು ಮಾಡಬೇಕೆಂದು ಕುದಿಯುವರು. ಅದರಿಂದ ಬುದ್ಧಿಹೀನರಾಗಿ ಮಾಡಬಾರದ ಕೃತ್ಯಗಳನ್ನು ಮಾಡಬಹುದು. ಅಂಥವರಿಗೆ ಇಲ್ಲಿ ಬಸವಣ್ಣನವರು ಕೊಡುವ ಹೋಲಿಕೆ ಚಿಂತನಾರ್ಹವಾಗಿದೆ. 'ಮನೆಯೊಳಗಣ ಕಿಚ್ಚು ಮನೆಯ ಸುಟ್ಟಲ್ಲದೆ ನೆರೆಮನೆಯ ಸುಡುವುದೆ'. ನಮ್ಮ ಮನೆಗೆ ಬಿದ್ದ ಬೆಂಕಿ ಮೊದಲು ಸುಡುವುದು ನಮ್ಮ ಮನೆಯನ್ನೇ. ಆನಂತರ ಅಕ್ಕ–ಪಕ್ಕದ ಮನೆಗೆ ಆವರಿಸುವುದು. ಅದರಂತೆ ನಮ್ಮ ಕೋಪ ಮೊದಲು ಸುಡುವುದು ನಮ್ಮನ್ನೇ ಎನ್ನುವ ಸತ್ಯವನ್ನು ಮರೆಯಬಾರದು. ಅದನ್ನು ಬೇಕಾದರೆ 'ಹೊಟ್ಟೆಕಿಚ್ಚು' ಎನ್ನಬಹುದು. ಬೆಂಕಿಗಿಂತಲೂ ಅಪಾಯಕಾರಿ ಹೊಟ್ಟೆಕಿಚ್ಚು. ಹಾಗಾಗಿ ಮನುಷ್ಯ ದೈಹಿಕವಾಗಿ, ಮಾನಸಿಕವಾಗಿ, ಬೌದ್ಧಿಕವಾಗಿಯೂ ಕೋಪಕ್ಕೆ ಅವಕಾಶ ನೀಡಬಾರದು. ಹಾಗೆ ನೀಡಿದ್ದೇ ಆದಲ್ಲಿ ಏನೆಲ್ಲ ಅನರ್ಥಗಳನ್ನು ಅನುಭವಿಸಿ ತನ್ನ ಸಮಾಧಿಯನ್ನು ತಾನೇ ತೋಡಿಕೊಳ್ಳಬೇಕಾಗುತ್ತದೆ ಎನ್ನುವ ಅರಿವನ್ನು ಮೂಡಿಸಿದ್ದಾರೆ. ಅವರ ಮತ್ತೊಂದು ವಚನವನ್ನು ನಾವು ಆಗಾಗ ಹೇಳಿಕೊಳ್ಳುತ್ತೇವೆ.

ಕಾಣದ ಠಾವಿನಲ್ಲಿ ಜರೆದರೆಂದಡೆ ಕೇಳಿ ಪರಿಣಾಮಿಸಬೇಕು.
ಅದೇನು ಕಾರಣ?
ಕೊಳ್ಳದೆ ಕೊಡದೆ ಅವರಿಗೆ ಸಂತೋಷವಹುದಾಗಿ!
ಎನ್ನ ಮನದ ತದ್ವೇಷವಳಿದು
ನಿಮ್ಮ ಶರಣರಿಗೆ ಶರಣೆಂಬುದ ಕರುಣಿಸು,
ಕೂಡಲಸಂಗಮದೇವಾ.

ಚಾಡಿಮಾತುಗಳಿಗೆ ಮನಸೋಲದವರು ವಿರಳ. ಕೆಲವರು ತಮ್ಮ ಬೇಳೆ ಬೇಯಿಸಿಕೊಳ್ಳಲು ಏನೆಲ್ಲ ಆಟ ಆಡುವರು. ಅವರು ಸತ್ಯವನ್ನು ಸುಳ್ಳನ್ನಾಗಿ, ಸುಳ್ಳನ್ನು ಸತ್ಯವನ್ನಾಗಿ ಮಾಡುವ ಜಾಣ್ಮೆ ತೋರುವರು. ಅಂಥವರ ಮಾತುಗಳಿಗೆ ಕಿವಿಕೊಟ್ಟರೆ ನಮಗೇ ಅಪಾಯ. ಏಕೆಂದರೆ ಆ ಪಿಸುಣರು 'ಆತ ನಿಮಗೆ ಸ್ವಲ್ಪವೂ ಗೌರವ ಕೊಡದೆ ಹಗುರವಾಗಿ ಮಾತನಾಡಿದ. ಅವನಾಡಿದ ಪದಗಳನ್ನು ನನ್ನ ಬಾಯಿಂದ ಹೇಳಲಾಗುವುದಿಲ್ಲ. ತಾವೂ ಕೇಳಬಾರದು' ಎಂದು ಬೆಂಕಿಗೆ ತುಪ್ಪ ಸುರಿಯುವ ಕಾರ್ಯ ಮಾಡುವರು. ಇಂಥ ಸಂದರ್ಭಗಳು ಪ್ರತಿಯೊಬ್ಬರ ಬದುಕಿನಲ್ಲೂ ಬರುವುದು ಸಹಜ. ಆಗ ಮನುಷ್ಯ ಹೇಗೆ ವರ್ತನೆ ಮಾಡಬೇಕು ಎನ್ನುವ ನೀತಿಯ ಪಾಠವನ್ನು ಮೇಲಿನ ವಚನದಲ್ಲಿ ಬಸವಣ್ಣನವರು ಹೇಳಿದ್ದಾರೆ. ಈ ವಿಚಾರವಾಗಿ ಅಕ್ಕಮಹಾದೇವಿಯವರ ಮಾತುಗಳೂ ಮನನೀಯವಾಗಿವೆ. ಅವರು ಹೇಳುತ್ತಾರೆ: "ಲೋಕದಲ್ಲಿ ಹುಟ್ಟಿದ ಬಳಿಕ ಸ್ತುತಿ ನಿಂದೆಗಳು ಬಂದಡೆ ಮನದಲ್ಲಿ ಕೋಪವ ತಾಳದೆ ಸಮಾಧಾನಿಯಾಗಿರಬೇಕು" ಎಂದು. ಹೌದು; ಈ ಲೋಕಕ್ಕೆ ಬಂದಮೇಲೆ ಹೊಗಳುವುದು, ತೆಗಳುವುದು, ಚಾಡಿ ಹೇಳುವುದು ಇದ್ದದ್ದೇ. ಅಂಥ ಸಂದರ್ಭದಲ್ಲಿ ನಾವು ಹೇಗೆ ವರ್ತಿಸಬೇಕು ಎನ್ನುವುದು ತುಂಬಾ ಮುಖ್ಯ. ಯಾರೋ ಬಂದು 'ನಿಮ್ಮನ್ನು ಆತ ಹೀನಾಯವಾಗಿ ನಿಂದಿಸುತ್ತಿದ್ದ' ಎಂದು ಚಾಡಿ ಹೇಳುವರು. ಅವರ ಮಾತು ಕೇಳಿ ತಕ್ಷಣ 'ಅವನನ್ನು ಒಂದು ಕೈ ನೋಡಿಕೊಳ್ಳುವೆ' ಎಂದು ಹಗೆತನ ಸಾಧಿಸಲು ಮುಂದಾಗುವರು. ಬದಲಾಗಿ ಹೌದ! ಹಾಗೆ ಬೈದನೇ! ಇನ್ನೊಮ್ಮೆ ಹೇಳು? ನಾನು ಅವನಿಗೆ ಏನನ್ನೂ ಕೊಟ್ಟಿಲ್ಲ, ಅವನಿಂದ ಏನನ್ನೂ ಪಡೆದಿಲ್ಲ. ನನ್ನನ್ನು ಹಾಗೆ ನಿಂದಿಸುವುದರಿಂದ ಅವನಿಗೆ ಸಂತೋಷ ಆಗಿದೆ ಎಂದರೆ ಬೇಕಾದಷ್ಟು ನಿಂದಿಸಲಿ. ನಾನೂ ಅದನ್ನು ಕೇಳಿ ಸಂತೋಷಪಡುವೆ ಎನ್ನುವ ಗುಣ ಬೆಳೆಸಿಕೊಂಡರೆ ಚಾಡಿ ಹೇಳಲು ಬಂದವ ಇವನ ಮುಂದೆ ನನ್ನ ಆಟ ನಡೆಯದು ಎಂದು ಬಂದ ದಾರಿಗೆ ಸುಂಕವಿಲ್ಲ ಎಂಬಂತೆ ಹೊರಟು ಹೋಗುವನು. ಈ ಗುಣ ಪ್ರತಿಯೊಬ್ಬರಲ್ಲೂ ಬಂದರೆ ಮನಸ್ಸಿನಲ್ಲಿ ಹುಟ್ಟಬಹುದಾದ ಸಿಟ್ಟು, ದ್ವೇಷ, ಅಸೂಯೆ ದೂರವಾಗುವುದು. ಅಂಥವರಿಂದ ದೂರವಿದ್ದು ಶರಣರ ಸಹವಾಸದಲ್ಲಿ ಇರುವ ಸುಬುದ್ಧಿಯನ್ನು ಕರುಣಿಸು ಎನ್ನುವ ಪ್ರಾರ್ಥನೆ ಬಸವಣ್ಣನವರದು. ಇವತ್ತಂತೂ ಇಂಥ ಪ್ರಾರ್ಥನೆಯನ್ನು ಕ್ಷಣ ಕ್ಷಣಕ್ಕೂ ಮಾಡಿಕೊಳ್ಳಬೇಕೆನಿಸುವುದು. ಅದಕ್ಕಾಗಿ ಎಂದಿಗಿಂತ ಇಂದು ಶರಣರ ವಚನಗಳ ಒಡನಾಟ ಬೇಕಾಗಿದೆ. ಶರಣರ ಸಂಗ ನಮ್ಮಲ್ಲಿರುವ ಎಲ್ಲ ಅವಗುಣಗಳನ್ನು ಸುಟ್ಟುಹಾಕುತ್ತಾರೆ.

✍ - ನಿರ್ಮಲಾ
ಪ್ರಥಮ ವರ್ಷ ಪ್ರಶಿಕ್ಷಣಾರ್ಥಿ

ನನ್ನವ್ವ

ಇವಳು ಕಷ್ಟಗಳ ಸೋಸಿದವಳು
ಆಗಲಾರದ ಕೆಲಸಗಳಿಗೆ ಗೊಣಗಿದವಳು
ತಪ್ಪಿಲ್ಲದೆ ತೆಲೆಎತ್ತಿ ನಡೆದಾಡಿದವಳು
ನನಗಾಗಿ ಕೆಲವೊಮ್ಮೆ ತೆಲೆ ತಗ್ಗಿಸಿದವಳು
ಬಿರುಬಿಸಿಲಿಗೆ ತೆಲೆಯೊಡ್ಡಿದವಳು
ಎಷ್ಟೋ ಮಳೆಗಾಲದಲ್ಲಿ ನೆನೆದಿಹಳು
ಚಳಿಯಲ್ಲಿ ತಾನು ನಡುಗಿದರೂ
ನನ್ನ ಬೆಚ್ಚಗೆ ಇಟ್ಟಿಹಳು
ನನ್ನ ಭವಿಷ್ಯದ ಮನೆಗೆ ಇಟ್ಟಿಗೆಯಾಗಿಹಳು.
    ಇರಬಹುದು ಇವಳ ಬಣ್ಣ ಕಪ್ಪು
    ವಯಸ್ಸಾಗಿಹುದು ಮೈಗೆ, ಉತ್ಸಾಹಕ್ಕಿಲ್ಲ ಮುಪ್ಪು
    ನನ್ನ ಮೇಲಿನ ಪ್ರೀತಿಯು ಚುಕ್ಕಿ ಇಲ್ಲದ
    ಬಿಳುಪು
ನನಗಿರುವ ಆಸೆಯು ಒಂದೇ
ನೋಡಬೇಕು ಇವಳು ಮನಸಾರೆ ನಗುವುದು
ಸಂಕಟದಿ ನೊಂದವಳ ಸಂತಸದಿ ಇರಿಸುವುದು.
ನನ್ನವ್ವ ನನ್ನ ಹಡೆದವ್ವ ..

ಅಮ್ಮ ನಿನಗಾಗಿ

ಅಮ್ಮನಿಗಾಗಿ, ಅಮ್ಮ! ನಿನಗಾಗಿ
ಪದಗಳಿಗೆ ಸಿಗದ ಓ ನನ್ನ ದೇವತೆ.
ಎಷ್ಟೇ ಬರೆದರೂ ಸಾಲದು ನಿನ್ನ ಮೇಲೆ ಕವಿತೆ.
ಯಾರಿಗೂ ಸಾಟಿಯಿಲ್ಲ ನೀ ತೋರಿಸುವ ಮಮತೆ.
    ತಾಯಿ ನಿನಗೆ ಅರ್ಪಿಸುವೆ ಈ ನನ್ನ ಕವಿತೆ
    ಮೋಸವಿಲ್ಲ ನೀ ತೋರಿಸುವ ಪ್ರೀತಿಯಲ್ಲಿ
    ಕಪಟವಿಲ್ಲ ನೀ ತಿನ್ನಿಸುವ ತುತ್ತಿನಲ್ಲಿ
    ದುರಾಸೆಯಿಲ್ಲ ನಿನ್ನ ತ್ಯಾಗದಲ್ಲಿ
    ಕೋಟಿ ಕೋಟಿ ನಮನ ನಿನಗೆ
    ಈ ನನ್ನ ಪುಟ್ಟ ಕವಿತೆಯಲ್ಲಿ "ಅಮ್ಮ" "ಅಮ್ಮ"!!

✍ – ಭೋವಿ ವಿಜಯಕುಮಾರ
    ದ್ವಿತೀಯ ವರ್ಷ ಪ್ರಶಿಕ್ಷಣಾರ್ಥಿ

ಹಣ!!

ಹಣನ ಕಂಡುಹಿಡಿದ ಪುಣ್ಯಾತ್ಮ ಯಾರೋ ಏನೋ,
ಸಿಕ್ಕೆ ಮಾತ್ರ!!!
ಏನ್ ಮಾಡಕ್ಕೆ ಆಗುತ್ತೆ?
ಏನ್ ಮಾಡಕ್ಕೂ ಆಗಲ್ಲ,
ಯಾಕಂದ್ರೆ ಆ ಶಕ್ತಿ ನಮ್ಮಲ್ಲಿಲ್ಲ!

ಹಣ ಈ ಲೋಕದಲ್ಲೇ ಇಲ್ಲ ಅಂದಿದ್ರೆ ಜೀವನ ಸುಂದರವಾಗಿರುತ್ತಿತ್ತು
ಅಲ್ವಾ!
ಜೀವನ ನಡೆಸೋಕೆ ಈ ಹಣ ಬೇಕಾಗಿರಲಿಲ್ಲ
ಏನಾದ್ರೂ ತಗೋಬೇಕು ಅಂದ್ರೆ ಹಣ, ಅದಕ್ಕೂ ಹಣ ಇದಕ್ಕೂ ಹಣ
ಎಲ್ಲದಕ್ಕೂ ಹಣ, ಹಣ, ಹಣ,..
ಉಫ್!! ಮನುಜ ಸೋತ ಇದರೆದುರಿಗೆ,
ಮನುಷ್ಯರನ್ನ ನುಂಗಿಬಿಟ್ಟಿದೆ.

  ಹೆಣಗಳೇ ಉರುಳಿದವು ಧರೆಗೆ ಈ ಹಣದಾಸೆಯಿಂದ
  ಪ್ರೀತಿ–ವಿಶ್ವಾಸ – ಕಾಳಜಿ ಮಂಡಿಯೂರಿವೆ ಇದರ ಮುಂದೆ!
  ಆಸೆ ದುರಾಸೆಯ ಹೆಮ್ಮರವಾಗಿ ಬೆಳೆದಿದೆ!
  ಮಾತಿನ ಜಾಗದಲ್ಲಿ ಹಣ ಬಂದು ತಾಂಡವವಾಮಡುತ್ತಿದೆ
  ಮಾತು ಸದ್ದಿಲ್ಲದೆ ಸುದ್ದಿ ಇಲ್ಲದೆ ಮೂಲೆಗುಂಪಾಗಿದೆ
  ದುಡ್ಡಿದ್ದರೆ ಕೆಲಸವಾಯಿತು ಎಂಬ ಕಾಲ ಎದುರಾಗಿ ನಿಂತಿದೆ!

ಯಾಕಿಷ್ಟು ಪ್ರಶಂಸೆ ಈ ಹಣಕ್ಕೆ?
ಲಕ್ಷ್ಮೀ ಅಂತೇನೂ?
ಹಣವನ್ನ ದೇವತೆಗೆ ಹೋಲಿಸಿದ್ದು ನಮ್ಮ ಸಂಸ್ಕಾರವೇ ಸರಿ
ಓ! ಹಣ ನಾ ನಿನ್ನ ಅವ ಹೇಳನ ಮಾಡುತ್ತಿಲ್ಲ
ತಪ್ಪು ತಿಳಿದು ದೂರ ಬೇಡ ನನ್ನ
ನೀ ನಮಗಾವಾಗ ಒಲಿಯೋದು?
ನಿನ್ನ ಸಲುವಾಗಿ ಸಾಕಾಗಿದೆ ನನಗೀಗ
ನಾನು ಸೋತೆ
ನನ್ನೆದುರಿಗೆ!!!

  ಜೀವನದಲ್ಲಿ ಹಣ ಮುಖ್ಯ ಅಂತ ಗೊತ್ತಿತ್ತು
  ಆದರೆ ಹಣನೇ ಮುಖ್ಯ ಅಂತ ತಿಳಿದಿರಲಿಲ್ಲ.
  ಈ ಎಳುಬೀಳಿನ ಪಯಣದಲ್ಲಿ ಯಾಕಾದ್ರೂ ಬಂದೆಯಯ್ಯ?
ಓ! ಹಣ, ಓ! ಹಣ ನೀನೇ ಜಣ ಜಣ ಕಾಂಚಾಣ!!

ಕರಗಳಿಗೊಂದು ನಮನ

ಕರ!
ನೀ ದೇಹದ ಒಂದು ಅಂಗವೇ ಆಗಿರುವೆ
ನೀ ದುಡಿಯುವೆ ಪ್ರತಿ ದಿನ ಪ್ರತಿ ಕ್ಷಣ
ಒಂದು ದಿನಾನೂ ನೀ ರಜೆ ಮಾಡೋದಿಲ್ಲ
ನಿನ್ನಿಂದಲೇ ಶುರುವಾಗುತ್ತೆ ಎಲ್ಲರ ದಿನ

    ನೀ,
    ಸುಮ್ಮನೆ ಕೂತರೆ ಸೋಮಾರಿ ಆಗುವವರು ಜನ
    ಈಕೆ, 'ಸಂಸ್ಕಾರವಂತೆ' ಎಂಬ ಬಿರುದು ನಿನ್ನಿಂದಲೇ ಸಿಗುವುದು
    ಸುಂದರ ಅಕ್ಷರ ಬರೆದಾಗ, ನಿನ್ನ ಬರವಣಿಗೆ ಬಲು ಚೆಂದವೆಂದು ಇತರರು ಹೊಗಳಿದರೆ
    ಆ ಕೀರ್ತಿ ನಿನಗೆ ಸಲ್ಲುತ್ತದೆ.
ಕೆಲಸ ಮಾಡುವಾಗಿಲ್ಲ ನಿನಗೆ ಭೇದ ಭಾವ
ಒಳ್ಳೆಯ ಕೆಲಸ, ಕೆಟ್ಟ ಕೆಲಸ ಮಾಡುವೆ ನೀ ಸಮವಾಗಿ.
ಬರೆಯುವೆ, ಬಡಿಸುವೆ, ಗುಡಿಸುವೆ, ಹೊಡೆಯುವೆ .
ಅಬ್ಬಬ್ಬಾ!!
ಇಷ್ಟೆಲ್ಲಾ ಕೆಲಸ ಆಗುತ್ತೆ ನಿನ್ನಿಂದಲೇ ಅಲ್ವಾ!!
ಕಷ್ಟದಲ್ಲಿ ಜೊತೆಯಾಗುವೆ
ದೇವರಿಗೆ ಕಾಪಾಡು ಎಂದು ಜೋಡಿಸಿ ನಮಿಸುವೆ
ಪ್ರೀತಿ –ಪಾತ್ರರಿಗೆ ಸನ್ನೆ ಮಾಡುವೆ, ಅಕ್ಕರೆ ತೋರುವೆ,
ಬಂಧು– ಬಾಂಧವರಿಗೆ ಅಡುಗೆ ಮಾಡಿ ಊಟ ಬಡಿಸುವೆ

    ಹಾಗೇ,
    ಮುಂದೊಂದು ದಿನ ಇನ್ನೊಂದು ಕೈ ಜೊತೆಗೂಡಿಸಿ ನೀ, ನಡೆಯುವೆ
    ನಿನ್ನ ಸಹಕಾರಕ್ಕೆ ಎಂದಿಗೂ ನಾ ಚಿರಋಣಿ
    ನಿನಗೊಂದು ಸಿಹಿ ಮುತ್ತ ಬಿಟ್ಟರೆ ನನ್ನಿಂದ ನಿನಗೇನೂ ದೊರೆಯದು!!
    ಹೇ, ಕೈಗಳೇ ನೀವು ಎಷ್ಟೊಂದು ಕರುಣಾಳು
ನಿಮಗೊಂದು ನನ್ನ ಸಲಾಮು!!

 – ನಯನ ಎಸ್
    ದ್ವಿತೀಯ ವರ್ಷ ಪ್ರಶಿಕ್ಷಣಾರ್ಥಿ

ಕನ್ನಡ ನಾಡು

ಬೆಟ್ಟ, ಕಂಧರ, ನದನದಿಗಳ ಬಯಲು ಸೀಮೆ,
ಕಾಡು ಮೇಡುಗಳ ಸೆರೆಯಲ್ಲಿ ಕಡಲು ಸೆರಗು ಚಿಮ್ಮುತಿದೆ ನೋಡು।
ಮರಾಠ, ದ್ರಾವಿಡ, ಗೌರವ ಪಹರೆಗಳ ಸ್ನೇಹದ ಹಾಡು
ಮಣ್ಣಲ್ಲಿ ಮಣ್ಣಾಗಿ ಕೂಡಿ ಕಟ್ಟದ ಕನ್ನಡದನಾಡು॥

ತಮಿಳು, ತೆಲುಗು, ಮರಾಠ, ಮಲಿಯಾಳರ ಮಧ್ಯೆ
ಸ್ವಾಭಿಮಾನದಿ ತಲೆಯೆತ್ತಿ ನಿಂತಿರುವ ನಾಡು
ಕರಿನಾಡೆಂದು, ಕರುನಾಡೆಂದು, ಗುಣಾವಗುಣಗಳ ಹೀರಿ
ಸುಸಂಸ್ಕೃತಿ ಪರಿಪಕ್ವಗೊಂಡಂತಹ ನಾಡು.
ಕದಂಬ, ಹೊಯ್ಸಳ, ರಾಷ್ಟಕೂಟ, ಚಾಲುಕ್ಯ ಶಿಲ್ಪಗಳ ತವರೂರು
ಪಂಪ, ಪೊನ್ನ, ರನ್ನರ ಕಾವ್ಯಗಂಗೆ
ಪ್ರವಾಹವಾಗಿ ಹರಿದುನಿಂತ ನಾಡು
ವಿಜಯನಗರ ರಾಜವಂಶ ದೇಶಧರ್ಮ ಕಾದನಿಂತ
ಬಸವ ದಾಸರಾದಿಯಾಗಿ ದೊರೆತೋರಿದಂತ ನಾಡು॥

ಗೌಡ, ಲಿಂಗಾಯತ, ತುಳುವ, ಕೊಡವ, ಕೊಂಕಣ
ಮುಸ್ಲಿಂ, ಕ್ರೈಸ್ತ, ಬ್ರಾಹ್ಮಣ, ಕೊರಗ, ಜೈನ, ವೈಷ್ಣವ
ಮತ್ತವರ ಸ್ನೇಹದಿಂದ ತನ್ನದೆನ್ನುವ ಮಣ್ಣಿನ ನಾಡು
ತಂಗಾಳಿ, ಝುರಿ ತೊರೆ, ಬೆಟ್ಟ ಗುಡ್ಡ ವಿವಿಧ ಭಾಷೆ, ವಿವಿಧ ಜನ
ಎಲ್ಲ ಸೇರಿ ಕಟ್ಟಿ ಬೆಳೆಸಿದಂತ ನಾಡು, ನಮ್ಮ ಕನ್ನಡ ನಾಡಿದು॥

✍ – ಬಿ. ರೇಖಮ್ಮ
ದ್ವಿತೀಯ ವರ್ಷ ಪ್ರಶಿಕ್ಷಣಾರ್ಥಿ

ನನ್ನಪ್ಪ

ತ್ಯಾಗ ಮೂರ್ತಿ, ಸಹನಾಶೀಲ ನನ್ನಪ್ಪ
ಬಿಸಿಲು ಮಳೆ ಗಾಳಿ ಚಳಿಯನ್ನದೇ ಬೆವರಿಳಿಸಿ
ದುಡಿಯುವಾತ,
ತನಗಾಗಿ ಅಲ್ಲ, ಕರಳು ಬಳ್ಳಿಗಳಿಗಾಗಿ
ಬದುಕಿರುವ ನನ್ನಪ್ಪ

ಭೂಮಿ ತಾಯಿಯ ನಂಬಿ ನೀ ದುಡಿವೆ
ನೀ ತಂಗಳು ತಿಂದು ನಮಗೆ ಬಿಸಿ ಅನ್ನ
ತಿನ್ನಿಸಿದೆ
ಉತ್ತಮ ಸಂಸ್ಕಾರವನ್ನು ಕಲಿಸಿದೆ
ಸಮಾಜದಲ್ಲಿ ತಲೆಯೆತ್ತುವಂತೆ ಬದುಕಿಸಿದೆ
ಜೊತೆಗೆ ಕೇಳಿದ್ದನ್ನೆಲ್ಲ ಕೂಡಿಸಿದೆ ನೀನೆ ತಾನೆ
ನನ್ನಪ್ಪ

ಸತ್ಯ, ದಾನ, ನಂಬಿಕೆ, ನಿಸ್ವಾರ್ಥ
ಎಂಬ ಮೌಲ್ಯಗಳನು ನಮ್ಮಲ್ಲಿ ನೀ ಬಿತ್ತಿದೆ.
ಧೈರ್ಯದಿಂದ ಬದುಕಬೇಕು.
ಉತ್ತಮ ಶಿಕ್ಷಣವನು ಪಡೆಯಬೇಕು.
ಹಸಿದವರಿಗೆ ಅನ್ನ ನೀಡಬೇಕೆಂದು ನೀ
ಕಲಿಸಿದೆ.
ತನಗಾಗಿ ಅಲ್ಲ, ತನ್ನವರಿಗಾಗಿ ಸದಾ
ಉಸಿರು ಹಿಡಿದಿರುವ ಜೀವವೇ ನನ್ನಪ್ಪ

✍ – ನಿಕಿತಾ ಜಿ
ದ್ವಿತೀಯ ವರ್ಷ ಪ್ರಶಿಕ್ಷಣಾರ್ಥಿ

ಕುಮದ್ವತಿಯಲ್ಲಿ ಕನ್ನಡಿಗರ ಕುಟುಂಬ

ಸಾಧನೆಯ ಬೆನ್ನಲೆ ಓಡೋಡಿ ಬಂದ ಕನ್ನಡದ ಪ್ರಶಿಕ್ಷಣಾರ್ಥಿಗಳೇ,
ಬದುಕಿನ ಪಯಣದಲ್ಲಿ ಸಾಗುವ ದಾರಿಗಳು ಫಲವಂತೆ
ಕೊನೆ ಇರತ ದಾರಿಯಲ್ಲಿ ಕಾಣದ ನೂರಾರು ತಿರುವುಗಳಂತೆ,
ಒಂದು ಕಲಿತು ಅರಿತು ನುರಿತು ಬದುಕಿನ ಮುಂದಿನ ದಾಖಿಲೆಯಲ್ಲಿದ್ದೇವೆ.
ಮುಗ್ಧತೆಯಿಂದಲೇ ಮನಮುಟ್ಟುವಂತೆ ನೇಸರನಂತೆ ಆಸರೆಯಾಗಿರುವ ನಮ್ಮ ಶಿಕ್ಷಕರು.

 ಓ ನನ್ನ ಕನ್ನಡ ಕುಟುಂಬದ ಮಿತ್ರೇ,
 ನಾವೆಲ್ಲ ಅಗಲುತ್ತಿದ್ದೇವೆ ಕೆಲವೇ ದಿನಗಳಲ್ಲಿ
 ಕಲಿಸಿದ್ದು ಬಹಳ ಕಲಿತದ್ದು ಬಹಳ. ಆದರೆ
 ಈ ಪ್ರೀತಿ ವಿಶ್ವಾಸ ನಿಮ್ಮೊಂದಿಗಿನ ಈ ಬಾಂಧವ್ಯಕ್ಕೆ
 ಎಂದಿಗೂ ಬಂದುಗಳಾಗಿರುವಿರಿ.

ಕನ್ನಡದ ವಿದ್ಯಾರ್ಥಿ ಎಂದು ಹೇಳಲು ಮನಕೆ ಸಂತೋಷವಿದೆ.
ಸ್ನೇಹಿತರೆ ನಿಮ್ಮೊಂದಗಿನ ಈ ಕಲಿಕೆ ನೆನಪುಗಳು ಶಾಶ್ವತ.
ಕನ್ನಡದ ಹಬ್ಬ ಎನ್ನುವ ಕನ್ನಡ ರಾಜ್ಯೋತ್ಸವ
ಮರೆಯದ ಸವಿನೆನಪು ಅಳಿಸಲಾಗದ ಜ್ಞಾನ ಸಂಗ್ರಹ.
ಕನಸಿನಂತಿರುವ ಬದುಕಿನ ಪಯಣಕ್ಕೆ
ಕೊನೆಯಾಗದ ನೆನಪುಗಳಷ್ಟೇ ಸಾಕೇ?

 ಸ್ನೇಹಿತರೇ,
 ಇರುವುದೊಂದೇ ಜೀವನ
 ಕುಳಿತಲ್ಲೇ ಕುಳಿತೇನು ಮಾಡೋಣ
 ಅರಿಯದೊರಿಗೆ ಹೆಜ್ಜೆ ಬೆಳೆಸೋಣ.
 ಕನ್ನಡ ಅಪರಿಚಿತರಿಗೆ ಪರಿಚಯ ಮಾಡೋಣ.

ವಿದ್ಯಾರ್ಥಿಗಳ ಮನದಲ್ಲಿ ಕನ್ನಡ
ನಾಡಿನ ಬೆಳಕ ಬೆಳಗೋಣ.
ಕನ್ನಡ ಶಾಲೆಯಲ್ಲಿ ಕನ್ನಡ ದೀಪ ಹಚ್ಚೋಣ
ಕಲಿತ ಕನ್ನಡ ಅಭಿಮಾನವನ್ನು ಮಕ್ಕಳ
ಮನದಲ್ಲಿ ಬಿತ್ತೋಣ.
ಒಂದೊಳ್ಳೆ ಸ್ಥಾನದಲ್ಲಿದ್ದು ಶಿಕ್ಷಕರ ಮುಖದಲ್ಲಿ
ಕಿರುನಗೆಗೆ ಸಾಕ್ಷಿಯಾಗೋಣ.

    ✎ – ಸುಧಾ ಎಸ್ ಬಿ
    ದ್ವಿತೀಯ ವರ್ಷ ಪ್ರಶಿಕ್ಷಣಾರ್ಥಿ

"ಚಿಮಣಿ"

ಹೊಂಭಾರ ಹೆಚ್ಚಾಗಿ ಹಿಗ್ಗುತ್ತಿತ್ತು
ನಮ್ಮ ಮನೆಯ ಸೀಮೆಎಣ್ಣೆ ದೀಪ.!
ಅಂಗಾಂಗ ಪಲ್ಲಂಗ ಹಾಸಿತ್ತು,
ದೀಪದೆದುರಿನ ನನ್ನ ಪುಸ್ತಕದ ತುಂಬ.!
    ಅಲ್ಲಾಡಬೇಡ ಚುಪ್ ಎಂದರೂ ಹೋಯ್ದಾಡಿ,
    ಗೊಳೋ ಎನ್ನುವುದ ನಿಲ್ಲಿಸಲಿಲ್ಲ ಬಿಂಬ.!
    ಮೇಲಿಂದ ಕೆಳಕ್ಕೆ ಹುದುಗಿಸಿಟ್ಟ ಪಳಿಯುಳಿಕೆ ದುಮ್ಮಿಕ್ಕಿ ರೊಚ್ಚಿಗೆದ್ದು,
    ಕೂಗಾಡಿದಂತೆ ಎಣ್ಣೆ ಸುಟ್ಟ ವಾಸನೆ.
    ನಾನೋ! ಅದರ ಇತಿಹಾಸ ಅರಿಯದ ಹುಂಬ.!
ನನ್ನೆದುರು ಸಮಯ ತಪ್ಪಿ ಕುಕ್ಕರಿಸಿದ ದೀಪ.!
ಬತ್ತಿ ಒಳ ಹೋಗಿ ತಿಳಿಸ ಹೊರಟಿತದರ ರೂಪ.
ಸೋಗಿನ ಪ್ರಪಂಚವಿದು ಸೋಬಿ ಸಿಕ್ಕರಾಯಿತು.
ಮರೆತರೆನ್ನ ನಾನೇನು ಮಾಡಲಿ.
ನಾನೀಗ ಈಗ ಬರಿಯ ಹಳೆ ಚಿಮಣಿ.!
    ಆಗೊಮ್ಮೆ ಈಗೊಮ್ಮೆ ಹೊತ್ತಿಸುವರು ಗತಿಗೆಟ್ಟವರು ನನ್ನ.
    ಇಲ್ಲವಾದರೆ ನಾ ಬೂದಿ ಬಣ್ಣ!
    ಸುಮಾರು ವಸಂತಗಳು ಕಳೆದವು,
    ನನ್ನ ಪೂರ್ವಜರು ಸೇರಿಕೊಂಡು ನನ್ನ!
    ಸೋದರಿಕೆ ಸಂಕಟಕೇಳಲು ನನ್ನದೇ ನೂರಾಗಿದೆ
    ನೂಲಿಲ್ಲ ಮತ್ತೆ ಚಿಗುರಲು ತೀರಿತಲ್ಲ ಋಣ,
ಮಕ್ಕಳೀಗ ಟ್ಯಾಬ್ ಬಿಟ್ಟು ಬರಲಿಲ್ಲ,
ಹಿರಿತಲೆಗಳು ಪುರಾಣ ಪರಿಸೋ ಪ್ರಸಂಗ ಈಗ ಬರಲೇ ಇಲ್ಲ,
ಇನ್ನೆಲ್ಲಿ ನಾನು? ಹಿಂಗಾತು,..   ಹಂಗಾತು ರೋಧಿಸುವಾಗ ದೀಪ.
ಅರ್ಥವಾದ ಕಥೆಗೆ ಉಫ್ ಎಂದು ವ್ಯಥೆಪಟ್ಟಿತು ದೇಹ...!?
ಮರೆಯಲಾರೆ, ನೀ ಮತ್ತೆ ಬರುವೆ
    ಅಲ್ಲಿಯವರೆಗೆ ಕಾಯುವೆ ನಾ...!! ಓ ಚಿಮಣಿ... ಸೀಮೆ ಎಣ್ಣೆ ದೀಪ...!!
    ಎಷ್ಟೋ ಅಜ್ಜಿ ಕತೆಗಳಿವೆ ನಿನ್ನಲ್ಲಿ ಒಬ್ಬಳು ನಾ...

✍ - ಅಮೃತ ಬಿ
ದ್ವಿತೀಯ ವರ್ಷ ಪ್ರಶಿಕ್ಷಣಾರ್ಥಿ

ಪ್ರೀತಿಯ ಅಮ್ಮನಿಗೆ (ನನ್ನವ್ವ)

ನೆತ್ತಿಯ ಮ್ಯಾಲ ಬುತ್ತಿಯ ಇಡ್ಕೊಂಡು
ಹೊರಟಾಳ ನನ್ನವ್ವ ಹೊಲಕ
ಹೊತ್ತಾಗೇತಂತ ದಾರಿಯ ನಡಕ
ತಿನ್ನುತ್ತಾ ಹೊರಟಾಳ ರೊಟ್ಟಿಯ ತುಣುಕ

   ಹರಿದ ಅದಲು–ಬದಲು ಚಪ್ಪಲಿ ಮೆಟ್ಟಿ
   ಗೊತ್ತಿಲ್ಲ ನಮ್ಮವ್ವಗ ಸಾಲಿಯ ಕಟ್ಟಿ
   ನಿಂತಾಳ ಸಂಸಾರದ ಕಷ್ಟಗಳ ಮೆಟ್ಟಿ
   ಯಾರಿಗೂ ಅಂಜದ ಬಲು ಗಟ್ಟಿಗಿತ್ತಿ

ಕೂಲಿಯ ಮಾಡಿ ಸಾಲಿಯ ಕಲಿಸ್ಯಾಳ
ಸಾವಿರ ಕನಸುಗಳ ಮನದಲಿ ಹೊತ್ತಾಳ
ಸರಿ ತಪ್ಪುಗಳ ಮದ್ಯ ಒಳ್ಳೆಯ ದಾರಿಯಲಿ ನನ ನಡಿಸ್ಯಾಳ

   ಹತ್ತು ದೇವರಿಗಿಂತ ಹೆತ್ತವ್ವ ದೊಡ್ಡಾಕಿ
   ಸಾಕ್ಯಾಳ ಕಷ್ಟದಲಿ ಮುತ್ತಿಟ್ಟು ನನ್ನ
   ಎಷ್ಟು ಜನ್ಮವೆತ್ತಿದರೂ ತೀರಿಸಲಾರೇನು
   ನಿನ್ನ ಈ ಋಣವನ್ನ.. ಓ... ನನ್ನವ್ವ, ನನ್ನ ಹಡೆದವ್ವ!!

✍ - ಮೌನೇಶ ಜಿ ಚಿತ್ತಾಪೂರ
   ಪ್ರಥಮ   ವರ್ಷ ಪ್ರಶಿಕ್ಷಣಾರ್ಥಿ

ಸಲಾಂ ಸಲಾಂ ಸಲಾಂ

ಒಂದು ಲೋಟ ಹಾಲಿಗಾಗಿ
ಹಸುವನ್ನೇ ತಂದು ಕಟ್ಟಿ
ಹಾಲು ಕರೆಯುತ್ತೇನೆನ್ನುವ
ಚತುರರಿಗೊಂದು ಸಲಾಂ!

   ಬೆಳೆದ ಉಗುರಿನ ತೊಂದರೆಗಾಗಿ
   ಕುಡುಗೋಲು ತಂದು ಮಸೆದು
   ಕೈಬೆರಳನ್ನೇ ಕತ್ತರಿಸುತ್ತೇನೆನ್ನುವ
   ಮೇಧಾವಿಗಳಿಗೊಂದು ಸಲಾಂ!

ಊರವರ ಮಾತಿಗೆ ಕುಪಿತರಾಗಿ
ಊರಿನ ಕೆರೆಗೆ ಸವಾಲೆಸೆದು
ಮುಖ ತೊಳೆಯದಿರುವೆನೆನ್ನುವ
ಸ್ವಾಭಿಮಾನಿಗಳಿಗೊಂದು ಸಲಾಂ...!

✍ - ರಮೇಶ್ ಎಂ ಗುತ್ತೇದಾರ್
   ಪ್ರಥಮ   ವರ್ಷ ಪ್ರಶಿಕ್ಷಣಾರ್ಥಿ

ಅಖಿಲ ಭಾರತ ಕನ್ನಡ ಸಾಹಿತ್ಯ ಸಮ್ಮೇಳನಗಳು - ನಡೆದ ಸ್ಥಳ ಮತ್ತು ಅಧ್ಯಕ್ಷರ ಪಟ್ಟಿ

ಕ್ರಸಂ – ನಡೆದ ವರ್ಷ –	ಸ್ಥಳ –	ಅಧ್ಯಕ್ಷತೆ ವಹಿಸಿದವರು
1. 1915 –	ಬೆಂಗಳೂರು –	ಎಚ್. ವಿ. ನಂಜುಂಡಯ್ಯ
2. 1916 –	ಬೆಂಗಳೂರು –	ಎಚ್. ವಿ. ನಂಜುಂಡಯ್ಯ
3. 1917 –	ಮೈಸೂರು –	ಎಚ್. ವಿ. ನಂಜುಂಡಯ್ಯ
4. 1918 –	ಧಾರವಾಡ –	ಆರ್. ನರಸಿಂಹಾಚಾರ್
5. 1919 –	ಹಾಸನ –	ಕರ್ಪೂರ ಶ್ರೀನಿವಾಸರಾವ್
6. 1920 –	ಹೊಸಪೇಟೆ –	ರೊದ್ದ ಶ್ರೀನಿವಾಸರಾವ್
7. 1921 –	ಚಿಕ್ಕಮಗಳೂರು –	ಕೆ. ಪಿ. ಪುಟ್ಟಣ್ಣ ಶೆಟ್ಟಿ
8. 1922 –	ದಾವಣಗೆರೆ –	ಎಂ. ವೆಂಕಟಕೃಷ್ಣಯ್ಯ
9. 1923 –	ಬಿಜಾಪುರ –	ಸಿದ್ಧಾಂತಿ ಶಿವಶಂಕರ ಶಾಸ್ತ್ರಿ
10. 1924 –	ಕೋಲಾರ –	ಹೊಸಕೋಟೆ ಕೃಷ್ಣಶಾಸ್ತ್ರಿ
11. 1925 –	ಬೆಳಗಾವಿ –	ಬೆನಗಲ್ ರಾಮರಾವ್
12. 1926 –	ಬಳ್ಳಾರಿ –	ಫ. ಗು. ಹಳಕಟ್ಟಿ
13. 1927 –	ಮಂಗಳೂರು –	ಆರ್. ತಾತಾಚಾರ್ಯ
14. 1928 –	ಕಲಬುರ್ಗಿ –	ಬಿ ಎಂ ಶ್ರೀ
15. 1929 –	ಬೆಳಗಾವಿ –	ಮಾಸ್ತಿ ವೆಂಕಟೇಶ ಅಯ್ಯಂಗಾರ್
16. 1930 –	ಮೈಸೂರು –	ಆಲೂರು ವೆಂಕಟರಾಯರು
17. 1931 –	ಕಾರವಾರ –	ಮುಳಿಯ ತಿಮ್ಮಪ್ಪಯ್ಯ
18. 1932 –	ಮಡಿಕೇರಿ –	ಡಿ ವಿ ಜಿ
19. 1933 –	ಹುಬ್ಬಳ್ಳಿ –	ವೈ. ನಾಗೇಶ ಶಾಸ್ತ್ರಿ
20. 1934 –	ರಾಯಚೂರು –	ಪಂಜೆ ಮಂಗೇಶರಾಯರು
21. 1935 –	ಮುಂಬಯಿ –	ಎನ್.ಎಸ್.ಸುಬ್ಬರಾವ್
22. 1937 –	ಜಮಖಂಡಿ –	ಬೆಳ್ಳಾವೆ ವೆಂಕಟನಾರಣಪ್ಪ
23. 1938 –	ಬಳ್ಳಾರಿ –	ರಂಗನಾಥ ದಿವಾಕರ
24. 1939 –	ಬೆಳಗಾವಿ –	ಮುದವೀಡು ಕೃಷ್ಣರಾಯರು
25. 1940 –	ಧಾರವಾಡ –	ವೈ. ಚಂದ್ರಶೇಖರ ಶಾಸ್ತ್ರಿ
26. 1941 –	ಹೈದರಾಬಾದ್ –	ಎ. ಆರ್. ಕೃಷ್ಣಶಾಸ್ತ್ರಿ
27. 1943 –	ಶಿವಮೊಗ್ಗ –	ದ. ರಾ. ಬೇಂದ್ರೆ
28. 1944 –	ರಬಕವಿ –	ಎಸ್.ಎಸ್.ಬಸವನಾಳ
29. 1945 –	ಮದರಾಸು –	ಟಿ ಪಿ ಕೈಲಾಸಂ

30.	1947 –	ಹರಪನಹಳ್ಳಿ –	ಸಿ. ಕೆ. ವೆಂಕಟರಾಮಯ್ಯ
31.	1948 –	ಕಾಸರಗೋಡು –	ತಿ. ತಾ. ಶರ್ಮ
32.	1949 –	ಕಲಬುರ್ಗಿ –	ಉತ್ತಂಗಿ ಚನ್ನಪ್ಪ
33.	1950 –	ಸೊಲ್ಲಾಪುರ –	ಎಮ್. ಆರ್. ಶ್ರೀನಿವಾಸಮೂರ್ತಿ
34.	1951 –	ಮುಂಬಯಿ –	ಗೋವಿಂದ ಪೈ
35.	1952 –	ಬೇಲೂರು –	ಎಸ್. ಸಿ. ನಂದೀಮಠ
36.	1954 –	ಕುಮಟಾ –	ವಿ. ಸೀತಾರಾಮಯ್ಯ
37.	1955 –	ಮೈಸೂರು –	ಶಿವರಾಮ ಕಾರಂತ
38.	1956 –	ರಾಯಚೂರು –	ಶ್ರೀರಂಗ
39.	1957 –	ಧಾರವಾಡ –	ಕುವೆಂಪು
40.	1958 –	ಬಳ್ಳಾರಿ –	ವಿ. ಕೆ. ಗೋಕಾಕ
41.	1959 –	ಬೀದರ –	ಡಿ. ಎಲ್. ನರಸಿಂಹಾಚಾರ್
42.	1960 –	ಮಣಿಪಾಲ –	ಅ. ನ. ಕೃಷ್ಣರಾಯ
43.	1961 –	ಗದಗ –	ಕೆ. ಜಿ. ಕುಂದಣಗಾರ
44.	1963 –	ಸಿದ್ದಗಂಗಾ –	ರಂ. ಶ್ರೀ. ಮುಗಳಿ
45.	1965 –	ಕಾರವಾರ –	ಕಡೆಂಗೋಡ್ಲು ಶಂಕರಭಟ್ಟ
46.	1967 –	ಶ್ರವಣಬೆಳಗೊಳ –	ಆ. ನೇ. ಉಪಾಧ್ಯೆ
47.	1970 –	ಬೆಂಗಳೂರು –	ದೇ. ಜವರೆಗೌಡ
48.	1974 –	ಮಂಡ್ಯ –	ಜಯದೇವಿತಾಯಿ ಲಿಗಾಡೆ
49.	1976 –	ಶಿವಮೊಗ್ಗ –	ಎಸ್. ವಿ. ರಂಗಣ್ಣ
50.	1978 –	ದೆಹಲಿ –	ಜಿ. ಪಿ. ರಾಜರತ್ನಂ
51.	1979 –	ಧರ್ಮಸ್ಥಳ –	ಗೋಪಾಲಕೃಷ್ಣ ಅಡಿಗ
52.	1980 –	ಬೆಳಗಾವಿ –	ಬಸವರಾಜ ಕಟ್ಟೀಮನಿ
53.	1981 –	ಚಿಕ್ಕಮಗಳೂರು –	ಪು. ತಿ. ನರಸಿಂಹಾಚಾರ್
54.	1981 –	ಮಡಿಕೇರಿ –	ಶಂ. ಬಾ. ಜೋಶಿ
55.	1982 –	ಶಿರಸಿ –	ಗೊರೂರು ರಾಮಸ್ವಾಮಿ ಐಯಂಗಾರ್
56.	1984 –	ಕೈವಾರ –	ಎ. ಎನ್. ಮೂರ್ತಿರಾವ್
57.	1985 –	ಬೀದರ್ –	ಹಾ. ಮಾ. ನಾಯಕ
58.	1987 –	ಕಲಬುರ್ಗಿ –	ಸಿದ್ದಯ್ಯ ಪುರಾಣಿಕ
59.	1990 –	ಹುಬ್ಬಳ್ಳಿ –	ಆರ್. ಸಿ. ಹಿರೇಮಠ
60.	1991 –	ಮೈಸೂರು –	ಕೆ. ಎಸ್. ನರಸಿಂಹಸ್ವಾಮಿ
61.	1992 –	ದಾವಣಗೆರೆ –	ಜಿ. ಎಸ್. ಶಿವರುದ್ರಪ್ಪ

62.	1993 –	ಕೊಪ್ಪಳ –	ಸಿಂಪಿ ಲಿಂಗಣ್ಣ
63.	1994 –	ಮಂಡ್ಯ –	ಚದುರಂಗ
64.	1995 –	ಮುಧೋಳ –	ಎಚ್. ಎಲ್. ನಾಗೇಗೌಡ
65.	1996 –	ಹಾಸನ –	ಚನ್ನವೀರ ಕಣವಿ
66.	1997 –	ಮಂಗಳೂರು –	ಕಯ್ಯಾರ ಕಿಞ್ಞಣ್ಣ ರೈ
67.	1999 –	ಕನಕಪುರ –	ಎಸ್. ಎಲ್. ಭೈರಪ್ಪ
68.	2000 –	ಬಾಗಲಕೋಟೆ –	ಶಾಂತಾದೇವಿ ಮಾಳವಾಡ
69.	2002 –	ತುಮಕೂರು –	ಯು. ಆರ್. ಅನಂತಮೂರ್ತಿ
70.	2003 –	ಬೆಳಗಾಂ –	ಪಾಟೀಲ ಪುಟ್ಟಪ್ಪ
71.	2004–	ಮೂಡುಬಿದಿರೆ –	ಕಮಲಾ ಹಂಪನಾ
72.	2006 –	ಬೀದರ್ –	ಶಾಂತರಸ ಹೆಂಬೆರಳು
73.	2007 –	ಶಿವಮೊಗ್ಗ –	ನಿಸಾರ್ ಅಹಮ್ಮದ್
74.	2008 –	ಉಡುಪಿ –	ಎಲ್. ಎಸ್. ಶೇಷಗಿರಿ ರಾವ್
75.	2009 –	ಚಿತ್ರದುರ್ಗ –	ಎಲ್. ಬಸವರಾಜು
76.	2010 –	ಗದಗ –	ಡಾ. ಗೀತಾ ನಾಗಭೂಷಣ
77.	2011 –	ಬೆಂಗಳೂರು –	ಜಿ. ವೆಂಕಟಸುಬ್ಬಯ್ಯ
78.	2012 –	ಗಂಗಾವತಿ –	ಸಿ. ಪಿ ಕೃಷ್ಣಕುಮಾರ್
79.	2013 –	ವಿಜಾಪುರ –	ಕೋ. ಚನ್ನಬಸಪ್ಪ
80.	2014 –	ಕೊಡಗು –	ನಾ ಡಿಸೋಜ
81.	2015 –	ಶ್ರವಣಬೆಳಗೊಳ –	ಡಾ. ಸಿದ್ದಲಿಂಗಯ್ಯ
82.	2016 –	ರಾಯಚೂರು –	ಬರಗೂರು ರಾಮಚಂದ್ರಪ್ಪ
83.	2017 –	ಮೈಸೂರು –	ಚಂದ್ರಶೇಖರ ಪಾಟೀಲ
84.	2019 –	ಧಾರವಾಡ –	ಚಂದ್ರಶೇಖರ ಕಂಬಾರ
85.	2020 –	ಕಲಬುರಗಿ –	ಎಚ್. ಎಸ್. ವೆಂಕಟೇಶಮೂರ್ತಿ
86.	2022 –	ಹಾವೇರಿ –	ದೊಡ್ಡ ರಂಗೇಗೌಡರು
87.	2024 –	ಮಂಡ್ಯ –	ಗೋ. ರು. ಚನ್ನಬಸಪ್ಪ

✍ - ಮುರುಗೇಶ್ ಎಲ್
ದ್ವಿತೀಯ ವರ್ಷ ಪ್ರಶಿಕ್ಷಣಾರ್ಥಿ

ಪರಿಸರದ ಉಳಿವಿನ ಮೇಲೆ ನಿಂತಿದೆ ನಮ್ಮ ಭವಿಷ್ಯ

ಮಾನವನು ತನಗೆ ಬೇಕಾದ ಎಲ್ಲವನ್ನೂ ಪರಿಸರದಿಂದಲೇ ಪಡೆಯುತ್ತಾನೆ. ಹೀಗಾಗಿ ಪರಿಸರವನ್ನು ಪ್ರಕೃತಿ ಮಾತೆ ಎಂದು ಕರೆಯುತ್ತೇವೆ. ಆದರೆ ಮಹಾಸ್ವಾರ್ಥಿಯಾದ ಮಾನವನಿಂದ ಇಂದು ಸಂಪೂರ್ಣ ಪರಿಸರ ಮಲಿನವಾಗಿದೆ. ಪ್ರಕೃತಿಯ ಗರ್ಭದಲ್ಲಿ ಬೆಳೆಯುತ್ತಿರುವ ಮಾನವನು ತನ್ನ ಕರುಳ ಬಳ್ಳಿಯನ್ನೇ ಕತ್ತರಿಸಿಕೊಳ್ಳುತ್ತಿದ್ದಾನೆ. ಇಂತಹ ಪರಿಸ್ಥಿತಿ ಮುಂದುವರಿದರೆ ನಮ್ಮ ಸರ್ವನಾಶ ಶತಃಸಿದ್ಧ. ಈ ವಿನಾಶದಿಂದ ಪಾರಾಗಲು ನಾವೆಲ್ಲರೂ ಪರಿಸರ ರಕ್ಷಣೆಯ ಪಣವನ್ನು ತೊಡಬೇಕಿದೆ.

ಪ್ರಕೃತಿಗೂ ಮಾನವನಿಗೂ ಗಾಢವಾದ ಸಂಬಂಧವಿದೆ. ನಾವು ಹುಟ್ಟಿ, ಸಾಯುವವರೆಗೂ ಪ್ರಕೃತಿಯ ಮಡಿಲಿನ ಆಸರೆ ನಮಗೆ ಅನಿವಾರ್ಯ. ಆದರೆ ಆಧುನಿಕತೆ, ನಗರೀಕರಣ, ಕೈಗಾರಿಕೀಕರಣ, ವಿಜ್ಞಾನ, ತಂತ್ರಜ್ಞಾನದ ಅಭಿವೃದ್ಧಿ ಹೀಗೆ ಹತ್ತು ಹಲವು ಕಾರಣಗಳಿಂದಾಗಿ ಪರಿಸರ ಮಾಲಿನ್ಯ ಹೆಚ್ಚಾಗುತ್ತಿದೆ.

ಪರಿಸರ ಎಂಬ ಈ ಜೀವಜಾಲದಲ್ಲಿ ಎಲ್ಲ ಜೀವಿಗಳು ಒಂದಕ್ಕೊಂದು ಪ್ರತ್ಯಕ್ಷ ಅಥವಾ ಪರೋಕ್ಷವಾಗಿ ಅವಲಂಬಿಸಿಕೊಂಡಿದ್ದು ಪರಿಸರದ ಮೇಲೆ ಪ್ರಭಾವ ಬೀರುತ್ತದೆ. ಭೂಮಿಯ ಮೇಲಣ ಜೀವಜಾಲವನ್ನು ಉಳಿಸಿಕೊಳ್ಳುವುದರ ಜತೆಯಲ್ಲಿ ಪರಿಸರ ಸಂರಕ್ಷಣೆಗೆ ನಾವು ಮುಂದಾಗಬೇಕಿದೆ. ಈ ಕೆಲವೊಂದು ಕ್ರಮಗಳನ್ನು ಕೈಗೊಳ್ಳುವ ಅಥವಾ ಅನುಸರಿಸುವ ಮೂಲಕ ಪರಿಸರ ಮಾಲಿನ್ಯವನ್ನು ತಪ್ಪಿಸಬಹುದಾಗಿದೆ.

- ✓ ಸುತ್ತಮುತ್ತಲೂ ಹಸುರು ಹೆಚ್ಚುವಂತೆ ಗಿಡಗಳನ್ನು ನೆಟ್ಟು, ಪೋಷಿಸುವುದು.
- ✓ ತ್ಯಾಜ್ಯಗಳ ಸಮರ್ಪಕ ವಿಲೇವಾರಿ.
- ✓ ಮಳೆ ನೀರನ್ನು ಇಂಗಿಸಲು ಪ್ರತೀ ಮನೆಯ ಆವರಣದಲ್ಲೂ ಇಂಗುಗುಂಡಿಗಳ ನಿರ್ಮಾಣ.
- ✓ ಕಡಿಮೆ ದೂರದ ಪ್ರಯಾಣಕ್ಕೆ ಕಾಲ್ನಡಿಗೆ ಅಥವಾ ಸೈಕಲ್, ಎಲೆಕ್ಟ್ರಿಕ್ ವಾಹನಗಳಂತಹ ಪರಿಸರಸ್ನೇಹಿ ವಾಹನಗಳನ್ನು ಬಳಸುವುದು ಮತ್ತು ದೂರದ ಪ್ರಯಾಣಕ್ಕಾಗಿ ಸಾರ್ವಜನಿಕ ಸಾರಿಗೆ ವ್ಯವಸ್ಥೆಯನ್ನೇ ಹೆಚ್ಚಾಗಿ ಬಳಸುವುದು.
- ✓ ಕಟ್ಟಿಗೆ ಸುಡುವುದನ್ನು ಮತ್ತು ಸೀಮೆಎಣ್ಣೆ ಬಳಕೆಯನ್ನು ಕಡಿಮೆ ಮಾಡುವುದು.
- ✓ ಪ್ಲಾಸ್ಟಿಕ್ ಬಳಕೆಗೆ ಕಡಿವಾಣ ಮತ್ತು ಮರುಬಳಕೆಯೋಗ್ಯ ವಸ್ತುಗಳನ್ನು ಬಳಸುವುದು.
- ✓ ರಾಸಾಯನಿಕ ಮುಕ್ತ, ಸಾವಯವ ಹಾಗೂ ಸಸ್ಯಮೂಲದ ಆಹಾರ ಪದಾರ್ಥಗಳ ಸೇವನೆ.
- ✓ ಕಾರ್ಖಾನೆಗಳು ಹೊರಸೂಸುವ ವಿಷಾನಿಲಗಳಿಗೆ ಕಡಿವಾಣ ಮತ್ತು ಕಾರ್ಖಾನೆಗಳ ತ್ಯಾಜ್ಯ ನೀರನ್ನು ನೇರವಾಗಿ ಜಲಮೂಲಗಳಿಗೆ ಬಿಡದಿರುವುದು.
- ✓ ನೈಸರ್ಗಿಕ ಸಂಪನ್ಮೂಲಗಳ ಮಿತ ಬಳಕೆ.

ಪರಿಸರವೇ ಸೃಷ್ಟಿಯ ಪ್ರತಿಯೊಂದು ಜೀವಿಯ ಆಗರ. ಆದ್ದರಿಂದ ನಮ್ಮ ವಂಶ ಬೆಳಗಲು ಪರಿಸರವನ್ನು ಸಂರಕ್ಷಿಸೋಣ. "ಗಿಡ ನಕ್ಕರೆ ಜಗ ನಗುವುದು, ಗಿಡ ಅಳಿದರೆ ಜಗ ಅಳಿಯುವುದು' ಎಂಬ ಮಾತನ್ನು ಗಮನದಲ್ಲಿರಿಸಿಕೊಂಡು ಅದಕ್ಕಾಗಿ ನಾವೆಲ್ಲರೂ ಸಾಲುಮರದ ತಿಮ್ಮಕ್ಕ ಅವರನ್ನು ಮಾದರಿಯಾಗಿರಿಸಿಕೊಂಡು ಪರಿಸರ ಸಂರಕ್ಷಣೆಗೆ ಕೈ ಜೋಡಿಸೋಣ.

✒ – ಕವಿತಾ ಎಸ್
ದ್ವಿತೀಯ ವರ್ಷ ಪ್ರಶಿಕ್ಷಣಾರ್ಥಿ

ಭಾಷಾ ಸಂಘದ ಸಹಯೋಗದಲ್ಲಿ ನಡೆದ ಕಾರ್ಯಕ್ರಮಗಳ ಪಕ್ಷಿನೋಟ

17–01–2024ರಂದು ನಡೆದ 2022–23ನೇ ಸಾಲಿನ ಚಿಗುರು ಸಂಚಿಕೆಯ ಬಿಡುಗಡೆಯ ಕಾರ್ಯಕ್ರಮ

ಮಾಧ್ಯಮಗಳಲ್ಲಿ ಭಾಷಾಸಂಘದ ಚಟುವಟಿಕೆಗಳ ವರದಿ

"ಶಾಲಾ ಶಿಕ್ಷಣದಲ್ಲಿ ನಾಟಕ ಮತ್ತು ಕಲೆಯ ಮಹತ್ವ – ಕಾರ್ಯಾಗಾರ

ಹೊಸ ಬದುಕಿನ ಆಶಯಗಳ

ರಂಗಭೂಮಿ ಎಂಬುದು ಸುಳ್ಳಿನೊಂದಿಗೆ ಸತ್ಯದ ಅನಾವರಣ ಮಾಡುವ ವೇದಿಕೆ

ಕಾರ್ಯಾಗಾರದಲ್ಲಿ ಡಾ. ಗುರುಪ್ರಸಾದ್.ಟಿ.ಆರ್ ಅಭಿಪ್ರಾಯ

ಶಿಕ್ಷಕ ರಂಗಭೂಮಿ ಕಲಾವಿದನಾಗಿ ಕೆಲಸ ಮಾಡಲಿ: ಗುರುಪ್ರಸಾದ್

ಶಿಕಾರಿಪುರ: ಸ್ವಾಮಿ ವಿವೇಕಾನಂದ ವಿದ್ಯಾಸಂಸ್ಥೆಯ ಕುಮದ್ವತಿ ಶಿಕ್ಷಣ ಮಹಾವಿದ್ಯಾಲಯದಲ್ಲಿ ನಡೆದ ಕಾರ್ಯಾಗಾರವನ್ನು ರಂಗಕರ್ಮಿ ಟಿ. ಆರ್. ಗುರುಪ್ರಸಾದ್ ಉದ್ಘಾಟಿಸಿದರು.

■ **ಉದಯವಾಣಿ ಸಮಾಚಾರ**

ಶಿಕಾರಿಪುರ: ಶಿಕ್ಷಕ ತನ್ನ ವೃತ್ತಿಯಲ್ಲಿ ಕೆಲವೊಮ್ಮೆ ರಂಗಭೂಮಿ ಕಲಾವಿದನಾಗಿ ಕೆಲಸ ಮಾಡಬೇಕು ಎಂದು ರಂಗಕರ್ಮಿ ಟಿ. ಆರ್. ಗುರುಪ್ರಸಾದ್ ಹೇಳಿದರು.

ಪಟ್ಟಣದ ಸ್ವಾಮಿ ವಿವೇಕಾನಂದ ವಿದ್ಯಾಸಂಸ್ಥೆಯ ಕುಮದ್ವತಿ ಶಿಕ್ಷಣ ಮಹಾವಿದ್ಯಾಲಯದಲ್ಲಿ ಗುರುವಾರ 'ಶಾಲಾ ಶಿಕ್ಷಣದಲ್ಲಿ ನಾಟಕ ಮತ್ತು ಕಲೆಯ ಮಹತ್ವ' ವಿಷಯ ಕುರಿತು ನಡೆದ ಕಾರ್ಯಾಗಾರ ಉದ್ಘಾಟಿಸಿ ಅವರು ಮಾತನಾಡಿದರು.

ಶಿಕ್ಷಕರು ವಿಷಯ ಬೋಧಿಸುವಲ್ಲಿ ರಂಗಭೂಮಿಯ ತಾಲೀಮು ಮಾಡುವ ಅವಶ್ಯಕತೆ ಇದೆ. ರಂಗಭೂಮಿ ಶಿಕ್ಷಕನಿಗೆ ಮಾತಿನ ಶೈಲಿ, ನಿಲ್ಲುವ ಭಂಗಿ, ಅಭಿನಯ, ಆತ್ಮಸ್ಥೈರ್ಯ ಹಾಗೂ ಭಾಷೆಯನ್ನು ಬೆಳಸುವ ಸನ್ನಿವೇಶ ಸೃಷ್ಟಿಸುತ್ತದೆ. ಶಿಕ್ಷಕ ವೃತ್ತಿ ದಕ್ಷತೆ ಹೆಚ್ಚಿಸಿಕೊಳ್ಳಲು ರಂಗಭೂಮಿ ಕ್ಷೇತ್ರದ ಸಹಕಾರ ನೀಡುತ್ತದೆ. ರಂಗಭೂಮಿ ಕ್ಷೇತ್ರದ ಬಗ್ಗೆ ಆಸಕ್ತಿ ಬೆಳೆಸಿಕೊಳ್ಳಬೇಕು. ರಂಗಭೂಮಿ ಕ್ಷೇತ್ರವನ್ನು ಉಳಿಸಿ ಬೆಳೆಸಬೇಕು ಎಂದರು. ಕುಮದ್ವತಿ ಶಿಕ್ಷಣ ಮಹಾವಿದ್ಯಾಲಯ ಪ್ರಾಂಶುಪಾಲ ಜಿ.ಎಸ್. ಶಿವಕುಮಾರ್ ವಹಿಸಿದ್ದರು. ಸಹಾಯಕಪ್ರಾಧ್ಯಾಪಕರಾದ ಕಿರಣ್ ಕುಮಾರ್, ವೀರೇಂದ್ರ ಕುಮಾರ್ ವಾಲಿ, ದೇವರಾಜ್, ರವಿ ಇದ್ದರು.

ನಾವಿಕ ದಿನಪತ್ರಿಕೆ

ರಂಗಭೂಮಿ ಎಂಬುದು ಸುಳ್ಳಿನೊಂದಿಗೆ ಸತ್ಯದ ಅನಾವರಣ ಮಾಡುವ ವೇದಿಕೆ

'ಶಾಲಾ ಶಿಕ್ಷಣದಲ್ಲಿ ನಾಟಕ, ಕಲೆಯ ಮಹತ್ವ' ಶೀರ್ಷಿಕೆಯಡಿಯಲ್ಲಿ ಒಂದು ದಿನದ ಕಾರ್ಯಾಗಾರದಲ್ಲಿ ಡಾ.ಗುರುಪ್ರಸಾದ್ ಅಭಿಮತ

ಶಿಕಾರಿಪುರ: ಸ್ವಾಮಿ ವಿವೇಕಾನಂದ ವಿದ್ಯಾಸಂಸ್ಥೆ (ರಿ), ಕುಮದ್ವತಿ ಶಿಕ್ಷಣ ಮಹಾವಿದ್ಯಾಲಯ, ಶಿಕಾರಿಪುರದ ಐಸಿಎಸ್‌ಎಸ್ ಸಂಯೋಜಿತ ಮತ್ತು ಭಾಷಾ ಸಂಘ, ಕಿರಂಜಾಳ ಕಲಾಕೇಂದ್ರ ಇವರ ಸಹಯೋಗದೊಂದಿಗೆ 'ಶಾಲಾ ಶಿಕ್ಷಣದಲ್ಲಿ ನಾಟಕ ಮತ್ತು ಕಲೆಯ ಮಹತ್ವ' ಎಂಬ ಶೀರ್ಷಿಕೆಯಡಿಯಲ್ಲಿ ಒಂದು ದಿನದ ಕಾರ್ಯಾಗಾರವನ್ನು ವಿಧಿವತ್ತಾಗಿ ನಡೆಸಿತು.

ಕಾರ್ಯಕ್ರಮದಲ್ಲಿ ಉದ್ಘಾಟಕರಾಗಿ ಹಾಗೂ ಸಂಪನ್ಮೂಲ ವ್ಯಕ್ತಿಯಾಗಿ ಆಗಮಿಸಿದ ಡಾ.ಗುರುಪ್ರಸಾದ್ ಟಿ.ಎಲ್., ಕಲಾವಿದ ಪ್ರಭಾರಿ ದರ್ಶನ ಕಲೆಮನೆ, ಶಿರಾಳಕೊಪ್ಪ ಹಾಗೂ ಕಾರ್ಯದರ್ಶಿಗಳು, ಶಿರಂಜಾಳ ಕಲಾಕೇಂದ್ರ, ಶಿರಾಳಕೊಪ್ಪ ಇವರು ಮಾತನಾಡುತ್ತಾ, "ರಂಗಭೂಮಿ ಎಂಬುದು ಸುಳ್ಳಿನೊಂದಿಗೆ ಸತ್ಯದ ಅನಾವರಣ ಮಾಡುವ ವೇದಿಕೆ ಎಂದು ಹೇಳಿದರು. ಶಿಕ್ಷಕ ತನ್ನ ವೃತ್ತಿಯಲ್ಲಿ ಕಲಾವಿದನಾಗಿ ಕೆಲಸವನ್ನು ಮಾಡಬೇಕು. ಪಠ್ಯವನ್ನು ಮೋಧಿಸುವಲ್ಲಿ ರಂಗಭೂಮಿಯ ಕಲಿಕೆಯು ಮಾಡುವ ಅವಶ್ಯಕತೆಯಿದೆ. ಪ್ರಸ್ತುತ ಎಲ್ಲ ವೃತ್ತಿ ರಂಗಭೂಮಿಗಿಂತ, ಹವ್ಯಾಸಿ ರಂಗಭೂಮಿಯಿಂದ ವೃಷಕಾರಣವಾಗುವ ಸಾಧ್ಯತೆಗಳು ಹೆಚ್ಚಿವೆ. ಆದರೆ, ವೃತ್ತಿ ರಂಗಭೂಮಿಯವರು ದಿನಸಿದ ಆಹಾರವನ್ನು ಮಾಡುವ ಹಂತದಲ್ಲಿ ಬಂದಿರುವುದು ಶೋಚನೀಯ. ರಂಗಭೂಮಿ ಶಿಕ್ಷಣಕ್ಕೆ ಮಾಡಿದ ಶೈಲಿ, ಸಿದ್ಧವ ಭಂಗಿ. ಆಹಿನಯ, ಆತ್ಮರ್ಥ್ಯ, ಭಾಷೆಯನ್ನು ಒಳಗೊಂಡ ಸಂವೇದನೆಯನ್ನು ವೃಕ್ತಿಯ ಶಿಕ್ಷಕ ತನ್ನ ವೃತ್ತಿಯಲ್ಲಿ ಸಾಕ್ಷೀಕರಿಸಿಕೊಂಡ, ಶಿಕ್ಷಕ ವಿದ್ಯಾರ್ಥಿಯನ್ನು ಕೇಂದ್ರವಾಗಿಸಿಕೊಂಡ, ಕಲಿಕೆಯ ಪ್ರಕ್ರಿಯೆಯನ್ನು ಕೇಂದ್ರವಾಗಿಸಿಕೊಂಡ ವೃಕ್ತಿಯನ್ನು ಪ್ರೋತ್ಸಾಹಿಸುತ್ತದೆ. ಇದರಿಂದ ವೃತ್ತಿಕರಣವನ್ನು ಹೆಚ್ಚಿಸಿಕೊಳ್ಳುವಲ್ಲಿ ಪ್ರಮುಖ ಪಾತ್ರವಹಿಸುತ್ತಾರೆ "ಎಂದರು.

ಕಾರ್ಯಕ್ರಮದಲ್ಲಿ ಭಾಷಾ ಸಂಘದ ಮಾರ್ಗದರ್ಶಕರು ಹಾಗೂ ಸಹಾಯಕ ಪ್ರಾಧ್ಯಾಪಕರಾದ ಡಾ. ಕಿರಣ್ ಕುಮಾರ ಕಾರ್ಯಕ್ರಮದಲ್ಲಿ ಅಧ್ಯಕ್ಷತೆಯನ್ನು ದಹಿಸಿಕೊಂಡ ಡಾ.ಶಿವಕುಮಾರ್ ಜಿ.ಎಸ್, ಪ್ರಾಚಾರ್ಯರು, ಕುಮದ್ವತಿ ಶಿಕ್ಷಣ ಮಹಾವಿದ್ಯಾಲಯ, ಶಿಕಾರಿಪುರ ಇವರು ಮಾತನಾಡುತ್ತಾ ? "ರಂಗಭೂಮಿಯಂದ ಶಿಕ್ಷಕ ತನ್ನ ವೃತ್ತಿಯಲ್ಲಿ ನೈಪುಣ್ಯತೆಯನ್ನು ಕಂಡುಕೊಳ್ಳಲು ಸಾಧ್ಯವಾಗುತ್ತದೆ. ಇಂದಿನ ಸಿಗ, ಅಲ್, ಹಾಗೂ ಪ್ರಸಂಚಿಕ ಜ್ಞಾನದ ಪ್ರತಿಬಿಂಬವಾಗ ರಂಗಭೂಮಿಯ ಕಲಿಕೆ ಕ್ಷಮತಿಯುವಂತ ಬೋಧಿಸುವವರ ಶಿಕ್ಷಕನ್ನದೆ. ಆದರ್ಶ್ಯ ಮನಸ್ಸಾಮಟ್ಟದಂತ ಅಭಿನಯಿಸ ಬೋಧಿಸಿದವರೆ ರಂಗಭೂಮಿ ಜ್ಞಾನ. ನ್ಯೆಮಾಣ ಗ್ನಿಂದ ಫಲಜಗಳಾಗ ವೃಕ್ತಿಕ ಪ್ರಸಂಗಕ್ಕೆ ಪರಿಚಯಿಸುವ ನೈಪುಣ್ಯತೆ ಶಿಕ್ಷಕ ಮತ್ತು ಕಲಾವಿದರಲ್ ಇರದಿಂಶ ಎಂದರು. ಕೆ.ಎಸ್, ಡಾ. ವೀರೇಂದ್ರ ಕುಮಾರ ಮಾಲಿ ಎಸ್., ಡಾ. ರವಿ ಹೆಚ್. ಬೋಧಕ ಹಾಗೂ ಬೋಧಕೇತರ ವರ್ಗದವರು ಉಪಸ್ಥಿತರಿದ್ದು ಯಶಸ್ವಿಗೊಳಿಸಿದರು.

ಈ ಕಾರ್ಯಕ್ರಮದಲ್ಲಿ ಪ್ರಾರ್ಥನೆ ಮತ್ತು ಸ್ವಾಗತಿಸಿ, ಉದ್ಗುರುದಾರ ಪ್ರಶಿಕ್ಷಣಾರ್ಥಿ ಸ್ವಾಗತಿಸಿ, ವಂದನಾರ್ಪಣೆಯನ್ನು ಶಿವರಾಜ ನಿರೂಪಿಸಿದರೆ, ಪ್ರೇಕ್ಷಡಿ ಮತ್ತು ಸಹಸಿಂಗ ಪ್ರಶಿಕ್ಷಣಾರ್ಥಿಗಳು ನೆರವೇರಿಸಿದರು.

ವೇದಿಕೆಯ ಕಾರ್ಯಕ್ರಮದ ಸಂತರ ಡಾ.ಗುರುಪ್ರಸಾದ್‌ರವ ಸಾಟಕ ಮತ್ತು ರಂಗಭೂಮಿ ಕಲೆಗಳ ಅಭಿವ್ಯಕ್ತಿ ಪ್ರದರ್ಶಕವಾಗಿ ಶೈಕ್ಷಿಕ ಮತ್ತು ಮಾನಸಿಕ ವ್ಯಾಯಾಮ ಮತ್ತು ಆಗತ್ಯವಾದ ನಾಟಕ ಪ್ರದರ್ಶನ ಕಲೆಗಳ ತಾಂತ್ರಿಕತೆಯ ಅಂಶಗಳ್ನು ಹೇಗೆಮಾಡಿ ಅಭಿಜ್ಞಯನ್ನು ತೆಗೆದುಕೊಂಡರು.

ದಿನಾಂಕ:12–11–2024ರಂದು ಶ್ರೀ ಸಿದ್ದಲಿಂಗೇಶ್ವರ ಸ್ವಾಮಿ ಪ್ರೌಢಶಾಲೆಯಲ್ಲಿ ನಡೆದ
ಕನ್ನಡ ರಾಜ್ಯೋತ್ಸವ ಕಾರ್ಯಕ್ರಮ

ವಿಶ್ವವಾಣಿ

ವಿದ್ಯಾರ್ಥಿಗಳು ನಾಡಗೀತೆಯ ವೈಶಿಷ್ಟತೆ ಅರಿಯಲಿ

ಶಿಕಾರಿಪುರ: ಶಾಲಾ–ಕಾಲೇಜುಗಳಲ್ಲಿನ ವಿದ್ಯಾರ್ಥಿಗಳು ದೈನಂದಿನ ಪ್ರಾರ್ಥನೆಯಲ್ಲಿ ಹಾಡುವ ನಾಡಗೀತೆಯಲ್ಲಿನ ವೈಶಿಷ್ಟತೆಯನ್ನು ಅರಿತುಕೊಳ್ಳುವ ಪ್ರಯತ್ನ ಮಾಡಬೇಕು ಎಂದು ಇಲ್ಲಿನ ಕುಮದ್ವತಿ ಶಿಕ್ಷಣ ಮಹಾವಿದ್ಯಾಲಯದ ಪ್ರಾಧ್ಯಾಪಕ ಡಾ.ರವಿ. ಎಚ್ ಸಲಹೆ ನೀಡಿದರು.

ಪಟ್ಟಣದ ಕುಂಬಾರಗುಂಡಿಯಲ್ಲಿನ ಶ್ರೀಸಿದ್ದಲಿಂಗೇಶ್ವರ ಸ್ವಾಮಿ ಪ್ರೌಢಶಾಲೆಯ ಸಾಹಿತ್ಯ ಸಂಘ ಹಾಗೂ ಕುಮದ್ವತಿ ಶಿಕ್ಷಣ ಮಹಾವಿದ್ಯಾಲಯದ ಭಾಷಾ ಸಂಘಗಳ ಸಹಯೋಗದಲ್ಲಿ ನಡೆದ 69 ನೇ ಕನ್ನಡ ರಾಜ್ಯೋತ್ಸವ ಮತ್ತು ವಿವಿಧ ಸ್ಪರ್ಧಾ ಕಾರ್ಯಕ್ರಮದಲ್ಲಿ ಮುಖ್ಯ ಅತಿಥಿಯಾಗಿ ಪಾಲ್ಗೊಂಡು ಅವರು ಮಾತನಾಡಿದರು.

ಕನ್ನಡ ನಾಡು–ನುಡಿ ಕುರಿತು ಸ್ವರಚಿತ ಕವನ ವಾಚನ, ಪ್ರಬಂಧ ಬರವಣಿಗೆ, ಭಾಷಣ ಸ್ಪರ್ಧೆ, ಸಾಹಿತ್ಯ ಅಭ್ಯಾಸ ಮತ್ತು ವಿಮರ್ಶೆಯಂತಹ ವಿವಿಧ ಕಾರ್ಯಕ್ರಮಗಳಲ್ಲಿ ನಿರಂತರ ತೊಡಗಿಸಿಕೊಳ್ಳಬೇಕು. ಇದರೊಂದಿಗೆ ಶಾಲಾ–ಕಾಲೇಜುಗಳಲ್ಲಿ ಪ್ರತಿನಿತ್ಯ ಹಾಡುವ ನಾಡಗೀತೆಯಲ್ಲಿ ಅಡಗಿದ ಕನ್ನಡ ನಾಡಿನ ವಿವಿಧ ಕ್ಷೇತ್ರಗಳ ವಿಶೇಷತೆ, ಏಕ್ಯತೆ ಮತ್ತು ವೈಶಿಷ್ಟ್ಯತೆಯ ಸಾರವನ್ನು ಸವಿವರವಾಗಿ ಅರ್ಥೈಸಿಕೊಳ್ಳುವ ಪ್ರಯತ್ನ ಮಾಡಬೇಕು. ಮಕ್ಕಳು ನಾಡಗೀತೆಯನ್ನು ಸ್ಪಷ್ಟವಾಗಿ ಉಚ್ಚರಿಸುವುದನ್ನು ಅಭ್ಯಾಸ ಮಾಡಬೇಕು ಎಂದು ಸಲಹೆ ನೀಡಿದರು.

ಶಿಕಾರಿಪುರದ ಶ್ರೀ ಸಿದ್ದಲಿಂಗೇಶ್ವರ ಪ್ರೌಢಶಾಲೆಯಲ್ಲಿ ನಡೆದ ಕನ್ನಡ ರಾಜ್ಯೋತ್ಸವ ಕಾರ್ಯಕ್ರಮದಲ್ಲಿ ಮುಖ್ಯ ಶಿಕ್ಷಕ ಬಸವರಾಜ್ ಎಲಿಗೇರ್ ಮಾತನಾಡಿದರು.

ಮುಖ್ಯೋಪಾಧ್ಯಾಯ ಬಸವರಾಜ ಎಲಿಗೇರ್ ಮಾತನಾಡಿ, ಕರ್ನಾಟಕದ ನೆಲ, ಜಲ, ಜನ, ಸಂಸ್ಕೃತಿ ಬೇರೆ ರಾಜ್ಯಗಳಿಗೆ ಹೋಲಿಸಿದರೆ ಸಾಕಷ್ಟು ರೀತಿಯಲ್ಲಿ ವೈಶಿಷ್ಟತೆಯಿಂದ ಕೂಡಿದೆ. ಕನ್ನಡ ನಾಡಿನಲ್ಲಿ ಅನೇಕ ಕವಿಪುಂಗಮರು, ಸಾಹಿತಿಗಳು, ಲೇಖಕರು ಕಾಲದಿಂದ ಕಾಲಕ್ಕೆ ನೀಡಿದ ಸಾಹಿತ್ಯಿಕ ಕೊಡುಗೆ ಅಪಾರವಾಗಿದೆ. ಅವರ ಸಾಧನೆಯನ್ನು ಪ್ರೇರಣೆಯನ್ನಾಗಿಸಿಕೊಂಡು ಪ್ರಸ್ತುತ ಪೀಳಿಗೆ ಅಳವಡಿಸಿಕೊಳ್ಳುವ ಅನಿವಾರ್ಯತೆ

ಕನ್ನಡ ನಾಡಿಗೆ ತನ್ನದೇ ಆದ ಅಗಾಧ ಇತಿಹಾಸ ಮತ್ತು ಸಾಹಿತ್ಯಿಕ ಪರಂಪರೆ ಇದೆ. ಕನ್ನಡ ರಾಜ್ಯೋತ್ಸವವು ನಾಡಿನ ಹಿರಿಮೆಯ ಪ್ರತೀಕವಾಗಿದ್ದು, ರಾಜ್ಯೋತ್ಸವದ ಸಂದರ್ಭದಲ್ಲಿ ನಾಡಿನಾದ್ಯಂತ ವಿವಿಧ ಸಂಘ–ಸಂಸ್ಥೆಗಳು, ಶಾಲಾ–ಕಾಲೇಜುಗಳು ಪ್ರತಿನಿತ್ಯ ಕನ್ನಡ ನಾಡು ನುಡಿಯ ವೈಭವವನ್ನು ವಿವಿಧ ಶೀರ್ಷಿಕೆಗಳೊಂದಿಗೆ ಮಕ್ಕಳಿಗೆ, ಜನಸಾಮಾನ್ಯರಿಗೆ ಕನ್ನಡದ ಇತಿಹಾಸ ಸಂಸ್ಕೃತಿಯ ಬಗ್ಗೆ ಜಾಗೃತಿ ಮೂಡಿಸುವ ಪ್ರಯತ್ನ ಮಾಡುತ್ತಿವೆ.

—ಡಾ.ರವಿ. ಎಚ್, ಶಿಕ್ಷಣ ಮಹಾವಿದ್ಯಾಲಯದ ಪ್ರಾಧ್ಯಾಪಕ

ಯಿದೆ ಎಂದರು. ಕನ್ನಡ ನಾಡು–ನುಡಿಯ ಇತಿಹಾಸ ಕುರಿತು ಆಯೋಜಿಸಿದ್ದ ಪ್ರಬಂಧ ಮತ್ತು ಭಾಷಣ ಸ್ಪರ್ಧೆಗಳಲ್ಲಿ ಭಾಗವಹಿಸಿದ ವಿದ್ಯಾರ್ಥಿಗಳಿಗೆ ಬಹುಮಾನ ವಿತರಿಸಲಾಯಿತು.

ಕಾರ್ಯಕ್ರಮದಲ್ಲಿ ಶಾಲೆಯ ಎಲ್ಲಾ ಬೋಧಕ ಬೋಧಕೇತರ ಸಿಬ್ಬಂದಿಗಳು, ಪ್ರಶಿಕ್ಷಣಾರ್ಥಿಗಳು ಮತ್ತು ವಿದ್ಯಾರ್ಥಿಗಳು ಉಪಸ್ಥಿತರಿದ್ದರು.

ಪ್ರಶಿಕ್ಷಣಾರ್ಥಿ ರಂಜಿತಾ ಮತ್ತು ಸಂಗಡಿಗರು ಪ್ರಾರ್ಥಿಸಿ, ಸುಮ ಸ್ವಾಗತಿಸಿ, ನಾಗಶ್ರೀ ನಿರೂಪಿಸಿ, ನಾಗರಾಜ ವಂದಿಸಿದರು.

ಕನ್ನಡಪ್ರಭ

ಕನ್ನಡವೇ ಸತ್ಯ, ಕನ್ನವೇ ನಿತ್ಯ   69ನೇ ಕನ್ನಡ ರಾಜ್ಯೋತ್ಸವ, ವಿವಿಧ ಸ್ಪರ್ಧಾ ಕಾರ್ಯಕ್ರಮದಲ್ಲಿ ಡಾ. ರವಿ ಸಲಹೆ

ನಮ್ಮ ನಾಡಗೀತೆಯ ವಿಶಿಷ್ಟತೆ, ಅರ್ಥ ಅರಿಯಲು ಪ್ರಯತ್ನಿಸಿ

● ಕನ್ನಡಪ್ರಭ ವಾರ್ತೆ ಶಿಕಾರಿಪುರ

ವಿದ್ಯಾರ್ಥಿಗಳು ದೈನಂದಿನ ಪ್ರಾರ್ಥನೆ ಹಾಡುವಾಗ ನಾಡಗೀತೆಯ ವೈಶಿಷ್ಟ್ಯ ಅರ್ಥ ಅರಿತುಕೊಳ್ಳುವ ಪ್ರಯತ್ನ ಮಾಡಬೇಕು ಎಂದು ಕುಮದ್ವತಿ ಶಿಕ್ಷಣ ಮಹಾವಿದ್ಯಾಲಯದ ಪ್ರಾಧ್ಯಾಪಕ ಡಾ. ರವಿ ಎಚ್. ಸಲಹೆ ನೀಡಿದರು.

ಪಟ್ಟಣದ ಕುಂಬಾರಗುಂಡಿಯಲ್ಲಿನ ಶ್ರೀ ಸಿದ್ಧಲಿಂಗೇಶ್ವರ ಸ್ವಾಮಿ ಪ್ರೌಢಶಾಲೆಯ ಸಾಹಿತ್ಯ ಸಂಘ ಹಾಗೂ ಕುಮದ್ವತಿ ಶಿಕ್ಷಣ ಮಹಾವಿದ್ಯಾಲಯದ ಭಾಷಾ ಸಂಘಗಳ ಸಹಯೋಗದಲ್ಲಿ ನಡೆದ 69 ನೇ ಕನ್ನಡ ರಾಜ್ಯೋತ್ಸವ ಮತ್ತು ವಿವಿಧ ಸ್ಪರ್ಧಾ ಕಾರ್ಯಕ್ರಮದಲ್ಲಿ ಮುಖ್ಯ ಅತಿಥಿಯಾಗಿ ಪಾಲ್ಗೊಂಡು ಅವರು ಮಾತನಾಡಿದರು.

ಕನ್ನಡ ನಾಡಿಗೆ ಕನ್ನಡೇ ಆದ ಅಗಾಧ ಇತಿಹಾಸ ಮತ್ತು ಸಾಹಿತ್ಯಕ ಪರಂಪರೆ ಇದೆ. ಕನ್ನಡ ರಾಜ್ಯೋತ್ಸವದ ನಾಡಿನ ದಿನ ಪ್ರತೀಕವಾಗಿ, ರಾಜ್ಯೋತ್ಸವ ಸಂದರ್ಭದಲ್ಲಿ ನಾಡಿನಾದ್ಯಂತ ವಿವಿಧ ಸಂಘ–ಸಂಸ್ಥೆಗಳು, ಶಾಲಾ–ಕಾಲೇಜುಗಳು ನವೆಂಬರ ಮಾಸದಲ್ಲಿ ವಿವಿಧ ಶೀರ್ಷಿಕೆಗಳೊಂದಿಗೆ ಮಕ್ಕಳಿಗೆ, ಪ್ರತಿನಿತ್ಯ ಕನ್ನಡ ನಾಡು ನುಡಿಯ ವೈಭವವನ್ನು ಜನಸಾಮಾನ್ಯರಿಗೆ ಜಾಗೃತಿ ಮೂಡಿಸುವ ಪ್ರಯತ್ನ ಮಾಡುತ್ತಿವೆ ಎಂದರು.

ಕನ್ನಡ ನಾಡು–ನುಡಿ ಕುರಿತು ಸ್ವರಚಿತ ಕವನ ವಾಚನ, ಪ್ರಬಂಧ ಬರವಣಿಗೆ, ಭಾಷಣ ಸ್ಪರ್ಧೆ, ಸಾಹಿತ್ಯ ಅಭ್ಯಾಸ ಮತ್ತು ವಿಮರ್ಶೆಯಂಥ ವಿವಿಧ ಕಾರ್ಯಕ್ರಮ ಗಳಲ್ಲಿ ನಿರಂತರ ತೊಡಗಿಸಿಕೊಳ್ಳಬೇಕು. ಇದ ರೊಂದಿಗೆ ಶಾಲಾ–ಕಾಲೇಜುಗಳಲ್ಲಿ ಪ್ರತಿನಿತ್ಯ ಹಾಡುವ ನಾಡಗೀತೆಯಲ್ಲಿ ಅಡಗಿರುವ ಕನ್ನಡ ನಾಡಿನ ವಿವಿಧ ಕ್ಷೇತ್ರಗಳ ವೈಶಿಷ್ಟ್ಯ, ಚಿತ್ರಣ ಮತ್ತು ವೈಶಿಷ್ಟ್ಯತೆಯ ಸಾರವನ್ನು ಸವಿವರವಾಗಿ ಅರ್ಥೈಸಿಕೊಳ್ಳುವ ಪ್ರಯತ್ನ ಮಾಡಬೇಕು. ಮಕ್ಕಳು ನಾಡಗೀತೆಯನ್ನು ಸ್ವಷ್ಟವಾಗಿ ಉಚ್ಚರಿಸುವುದನ್ನು ಅಭ್ಯಾಸ ಮಾಡಬೇಕು ಎಂದ ಸಲಹೆ ನೀಡಿದರು.

ರಾಜ್ಯೋತ್ಸವದ ಸಂದರ್ಭದಲ್ಲಿ ವಿದ್ಯಾ ರ್ಥಿಗಳು ತಪ್ಪಿಲ್ಲದ ಸರಾಗವಾಗಿ ಸ್ಪಷ್ಟತೆ ಯೊಂದಿಗೆ ನಾಡಗೀತೆಯನ್ನು ಹಾಡಲು ಕಲಿತಲ್ಲಿ ಕನ್ನಡ ನಾಡಿಗೆ ದೊಡ್ಡ ಗೌರವ ನೀಡಿ ದಂತಾಗುತ್ತದೆ ಎಂದು ಅವರು ತಿಳಿಸಿದರು.

ಕಾರ್ಯಕ್ರಮದ ಅಧ್ಯಕ್ಷತೆ ವಹಿಸಿದ ಮುಖ್ಯೋಪಾಧ್ಯಾಯ ಬಸವರಾಜ ಎಲಿಗಾರ್ ಮಾತನಾಡಿ, ಕರ್ನಾಟಕದ ನೆಲ, ಜಲ, ಜನ, ಸಂಸ್ಕೃತಿ ಬೇರೆ ರಾಜ್ಯಗಳಿಗೆ ಹೋಲಿಸಿದರೆ ಸಾಕಷ್ಟು ರೀತಿಯಲ್ಲಿ ವೈಶಿಷ್ಟ್ಯ ಯಿಂದ ಕೂಡಿದೆ. ಕನ್ನಡ ನಾಡಿನಲ್ಲಿ ಅನೇಕ ಕವಿಪುಂಗವರು, ಸಾಹಿತಿಗಳು, ಲೇಖಕರು ಕಾಲದಿಂದ ಕಾಲಕ್ಕೆ ನೀಡಿದ ಸಾಹಿತ್ಯಿಕ ಕೊಡುಗೆ ಅಪಾರ. ಅವರ ಸಾಧನೆಯನ್ನು ಪ್ರೇರಣೆಯಾಗಿಸಿಕೊಂಡು ಪ್ರಸ್ತುತ ಓರಿಗೆ ಆಳವಡಿಸಿಕೊಳ್ಳುವ ಅನಿವಾರ್ಯತೆಯಿದೆ ಎಂದರು.

ಕನ್ನಡ ನಾಡು–ನುಡಿಯ ಇತಿಹಾಸ ಕುರಿತು ಆಯೋಜಿಸಿದ ಪ್ರಬಂಧ ಮತ್ತು ಭಾಷಣ ಸ್ಪರ್ಧೆ ಗಳಿಗೆ ಭಾರಿಬೆಂಬಲ ವಿವಿದ್ಯಾರ್ಥಿಗಳಿಂದ ಬಯಾಪಕ ವ್ಯಕ್ತಲಾಯಿತು. ಕಾರ್ಯಕ್ರಮದಲ್ಲಿ ಶಾಲೆ ಯ ಬೋಧಕ ಬೋಧಕ ಕೇತರ ಸಿಬ್ಬಂದಿಗಳು, ಪ್ರಶಿಕ್ಷಣಾರ್ಥಿಗಳು, ವಿದ್ಯಾರ್ಥಿಗಳು ಉಪಸ್ತಿತ ದರು. ಪ್ರಶಿಕ್ಷಣಾರ್ಥಿ ರಂಜಾ, ಸಂಗಮ್ಮ ಪ್ರಾರ್ಥಿಸಿ, ಸುಮಾ ಸ್ವಾಗತಿ, ನಾಗಶ್ರೀ ನಿರೂಪಿಸಿ, ಸಾಗರರಾಜ ವಂದಿಸಿದರು.

ಶಿಕಾರಿಪುರದ ಶ್ರೀ ಸಿದ್ಧಲಿಂಗೇಶ್ವರ ಪ್ರೌಢಶಾಲೆಯಲ್ಲಿ ನಡೆದ ರಾಜ್ಯೋತ್ಸವ ಕಾರ್ಯಕ್ರಮದಲ್ಲಿ ಪ್ರಾಧ್ಯಾಪಕ ರವಿ, ಮುಖ್ಯ ಶಿಕ್ಷಕ ಬಸವರಾಜ್ ಎಲಿಗೇರ್, ಶಿಕ್ಷಕ ಶಿಕ್ಷಕಿಯರು ಪಾಲ್ಗೊಂಡಿದ್ದರು.

SHIVAMOGGA Edition
Nov 15, 2024 Page No. 02
Powered by: erelego.com

69ನೇ ಕನ್ನಡ ರಾಜ್ಯೋತ್ಸವ ಕಾರ್ಯಕ್ರಮ

ಕನ್ನಡ ಕೇವಲ ಭಾಷೆ ಅಲ್ಲ ಕನ್ನಡಿಗರ ಜೀವ

ಶಿಕಾರಿಪುರ: ಕುಮದ್ವತಿ ಶಿಕ್ಷಣ ಮಹಾವಿದ್ಯಾಲಯ, ಶಿಕಾರಿಪುರದಲ್ಲಿ ಐಕ್ಯೂಎಸಿ ಸಂಯೋಜಿತ ಭಾಷಾ ಸಂಘದ ವತಿಯಿಂದ 69ನೇ ಕನ್ನಡ ರಾಜ್ಯೋತ್ಸವವನ್ನು ವಿಜೃಂಭಣೆಯಿಂದ ನಡೆಸಲಾಯಿತು.

ಕಾರ್ಯಕ್ರಮದ ಮುಖ್ಯ ಅತಿಥಿಗಳಾಗಿ ಆಗಮಿಸಿದ ಕುಮದ್ವತಿ ಶಿಕ್ಷಣ ಮಹಾವಿದ್ಯಾಲಯದ ಉಪನ್ಯಾಸಕರಾದ ಕೋಟೋಜಿರಾವ್ ಆರ್. ಮಾತನಾಡಿ. ಕನ್ನಡ ರಾಜ್ಯೋತ್ಸವವನ್ನು ಮನೆಯ ಹಬ್ಬದ ರೀತಿಯಲ್ಲಿ ಆಚರಿಸಬೇಕು. ಕನ್ನಡ ಭಾಷೆ ಕೇವಲ ಭಾಷೆ ಅಲ್ಲ ಅದು ನಮ್ಮ ಜೀವದ ಭಾಷೆ, ಭಾವನೆಯ ಭಾಷೆ. ಜಗತ್ತಿನಲ್ಲಿ ಅತಿಹೆಚ್ಚು ಬಳಸುವ ಭಾಷೆ ಎಂದರೆ ಕನ್ನಡ ಅದಕ್ಕಾಗಿಯೇ ಭಾಷೆಗೆ 21ನೇ ಸ್ಥಾನವನ್ನು ನೀಡಲಾಗಿದೆ. ಕ್ರಿ.ಶ 2ನೇ ಶತಮಾನದಿಂದಲೂ ಭಾಷೆಯನ್ನು ಬಳಸುತ್ತಿರುವುದು ಕನ್ನಡ. ಇಲ್ಲಿಯವರೆಗೂ ಹಲ್ಮಿಡಿ ಶಾಸನ ಅತ್ಯಂತ ಪೂರ್ವಕಾಲದ್ದು ಎಂದು ಹೇಳಲು ಸಾಧ್ಯವಿದೆಯೆಂದಾದರೆ. ಅದಕ್ಕಿಂತಲೂ ಹಳೆಯದು ಎಂದು ಹೇಳುವ ಸಂದರ್ಭ ಶಿಕಾರಿಪುರದ ತಾಳಗುಂದದ ಶಾಸನ ದೊರಕುವ ಪುರಾವೆಗಳಿಂದ ದೃಢಪಡಿಸಲಾಗುತ್ತಿದೆ. ಮಕ್ಕಳನ್ನು ಮಮ್ಮಿ, ಡ್ಯಾಡಿ, ಅಂಕಲ್ ಸಂಸ್ಕೃತಿಯಿಂದ ದೂರಮಾಡಿ ಅಮ್ಮ, ಅಪ್ಪ, ಚಿಕ್ಕಪ್ಪ, ದೊಡ್ಡಪ್ಪ ಎಂದು ಕರೆಯಲು ಸಾಧ್ಯವಾಗಿ ಜೀವನ ಮೌಲ್ಯವನ್ನು ಎತ್ತಿಹಿಡಿಯುವಲ್ಲಿ ನಮ್ಮ ಕನ್ನಡದ ಹಿರಿಮೆ ಇದೆ ಎಂದರು. 25 ರಿಂದ 28ರವರೆಗೆ ದಿನ ನಿತ್ಯ ಕರ್ನಾಟಕದ ಗತವೈಭವ. ಕರ್ನಾಟಕದ ಕಲೆ ಮತ್ತು ವಾಸ್ತುಶಿಲ್ಪ, ಕನ್ನಡ ಜಲಾಶಯಗಳು ಮತ್ತು ಜಲಪಾತಗಳು. ಕರ್ನಾಟಕ ರತ್ನಗಳ ಪ್ರಶಸ್ತಿ ಪುರಸ್ಕೃತರು ಎಂಬ ಶೀರ್ಷಿಕೆಯ ಅಡಿಯಲ್ಲಿ ಪ್ರತಿ ನಿತ್ಯ ಪ್ರತಿ ತಂಡದವರು ಭಿತ್ತಿಚಿತ್ರಗಳ ಅನಾವರಣ ಮತ್ತು ಶೀರ್ಷಿಕೆಗೆ ಅನುಗುಣವಾಗಿ ಮಾಹಿತಿ ಅಭಿವ್ಯಕ್ತಿಯ ಸ್ಪರ್ಧೆಯನ್ನು ಏರ್ಪಡಿಸಲಾಗಿತ್ತು. ಉತ್ತಮ ಪ್ರದರ್ಶನ ಮತ್ತು ಅಭಿವ್ಯಕ್ತಿ ಮಾಡಿದ ತಂಡಗಳಿಗೆ ಕಾರ್ಯಕ್ರಮದಲ್ಲಿ ಬಹುಮಾನ ನೀಡಿ ಪ್ರೋತ್ಸಾಹಿಸಲಾಯಿತು.

ಕಾರ್ಯಕ್ರಮದಲ್ಲಿ ಭಾಷಾ ಸಂಘದ ಮಾರ್ಗದರ್ಶಕ ಡಾ. ಕಿರಣ್ ಕುಮಾರ್ ಕೆ.ಎಸ್, ಡಾ. ವೀರೇಂದ್ರ ಕುಮಾರ್ ವಾಲಿ ಎಸ್, ಡಾ. ರವಿ ಹೆಚ್ ಸಹಾಯಕ ಪ್ರಾಧ್ಯಾಪಕರು ಹಾಗೂ ಕಾಲೇಜಿನ ಸಹಾಯಕ ಪ್ರಾಧ್ಯಾಪಕರು ಮತ್ತು ಬೋಧಕೇತರ ವರ್ಗದವರು ಪಾಲ್ಗೊಂಡು ಉತ್ತಮವಾಗಿ ನಡೆಸಿದರು.

ಈ ಕಾರ್ಯಕ್ರಮದಲ್ಲಿ ಪ್ರಶಿಕ್ಷಣಾರ್ಥಿಗಳಾದ ಸವಿತಾ ಮತ್ತು ಸಂಗಡಿಗರು ಪ್ರಾರ್ಥನೆಯನ್ನು, ರಮೇಶ್ ಗುತ್ತೇದಾರ್ ಪ್ರಶಿಕ್ಷಣಾರ್ಥಿ ಸ್ವಾಗತವನ್ನು, ವಂದನಾರ್ಪಣೆಯನ್ನು ಕು. ಕಲ್ಪನಾ ಹಾಗೂ ಕಾರ್ಯಕ್ರಮದ ನಿರೂಪಣೆಯನ್ನು ಮೌನೇಶ್ ಪ್ರಶಿಕ್ಷಣಾರ್ಥಿಗಳು ನೆರವೇರಿಸಿದರು.

> ಪ್ರಾಥಮಿಕ ಶಾಲಾ ವಿದ್ಯಾರ್ಥಿಗಳಿಗಾಗಿ ಪುಸ್ತಕ ಓದು ಮತ್ತು ರಸಪ್ರಶ್ನೆ ಕಾರ್ಯಕ್ರಮ

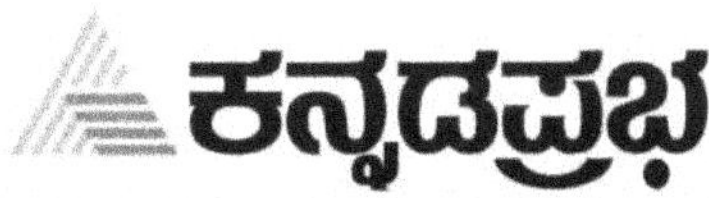

ಕನ್ನಡ ಉಳಿಸಲು ಹೋರಾಟ ಅಗತ್ಯವಿಲ್ಲ

ಭಾಷೆಯ ಉಳಿವಿಗಾಗಿ ಕನ್ನಡ ಬಳಸಿ
ರಾಜ್ಯೋತ್ಸವ ಕಾರ್ಯಕ್ರಮಕ್ಕೆ ಶಿವಲಿಂಗಪ್ಪ ಚಾಲನೆ

ಕನ್ನಡ ರಾಜ್ಯೋತ್ಸವ ಕಾರ್ಯಕ್ರಮದಲ್ಲಿ ಪ್ರಾಧ್ಯಾಪಕ ಎಸ್.ವೀರೇಂದ್ರ ಕುಮಾರ್‌ವಾಲಿ ಮಾತನಾಡಿದರು.

● ಕನ್ನಡಪ್ರಭ ವಾರ್ತೆ ಶಿಕಾರಿಪುರ

ಕನ್ನಡ ಉಳಿಸುವುದಕ್ಕೆ ನಾವು ಹೋರಾಟ ಮಾಡುವ ಅಗತ್ಯವಿಲ್ಲ, ನಿತ್ಯಜೀವನದಲ್ಲಿ ಕನ್ನಡ ಉಳಿದಾಗಿಸಿಕೊಂಡು ಬಳಸಲು ಆರಂಭಿಸಬೇಕು ಎಂದು ಶಿಕ್ಷಕ ಶಿವಲಿಂಗಪ್ಪ ಸಲಹೆ ನೀಡಿದರು.

ಪಟ್ಟಣದ ಸರಕಾರಿ ಹಿರಿಯ ಪ್ರಾಥಮಿಕ ಗಂಡು ಮಕ್ಕಳ ಶಾಲೆಯಲ್ಲಿ ಕುಮದ್ವತಿ ಶಿಕ್ಷಣ ಮಹಾವಿದ್ಯಾಲಯ, ಗ್ರಂಥಾಲಯ ಸಲಹಾ ಸಮಿತಿ ಆಯೋಜಿಸಿದ್ದ ಕನ್ನಡ ರಾಜ್ಯೋತ್ಸವ ಮತ್ತು ಪುಸ್ತಕ ಓದು ಕಾರ್ಯಕ್ರಮಕ್ಕೆ ಚಾಲನೆ ನೀಡಿ ಮಾತನಾಡಿದರು.

ಮೈಸೂರು ರಾಜರ ಆಳ್ವಿಕೆಗೆ ಒಳಪಟ್ಟಿದ್ದ ಕನ್ನಡ ನಾಡನ್ನು 1976 ರಲ್ಲಿ ಸರ್ದಾರ್ ವಲ್ಲಭಭಾಯ್ ಪಟೇಲ್ ಕರೆಯ ಮೇರೆಗೆ ಹೈದ್ರಾಬಾದ್ ಕರ್ನಾಟಕ, ಮುಂಬೈ ಕರ್ನಾಟಕ, ಮೈಸೂರು ಈ ಮೂರು ಭಾಗದಲ್ಲಿ ಹರಿದು ಹಂಚಿ ಹೋಗಿದ್ದ ಪ್ರದೇಶವನ್ನು ಒಗ್ಗೂಡಿಸಿ ಕರ್ನಾಟಕ ಎಂದು ನಾಮಕರಣ ಮಾಡಲಾಯಿತು. ಅದಕ್ಕಾಗಿ ಗೋಕಾಕ್ ಚಳುವಳಿ, ಕನ್ನಡ ವಿದ್ಯಾವರ್ಧಕ ಸಂಘ ಸೇರಿ ಹಲವು ಕನ್ನಡದ ಸಂಘಟನೆಗಳು ಹೋರಾಟ ಮಾಡಬೇಕಾಯಿತು ಎಂದು ತಿಳಿಸಿದರು.

ಪ್ರತಿಯೊಂದು ಪುಸ್ತಕಗಳ ಬಗ್ಗೆ ಪ್ರೀತಿ ಹೊಂದಬೇಕು. ಕನ್ನಡವನ್ನು ಜೀವನದಲ್ಲಿ ಅಳವಡಿಸಿಕೊಂಡಾಗ ಮಾತ್ರ ಉಳಿಯುವುದರ ಜೊತೆಗೆ ಬೆಳೆಯುತ್ತದೆ ಎಂದರು.

ಕುಮದ್ವತಿ ಶಿಕ್ಷಣ ಮಹಾವಿದ್ಯಾಲಯ ಪ್ರಾಧ್ಯಾಪಕ ಎಸ್.ವೀರೇಂದ್ರ, ಕುಮಾರ್‌ ವಾಲಿ ಮಾತನಾಡಿ, ಕನ್ನಡ ಎರಡು ಸಾವಿರ ವರ್ಷ ಇತಿಹಾಸ ಹೊಂದಿರುವ ಭಾಷೆಯಾಗಿದೆ. ಅದು ಇನ್ನಷ್ಟು ಶ್ರೀಮಂತಗೊಳ್ಳಲು ನಾವೆಲ್ಲರೂ ಮೊಬೈಲ್ ಬಿಟ್ಟು ಕನ್ನಡ ಪುಸ್ತಕ ಓದುವ ಕಾರ್ಯದಲ್ಲಿ ನಮ್ಮನ್ನು ತೊಡಗಿಸಿಕೊಳ್ಳಬೇಕು ಎಂದು ಸಲಹೆ ನೀಡಿದರು.

ಈ ವೇಳೆ ವಿವಿಧ ಸ್ಪರ್ಧೆಯಲ್ಲಿ ವಿಜೇತರಾದವರಿಗೆ ಬಹುಮಾನ ವಿತರಿಸಲಾಯಿತು. ಮುಖ್ಯಶಿಕ್ಷಕ ರಾಜೇಶ್ವರ, ಗ್ರಂಥಾಲಯ ಸಲಹಾ ಸಮಿತಿ ಸದಸ್ಯ ಜಿ.ಪಿಶ್ವನಾಥ್, ಶಿಕ್ಷಕರಾದ ಸುರೇಶ್, ಮೀನಾಕ್ಷಿ, ಪ್ರಶಿಕ್ಷಣಾರ್ಥಿಗಳಾದ ಚೈತ್ರ, ಗುರುಸಿದ್ದಪ್ಪ ಬಣಕಾರ್, ಪ್ರಿಯಾಂಕ, ಸಿದ್ದರಾಜು, ವಿದ್ಯಾರ್ಥಿಗಳು ಸೇರಿ ಇತರರು ಉಪಸ್ಥಿತರಿದ್ದರು.

SHIVAMOGGA Edition
Nov 25, 2024 Page No. 03
Powered by: erelego.com

ಶಿಕಾರಿಪುರ: ಕನ್ನಡ ಉಳಿಸುವುದಕ್ಕೆ ನಾವು ಹೋರಾಟ ಮಾಡುವ ಅಗತ್ಯವಿಲ್ಲ ನಮ್ಮ ದಿನನಿತ್ಯದ ಬದುಕಿನಲ್ಲಿ ಕನ್ನಡವನ್ನು ಉಸಿರಾಗಿಸಿಕೊಂಡು ಪ್ರತಿಕ್ಷಣ ಬಳಸುವುದಕ್ಕೆ ಆರಂಭಿಸಬೇಕು ಎಂದು ಶಿಕ್ಷಕ ಶಿವಲಿಂಗಪ್ಪ ಸಲಹೆ ನೀಡಿದರು.

ಪಟ್ಟಣದ ಸರಕಾರಿ ಹಿರಿಯ ಪ್ರಾಥಮಿಕ ಗಂಡು ಮಕ್ಕಳ ಶಾಲೆಯಲ್ಲಿ ಕುಮದ್ವತಿ ಶಿಕ್ಷಣ ಮಹಾವಿದ್ಯಾಲಯ, ಗ್ರಂಥಾಲಯ ಸಲಹಾ ಸಮಿತಿ ಆಯೋಜಿಸಿದ್ದ "ಕನ್ನಡ ರಾಜ್ಯೋತ್ಸವ" ಮತ್ತು "ಪುಸ್ತಕ ಓದು" ಕಾರ್ಯಕ್ರಮಕ್ಕೆ ಚಾಲನೆ ನೀಡಿ ಅವರು ಮಾತನಾಡಿದರು. ಮೈಸೂರು ರಾಜರ ಆಳ್ವಿಕೆಗೆ ಒಳಪಟ್ಟಿದ್ದ ಈ ನಾಡನ್ನು 1976ರಲ್ಲಿ ಸರ್ದಾರ್ ವಲ್ಲಭಭಾಯ್ ಪಟೇಲ್ ಕರೆಯ ಮೇರೆಗೆ ಹೈದ್ರಾಬಾದ್ ಕರ್ನಾಟಕ, ಮುಂಬೈ ಕರ್ನಾಟಕ, ಮೈಸೂರು ಈ ಮೂರು ಭಾಗದಲ್ಲಿ ಹರಿದು ಹಂಚಿ ಹೋಗಿದ್ದ ಕನ್ನಡಿಗರನ್ನು ಒಗ್ಗೂಡಿಸಿ ಕರ್ನಾಟಕ ಎಂಬ ಹೆಸರು ನಾಮಕರಣ ಮಾಡಲಾ ಯಿತು. ಅದಕ್ಕಾಗಿ ಗೋಕಾಕ್ ಚಳುವಳಿ, ಕನ್ನಡ ವಿದ್ಯಾವರ್ಧಕ ಸಂಘ ಸೇರಿ ಹಲವು ಕನ್ನಡವರ ಸಂಘಟನೆಗಳು ಹೋರಾಟವನ್ನು ಮಾಡಬೇಕಾಯಿತು ಎಂದು ತಿಳಿಸಿದರು. ಪ್ರತಿಯೊಂದು ಪುಸ್ತಕದ ಬಗ್ಗೆ ಪ್ರೀತಿ ಹೊಂದಬೇಕು ಕನ್ನಡ ಓದುವುದು, ಮಾತನಾಡುವುದು ಸೇರಿ ಎಲ್ಲ ಹಂತದಲ್ಲೂ ಕನ್ನಡ ನಮ್ಮ ಜೀವನದಲ್ಲಿ ಅವಡಿಸಿ ಕೊಂಡರೆ ಭಾಷೆ ಸಹಜವಾಗಿ ಉಳಿದು ಬೆಳೆಯುತ್ತದೆ ಎಂದರು.

ಕುಮದ್ವತಿ ಶಿಕ್ಷಣ ಮಹಾವಿದ್ಯಾಲಯ ಪ್ರಾಧ್ಯಾಪಕ ಎಸ್.ವೀರೇಂದ್ರ ಕುಮಾರ್ ವಾಲಿ ಮಾತನಾಡಿ, ಕನ್ನಡ ಭಾಷೆ ಎರಡು ಸಾವಿರ ವರ್ಷ ಇತಿಹಾಸ ಹೊಂದಿರುವ ಭಾಷೆಯಾಗಿದ್ದು ಅದು ಅನ್ಯ ಭಾಷೆ ಸ್ವರೂಪ ಮೈಗೂಡಿಸಿಕೊಂಡು ಅಸ್ತಿತ್ವದಾಗಿ ಉಳಿಯಲು ಕಾರಣವಾಗುತ್ತಿದೆ ಅದು ಇನ್ನಷ್ಟು ಶ್ರೀಮಂತಗೊ ಳ್ಳಬೇಕು ಎಂದರೆ ನಾವೆಲ್ಲರೂ ಮೊಬೈಲ್ ಬಿಟ್ಟು ಕನ್ನಡ ಪುಸ್ತಕ ಓದುವ ಭಾಷೆ ಬಳಸುವ ಕಾರ್ಯದಲ್ಲಿ ನಮ್ಮನ್ನು ತೊಡಗಿಸಿಕೊಳ್ಳಬೇಕು ಎಂದು ಹೇಳಿದರು.

ವಿವಿಧ ಸ್ಪರ್ಧೆಯಲ್ಲಿ ವಿಜೇತರಾದವರಿಗೆ ಬಹುಮಾನ ವಿತರಿಸಲಾಯಿತು. ಮುಖ್ಯಶಿಕ್ಷಕ ರಾಜಶೇಖರ, ಗ್ರಂಥಾಲಯ ಸಲಹಾ ಸಮಿತಿ ಸದಸ್ಯ ಜಿ.ಪಿಶ್ವನಾಥ್, ಶಿಕ್ಷಕರಾದ ಸುರೇಶ್, ಮೀನಾಕ್ಷಿ, ಪ್ರಶಿಕ್ಷಣಾರ್ಥಿಗಳಾದ ಚೈತ್ರ, ಗುರುಸಿದ್ದಪ್ಪ ಬಣಕಾರ್, ಪ್ರಿಯಾಂಕ, ಸಿದ್ದರಾಜು, ವಿದ್ಯಾರ್ಥಿ ಗಳು ಮತ್ತಿತರರು ಉಪಸ್ಥಿತರಿದ್ದರು.

ದಿನನಿತ್ಯದ ಬದುಕಿನಲ್ಲಿ ಕನ್ನಡವನ್ನು ಬಳಸಿ: ಶಿವಲಿಂಗಪ್ಪ ಸಲಹೆ

ಕನ್ನಡ ಉಳಿಸುವುದಕ್ಕೆ ನಾವು ಹೋರಾಟ ಮಾಡುವ ಅಗತ್ಯವಿಲ್ಲ ನಮ್ಮ ದಿನನಿತ್ಯದ ಬದುಕಿನಲ್ಲಿ ಕನ್ನಡವನ್ನು ಉಸಿರಾಗಿಸಿಕೊಂಡು ಪ್ರತಿಕ್ಷಣ ಬಳಸುವುದಕ್ಕೆ ಆರಂಭಿಸಬೇಕು ಎಂದು ಶಿಕ್ಷಕ ಶಿವಲಿಂಗಪ್ಪ ಸಲಹೆ ನೀಡಿದರು.

ಪಟ್ಟಣದ ಸರಕಾರಿ ಹಿರಿಯ ಪ್ರಾಥಮಿಕ ಗಂಡು ಮಕ್ಕಳ ಶಾಲೆಯಲ್ಲಿ ಕುಮದ್ವತಿ ಶಿಕ್ಷಣ ಮಹಾವಿದ್ಯಾಲಯ. ಗ್ರಂಥಾಲಯ ಸಲಹಾ ಸಮಿತಿ ಆಯೋಜಿಸಿದ್ದ "ಕನ್ನಡ ರಾಜ್ಯೋತ್ಸವ" ಮತ್ತು "ಪುಸ್ತಕ ಓದು" ಕಾರ್ಯಕ್ರಮಕ್ಕೆ ಚಾಲನೆ ನೀಡಿ ಅವರು ಮಾತನಾಡಿದರು. ಮೈಸೂರು ರಾಜರ ಆಳ್ವಿಕೆ ಒಳಪಟ್ಟಿದ್ದ ಈ ನಾಡನ್ನು 1976ರಲ್ಲಿ ಸರ್ದಾರ್ ವಲ್ಲಭಭಾಯ್ ಪಟೇಲ್ ಕರೆಯ ಮೇರೆಗೆ ಹೈದ್ರಾಬಾದ್ ಕರ್ನಾಟಕ, ಮುಂಬೈ ಕರ್ನಾಟಕ, ಮೈಸೂರು ಈ ಮೂರು ಭಾಗದಲ್ಲಿ ಹರಿದು ಹಂಚಿ ಹೋಗಿದ್ದ ಕನ್ನಡಿಗರನ್ನು ಒಗ್ಗೂಡಿಸಿ ಕರ್ನಾಟಕ ಎಂಬ ಹೆಸರು ನಾಮಕರಣ ಮಾಡಲಾಯಿತು. ಅದಕ್ಕಾಗಿ ಗೋಕಾಕ್ ಚಳುವಳಿ, ಕನ್ನಡ ವಿದ್ಯಾವರ್ಧಕ ಸಂಘ ಸೇರಿ ಹಲವು ಕನ್ನಡವರ ಸಂಘಟನೆಗಳು ಹೋರಾಟವನ್ನು ಮಾಡಬೇಕಾಯಿತು ಎಂದು ತಿಳಿಸಿದರು.

ಪ್ರತಿಯೊಂದು ಪುಸ್ತಕದ ಬಗ್ಗೆ ಪ್ರೀತಿ ಹೊಂದಬೇಕು ಕನ್ನಡ ಓದುವುದು, ಮಾತನಾಡುವುದು ಸೇರಿ ಎಲ್ಲ ಹಂತದಲ್ಲೂ ಕನ್ನಡ ನಮ್ಮ ಜೀವನದಲ್ಲಿ ಅವಡಿಸಿಕೊಂಡರೆ ಭಾಷೆ ಸಹಜವಾಗಿ ಉಳಿದು ಬೆಳೆಯುತ್ತದೆ ಎಂದರು.

ಕುಮದ್ವತಿ ಶಿಕ್ಷಣ ಮಹಾವಿದ್ಯಾಲಯ ಪ್ರಾಧ್ಯಾಪಕ ಎಸ್.ವೀರೇಂದ್ರ ಕುಮಾರ್ ವಾಲಿ ಮಾತನಾಡಿ, ಕನ್ನಡ ಭಾಷೆ ಎರಡು ಸಾವಿರ ವರ್ಷ ಇತಿಹಾಸ ಹೊಂದಿರುವ ಭಾಷೆಯಾಗಿದ್ದು ಅದು ಅನ್ಯ ಭಾಷೆ ಸ್ವರೂಪ ಮೈಗೂಡಿಸಿಕೊಂಡು ಅಸ್ತಿತ್ವದಾಗಿ ಉಳಿಯಲು ಕಾರಣವಾಗುತ್ತಿದೆ ಅದು ಇನ್ನಷ್ಟು ಶ್ರೀಮಂತಗೊಳ್ಳಬೇಕು ಎಂದರೆ ನಾವೆಲ್ಲರೂ ಮೊಬೈಲ್ ಬಿಟ್ಟು ಕನ್ನಡ ಪುಸ್ತಕ ಓದುವ ಭಾಷೆ ಬಳಸುವ ಕಾರ್ಯದಲ್ಲಿ ನಮ್ಮನ್ನು ತೊಡಗಿಸಿಕೊಳ್ಳಬೇಕು ಎಂದು ಹೇಳಿದರು.

ವಿವಿಧ ಸ್ಪರ್ಧೆಯಲ್ಲಿ ವಿಜೇತರಾದವರಿಗೆ ಬಹುಮಾನ ವಿತರಿಸಲಾಯಿತು. ಮುಖ್ಯಶಿಕ್ಷಕ ರಾಜಶೇಖರ್, ಗ್ರಂಥಾಲಯ ಸಲಹಾ ಸಮಿತಿ ಸದಸ್ಯ ಜಿ.ಪಿಶ್ವನಾಥ್, ಶಿಕ್ಷಕರಾದ ಸುರೇಶ್, ಮೀನಾಕ್ಷಿ, ಪ್ರಶಿಕ್ಷಣಾರ್ಥಿಗಳಾದ ಚೈತ್ರ, ಗುರುಸಿದ್ದಪ್ಪ ಬಣಕಾರ್, ಪ್ರಿಯಾಂಕ, ಸಿದ್ದರಾಜು, ವಿದ್ಯಾರ್ಥಿ ಗಳು ಮತ್ತಿತರರು ಉಪಸ್ಥಿತರಿದ್ದರು.

24–10–2024ರಂದು ಭಾಷಾಸಂಘ ಮತ್ತು ಸಿರಿಯಾಳ ಕಲಾಕೇಂದ್ರ (ರಿ), ಶಿರಾಳಕೊಪ್ಪ ಇವರ ಸಂಯುಕ್ತ ಆಶ್ರಯದಲ್ಲಿ ನಡೆದ "ಶಾಲಾ ಶಿಕ್ಷಣದಲ್ಲಿ ನಾಟಕ ಮತ್ತು ಕಲೆಯ ಮಹತ್ವ" ಎಂಬ ವಿಷಯದ ಕುರಿತು ನಡೆದ ವಿಶೇಷ ಉಪನ್ಯಾಸ ಕಾರ್ಯಕ್ರಮದಲ್ಲಿ ಗಣ್ಯರು ಉದ್ಘಾಟನೆ ನೆರವೇರಿಸುತ್ತಿರುವುದು.

24–10–2024ರಂದು ಭಾಷಾಸಂಘ ಮತ್ತು ಸಿರಿಯಾಳ ಕಲಾಕೇಂದ್ರ (ರಿ), ಶಿರಾಳಕೊಪ್ಪ ಇವರ ಸಂಯುಕ್ತ ಆಶ್ರಯದಲ್ಲಿ ನಡೆದ "ಶಾಲಾ ಶಿಕ್ಷಣದಲ್ಲಿ ನಾಟಕ ಮತ್ತು ಕಲೆಯ ಮಹತ್ವ" ಎಂಬ ವಿಷಯದ ಕುರಿತು ಪ್ರಶಿಕ್ಷಣಾರ್ಥಿಗಳಿಗೆ ಉಪನ್ಯಾಸ ಮತ್ತು ಪ್ರಾತ್ಯಕ್ಷಿಕೆಯನ್ನು ಸಂಪನ್ಮೂಲ ವ್ಯಕ್ತಿಯಾದ ಡಾ. ಗುರುಪ್ರಸಾದ್ ಟಿ. ಆರ್ ರವರು ನೀಡುತ್ತಿರುವುದು.

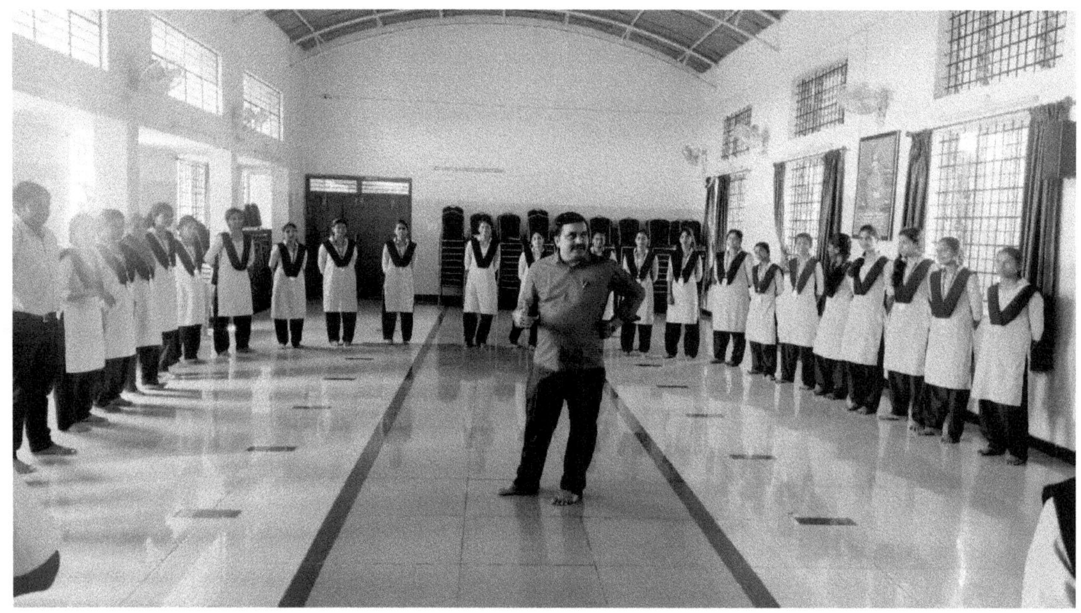

ದಿನಾಂಕ 25–11–2024 ರಿಂದ 28–11–2024 ರವರೆಗೆ ನಡೆದ ಕನ್ನಡ ನಾಡು–ನುಡಿ ಕುರಿತು ಸೂಚನಾಫಲಕ ಅನಾವರಣ ಸ್ಪರ್ಧಾ ಕಾರ್ಯಕ್ರಮ

ದಿನಾಂಕ 28–11–2024ರಂದು ನಡೆದ 69ನೇ ಕನ್ನಡ ರಾಜ್ಯೋತ್ಸವ ಕಾರ್ಯಕ್ರಮ

ನೋಷನ್ ಪ್ರಕಾಶನದಿಂದ ಪ್ರಕಟಣೆಯಾದ ಸಂಪಾದಕರು ಮತ್ತು ಸಹ ಸಂಪಾದಕರ ಈ ಹಿಂದಿನ ಪುಸ್ತಕಗಳು:

1. ಪಂಪ ಪ್ರಶಸ್ತಿ ಪುರಸ್ಕೃತರು – ಡಾ. ರವಿ ಹೆಚ್, 2021
2. ಸಿರಿಗನ್ನಡ ಭಾಷಾಂಶ ಸಂಚಿ – ಡಾ. ರವಿ ಹೆಚ್, 2021
3. **Vocabulary World - Dr. Kiran Kumar K S, 2021**
4. ಶಿವಮೊಗ್ಗ ಜಿಲ್ಲಾ ಪ್ರವಾಸಿ ತಾಣಗಳು – ಡಾ. ರವಿ ಹೆಚ್, 2022
5. **Educational Perspectives - Dr. Ravi H, 2023**
6. ಚಿಗುರು ವಾರ್ಷಿಕ ಸಂಚಿಕೆ 2021–22 – ಡಾ. ರವಿ ಹೆಚ್, 2023
7. ಶಿವಶರಣೆ ಅಕ್ಕಮಹಾದೇವಿಯ 'ಅ'ಕಾರಾದಿ ವಚನಗಳು – ಡಾ. ರವಿ ಹೆಚ್, 2023
8. ಚಿಗುರು ವಾರ್ಷಿಕ ಸಂಚಿಕೆ 2022–23 – ಡಾ. ವೀರೇಂದ್ರ ಕುಮಾರ್ ವಾಲಿ ಎಸ್, 2024
9. **UGC-NET Paper -1 Teaching Aptitude**
   Dr. Ravi H & Dr. Kiran Kumar K S, 2024

ಜೈ ಭುವನೇಶ್ವರಿ